'ज्युरॅसिक पार्क' आणि 'अॅन्ड्रोमिडा स्ट्रेन' अशा अनेक थरारक लोकप्रिय कादंबऱ्यांचा लेखक मायकेल क्रायटन २००८मध्ये मरण पावला. त्याची ही कादंबरी जवळजवळ पूर्णावस्थेत सापडली. क्रायटनच्या पश्चात प्रसिद्ध होणारी ही कादंबरी त्याच्या चाहत्यांना काहीशी धक्का देणारी आहे. या कादंबरीचा काळ ऐतिहासिक आहे. जमैकाचा धूर्त गव्हर्नर कॅप्टन चार्ल्स हंटर धाडसी दर्यावर्दींच्या मदतीने स्पॅनिश खजिना हस्तगत करण्याचा बेत आखतो आणि मग सुरू होतो डाव-प्रतिडाव, फसवणूक, कारस्थाने, सागरावरील बेदरकार प्रवास आणि बेधडक प्रेमप्रकरणातून निर्माण झालेले वैर यांची मालिका. सतत अनपेक्षित वळणं घेत जाणारं कथानक वाचकांना शेवटपर्यंत खिळवून ठेवतं.

– बुकलिस्ट

पायरेट लॅटिट्यूड्स – बिनधास्त धमाल!

– कॅमेरून मार्टिन, न्यू यॉर्क टाइम्स

पायरेट लॅटिट्यूड्समध्ये धाडसी लुटालूट, सेक्स, हाणामारी, डबलक्रॉस आणि कट-कारस्थानं हे सगळं आहे. मायकेल क्रायटनने हे ऐतिहासिक मनोरंजक कथानकाचा अभ्यास करून आपल्यासाठी ठेवला आहे.

– बॉब मिन्झेशायमर, युएसए टुडे

आपल्या स्नेहीजनांना पुस्तके भेट द्या

पायरेट लॅटिट्यूड्स

एका धाडसी दर्यावर्दीच्या साहसी लुटीची
चित्तथरारक कथा

लेखक
मायकेल क्रायटन

अनुवाद
डॉ. प्रमोद जोगळेकर

मेहता पब्लिशिंग हाऊस

PIRATE LATITUDES by MICHAEL CRICHTON

Copyright © 2009, CrichtonSun LLC.
All rights reserved including the rights of reproduction in whole or in part in any form.

Translated into Marathi Language by Pramod Joglekar

पायरेट लॅटिट्यूड्स / अनुवादित कादंबरी

TBC

अनुवाद : डॉ. प्रमोद जोगळेकर
४१, बी/९३, जाधवनगर, वडगांव (बु.), पुणे - ४१.

मराठी पुस्तक प्रकाशनाचे हक्क मेहता पब्लिशिंग हाऊस, पुणे.

प्रकाशक : सुनील अनिल मेहता, मेहता पब्लिशिंग हाऊस,
१९४१, सदाशिव पेठ, माडीवाले कॉलनी, पुणे - ४११०३०.

मुखपृष्ठ : चंद्रमोहन कुलकर्णी

प्रथमावृत्ती : सप्टेंबर, २०१३

P Book ISBN 9788184985092

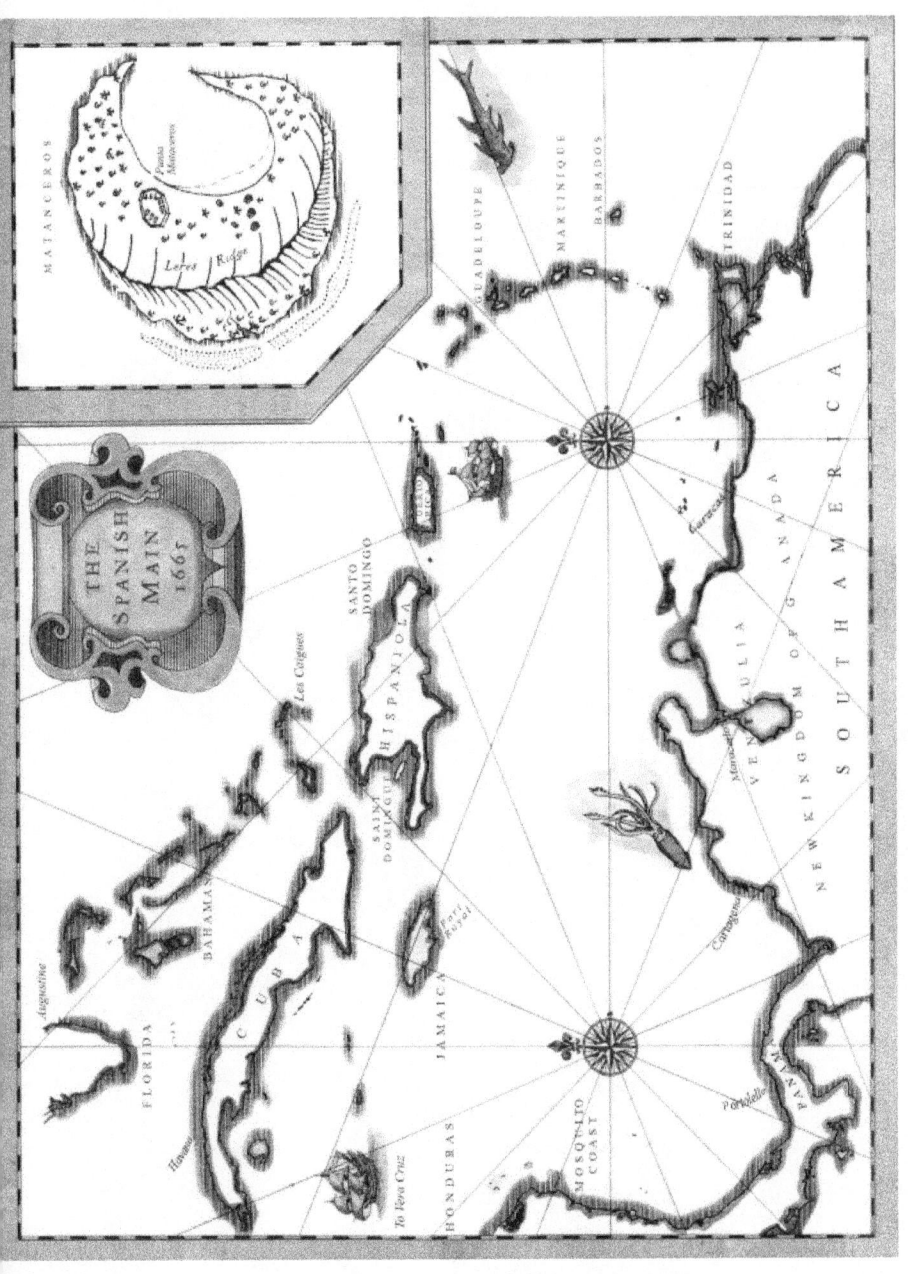

MATANCEROS

Punta
Matanceros

Leres Ridge

THE
SPANISH
MAIN
1665

GUADELUPE

MARTINIQUE

BARBADOS

TRINIDAD

MEXICO

SANTO DOMINGO

Les Caïques

HISPANIOLA

SAINT DOMINGUE

Caracas

VENZULIA

NEW KINGDOM OF GRANADA

SOUTH AMERICA

Maracaibo

Augustine

FLORIDA

BAHAMAS

CUBA

JAMAICA

Port Royal

Cartagena

Havana

HONDURAS

MOSQUITO COAST

PANAMA

Porvelella

To Vera Cruz

भाग पहिला

पोर्ट रॉयल

१

इंग्लंडचा राजा दुसरा चार्ल्स यानं नेमलेल्या गव्हर्नर सर जेम्स अलमॉन्टला सकाळी लवकर उठायची सवय होती. जमैकाच्या या गव्हर्नरनं असं करायला अनेक कारणं होती. वृद्धापकाळाकडे झुकणाऱ्या या विधुर माणसाला गाऊट विकारामुळे रात्री नीट झोप लागत नसे. शिवाय जमैकात सूर्योदयानंतर हवा लगेचच फार गरम आणि दमट व्हायची. त्यामुळे गव्हर्नर अलमॉन्ट लवकर उठणं पसंत करी.

त्या दिवशी म्हणजे ७ सप्टेंबर १६६५ रोजी सर अलमॉन्ट त्याच्या मॅन्शनमधल्या तिसऱ्या मजल्यावर असणाऱ्या खोलीत उठून बसला आणि त्याच्या नेहमीच्या कार्यक्रमाला सुरुवात झाली. तो उठला आणि थेट खिडकीपाशी गेला. गव्हर्नरचं निवासस्थान असणारी इमारत विटांची असून छप्पर लाल कौलांचं होतं. पोर्ट रॉयलमधली ती एकमेव तीन मजली इमारत असल्याने तिथून गावाचं दृश्य खूपच छान दिसत असे. खालच्या बाजूला रस्त्यावरचे दिवे विझवणारे लोक एकेक करून दिवे विझवताना त्याला दिसले. रिज स्ट्रीटवर पहारेकऱ्यांची एक तुकडी फिरून आदल्या रात्री मेलेल्यांची प्रेतं आणि चिखलात लोळणाऱ्या दारुड्यांना बाहेर काढत होते. त्याच्या खिडकीच्या थेट खाली पाणी वाहून आणणाऱ्या घोडागाड्या खडखड करत जाताना त्याला दिसल्या. कित्येक मैल अंतरावर असणाऱ्या रिओ कोब्रा इथून पाण्यानं भरलेली पिंपं आणली जात होती. ही एवढी हालचाल सोडली तर पोर्ट रॉयलमध्ये शांतता होती. संध्याकाळी दारू पिऊन तर्र झालेल्यांचा गोंधळ आणि सकाळी बंदरापाशी सुरू होणारी कामाची धावपळ यांच्या दरम्यान हा शांततेचा कालावधी तसा कमीच असायचा.

गावामधल्या अरूंद गल्लीबोळांसारख्या रस्त्यांवरून त्याची नजर फिरत दूरवरच्या बंदराकडे गेली. तिथं शिडांची एकच गर्दी उडालेली दिसली. निरनिराळ्या आकाराची शेकडो जहाजं आणि नौका बंदरात नांगर टाकून उभ्या होत्या. त्या शिडांच्या पलीकडे दिसणाऱ्या समुद्रात दूर अंतरावर रॅकहॅम्स रीफपाशी उभं असलेलं इंग्लिश व्यापारी जहाज गव्हर्नर अलमॉन्टला दिसलं. हे जहाज आदल्या दिवशी रात्रीच पोहोचलं आहे; पण कप्तानानं विचारपूर्वक बंदरात येण्यासाठी उजाडण्याची वाट पाहायची, असं ठरवलं असणार, हे गव्हर्नरच्या लक्षात आलं. शिडं गुंडाळली जात आहेत आणि फोर्ट चार्ल्सपाशी दोन होड्या समुद्राकडे निघाल्या आहेत, हे गव्हर्नरनं बघितलं. या होड्या जहाजाला बंदरात शिरण्यासाठी मदत करायला जात होत्या.

गव्हर्नर अलमॉन्ट खिडकीपासून दूर झाला आणि पायातली वेदना सहन करत देहधर्म उरकण्यासाठी किंचित लंगडत गेला. या गव्हर्नरला स्थानिक लोक आपापसात 'दहावा जेम्स' या टोपणनावानं संबोधत असत. कारण कोणत्याही खासगी मोहिमांमधून मिळणाऱ्या प्राप्तीचा दहावा हिस्सा त्याच्या खासगी मिळकतीत समाविष्ट व्हावा, याबाबत तो अतिशय दक्ष असे. खिडकीपासून दूर होताच सर जेम्सच्या मनातले त्या व्यापारी जहाजाबद्दलचे विचार मागे पडले. कारण त्या दिवशी सकाळीच त्याला एका फाशीच्या अंमलबजावणीची अप्रिय जबाबदारी पार पाडायची होती.

आदल्या आठवड्यात सैनिकांनी लेक्लेर्क नावाच्या एका फ्रेंच बदमाशाला पकडलं होतं. ओको रिओस या बेटाच्या उत्तरेकडच्या किनारी वसाहतीवर लुटीसाठी धाड घातल्याचा आरोप त्याच्यावर होता. या धाडीतून वाचलेल्या काही गावकऱ्यांनी साक्षी दिल्यामुळे त्याच्यावरचा चाचेगिरीचा आरोप शाबित होऊन त्याला फाशीची शिक्षा देण्यात आली होती. आज त्याला हाय स्ट्रीटवर जाहीरपणे फासावर लटकवलं जाणार होतं. या फ्रेंच माणसाला शिक्षा झाली काय किंवा नाही झाली काय यात गव्हर्नर अलमॉन्टला वैयक्तिकरित्या काहीही देणंघेणं नव्हतं. पण त्या शिक्षेच्या अंमलबजावणीच्या प्रसंगी त्यानं हजर राहणं जरुरी होतं आणि म्हणूनच ती सकाळ फार त्रासाची ठरणार, याची त्याला कल्पना होती.

गव्हर्नर अलमॉन्टचा सेवक खोलीत आला.

"गुड मॉर्निंग युवर एक्सलन्सी," असं म्हणून त्यानं गव्हर्नरच्या हातात क्लॅरेटचा ग्लास ठेवला. त्याने तो एका दमात रिकामा केला.

रिचर्डसनं मग गव्हर्नरला लागणाऱ्या सगळ्या वस्तू एक एक करून समोर मांडल्या. एका तसराळ्यात गुलाबपाणी आणि दुसऱ्यात मिर्टल फळांचा रस होता. तिसऱ्या छोट्या वाडग्यात त्याने दंतमंजन आणि दात घासायची चिंधी ठेवली होती. गव्हर्नर अलमॉन्टनं त्याच्या कामाला सुरुवात केल्यावर रिचर्डसनं खोलीत रोजच्याप्रमाणे सुगंधी पाण्याचे फवारे उडवायला सुरुवात केली.

"आज फाशी आहे नि चांगलंच गरम होतंय," रिचर्डस म्हणाला.

त्याच्या बोलण्याला हुंकार देत गव्हर्नरने त्याच्या विरळ होत चाललेल्या केसांना मिर्टल फळांचा लगदा चोपडला. एकावन्न वर्षं वयाच्या जेम्स अलमॉन्टला गेल्या दहा वर्षांपासूनच टक्कल पडायला लागलं होतं. आपलं टक्कल फार भयंकर दिसू नये म्हणून तो सर्वसाधारणपणे हॅट घालायचा. आपले केस विरळ होत चालले आहेत, याबद्दल त्याला फार वाईट वाटत होतं असं काही नाही. तरी तो ते थांबवण्यासाठी उपचार मात्र करत होता. गेली कित्येक वर्षं तो अगदी प्लिनीपासून चालत आलेला उपाय म्हणजे मिर्टल फळांचा लगदा वापरत असे. केस पांढरे होऊ नयेत म्हणून तो ऑलिव्ह ऑईल, राख आणि गांडुळांचा लगदा यांचं मिश्रणही केसांना चोपडायचा; पण ते कधीतरीच. कारण, या मिश्रणाचा वास फारच भयंकर असल्याने केसांना विलक्षण घाण वास यायचा.

गव्हर्नर अलमॉन्टने गुलाबपाण्याने केस धुतले आणि मग टॉवेलने ते कोरडे करून त्याने आरशात नजर टाकली.

जमैका वसाहतीमधला सर्वोच्च अधिकारी असण्याचा एक फायदा म्हणजे त्याचा हा आरसा. वसाहतीमधला सर्वोत्तम आरसा त्याच्याकडे होता. साधारण एक चौरस फुटाच्या या आरशात कसलीही खोट नव्हती. हा एकदम उत्तम दर्जाचा आरसा आदल्या वर्षी लंडनहून आला होता. पोर्ट रॉयलमधल्या एका व्यापाऱ्याने तो मागवला होता. पण काहीतरी खुसपट काढून गव्हर्नरने तो जप्त करवला होता.

गव्हर्नर जेम्स अलमॉन्टला या अशा बाबतीत जरादेखील फिकीर वाटायची नाही. उलट अशा हस्तक्षेपामुळे आपला स्थानिक जनतेमधला रूबाब वाढतो, असं त्याचं मत होतं. त्याच्या आधी जमैकाचा गव्हर्नर असणाऱ्या सर विल्यम लायटन याने त्याला लंडनमध्ये असतानाच सांगितलं होतं, 'जमैका ही नैतिक ओझ्याखाली दबून जाण्याची जागा नाही.' सर जेम्स अलमॉन्टला नंतर कित्येक वर्षं हे वाक्य नेहमी आठवायचं. जमैकामधल्या खऱ्या परिस्थितीचं हे फारच मिळमिळीत वर्णन आहे, असं त्याला राहूनराहून वाटायचं.

आपण दाढी कोरण्यासाठी आपला न्हावी एन्डर्स याला बोलावलं पाहिजे हे आरशात बघितल्यानंतर अलमॉन्टच्या लक्षात आलं. सर जेम्स अलमॉन्ट जरादेखील देखणा नव्हता. एखाद्या वीझलच्या तोंडासारखा स्वत:चा बारका चेहरा झाकण्यासाठी तो दाढी वाढवत असे. त्याला फार आकर्षक भाषणही करता येत नसे आणि त्याचा स्वभावही चांगलाच भीतरा होता. 'गाऊटच्या विकाराचा हा परिणाम आहे', असं त्याला वाटायचं.

त्याने स्वत:चं प्रतिबिंब पाहून नापसंतीदर्शक आवाज काढला आणि मग दात घासण्याकडे लक्ष वळवलं. बोट ओलं करून दंतमंजन लावून त्याने भराभरा दात

घासले. चिंधीने दात साफ करताना तो स्वत:शी किंचित गुणगुणत होता.

रिचर्डसने खिडकीमधून बाहेर नजर टाकली.

बंदरात शिरणाऱ्या जहाजाकडे बघत तो म्हणाला, ‘‘सर, हे ‘गॉडस्पीड’ नामक जहाज असावं, असं माझ्या कानावर आलं आहे.’’

‘‘असं होय?’’

सर जेम्सने गुलाबपाण्यानं चूळ भरली आणि मग त्याने तोंड कोरडं केलं. त्याने आता तोंड पुसण्यासाठी वापरलेलं लाल रेशमी कापड हॉलंडमधून आणलं होतं. त्याला सुरेख लेस लावलेली होती. अशी चार कापडं त्याच्यापाशी होती. हा देखील त्याच्या अधिकारपदाचा एक मामुली फायदा होता. पण आता तीनच कापडं शिल्लक होती. कारण एका बिनडोक मोलकरणीने तिच्या पद्धतीने धोपटून धुताना त्यातलं एक वाया घालवलं होतं. इथले नोकर ही फार त्रासदायक गोष्ट होती. सर विल्यमनी त्याबद्दलही जाणीव करून दिलेली होतीच.

पण रिचर्डस मात्र त्याला अपवाद होता. स्कॉटिश असूनही कमालीचा स्वच्छ असलेला रिचर्डस विश्वासू आणि बऱ्यापैकी भरवसा ठेवावा असा असल्याने फार महत्त्वाचा होता. सहसा गावात काय बोललं जातं, हे गव्हर्नरला कळणं कठीण गोष्ट होती. पण रिचर्डस गावगप्पा आणि अफवा यांची इत्थंभूत माहिती गव्हर्नरकडे पोहोचवायचा.

‘‘काय नाव म्हणालास तू? गॉडस्पीड का?’’

‘‘होय सर,’’ असं म्हणत रिचर्डसने गव्हर्नरला लागणारा त्या दिवशीचा पोशाख पलंगावर ठेवला.

‘‘माझा नवीन सेक्रेटरी त्याच जहाजात आहे का?’’ गव्हर्नरने विचारलं.

आदल्या महिन्यात आलेल्या टपालानुसार रॉबर्ट हॅकलेट नावाचा कोणी एक गव्हर्नरचा सेक्रेटरी म्हणून रुजू होणार होता. त्याचा सेक्रेटरी लेविस हा हगवणीने मेल्यानंतर गव्हर्नरला सेक्रेटरी नव्हता. त्यामुळे तो या अद्याप न बघितलेल्या माणसाची आतुरतेने वाट पाहत होता.

‘‘मला वाटतं की, तो याच जहाजातून आलाय सर,’’ रिचर्डस म्हणाला.

चेहरा आणि मानेला चकाकी यावी म्हणून सर जेम्सने पांढरी शिशाची पूड आणि व्हिनेगर यांचं मिश्रण तोंड आणि मानेवर लावलं. मग त्याने समुद्रातल्या एका वनस्पतीपासून काढलेला लाल अर्क ओठांना आणि गालांवर लावला.

‘‘सर, आजची फाशी पुढे ढकलणार का?’’

रिचर्डसने सर जेम्सच्या हातात औषधी तेलाची बाटली ठेवली. त्याने एक चमचाभर तेल एका घोटात पिऊन टाकलं. मूळच्या मिलानच्या असणाऱ्या लंडनमधल्या एका माणसाने बनवलेलं हे औषधी तेल लाल केसांच्या कुत्र्यापासून तयार केलेलं

होतं आणि ते गाऊट विकारावर उपयोगी पडायचं अशी त्याची ख्याती होती.

सर जेम्सने आता त्या दिवशीचा खास पोशाख अंगावर चढवायला सुरुवात केली आणि रिचर्डसच्या प्रश्नाला उत्तर दिलं, ''नाही. फाशी पुढं ढकलणार नाही.''

रिचर्डसने गव्हर्नरसमोर त्याच्या पदाला शोभणारा सर्वोत्कृष्ट पोशाख काळजीपूर्वक निवडला होता. सर जेम्सने प्रथम अंगात पांढराशुभ्र रेशमी अंगरखा चढवला. मग त्याने फिक्कट निळ्या रंगाची होज पायात घातली. त्यावर मग त्याने हिरव्या रंगाचं मखमली डब्लेट चढवलं. आत पिसं भरल्याने हे डब्लेट घातल्यावर विलक्षण गरम होत असे. पण तरीही त्या दिवशीच्या अधिकृत कार्यक्रमासाठी ते घालणं जरुरीचं होतं. अखेर डोक्यावर पिसं लावलेली हॅट घातल्यावर जामानिमा पुरा झाला.

हा पोशाख करायला चांगला तासभर वेळ लागला होता. जाग येणाऱ्या गावातले आवाज आता खिडकीमधून सर जेम्सच्या कानावर येत होते.

आरशापासून एक पाऊल मागे सरकून सर जेम्सने रिचर्डसकडे नजर टाकली. त्याने पुढे होऊन मानेजवळ पडलेली एक घडी बोटाने साफ केली आणि मग पसंतीदर्शक मान डोलावली.

''कमांडर स्कॉट तुमची वाट पाहत थांबले आहेत, युवर एक्सलन्सी.''

''उत्तम,'' असं म्हणून प्रत्येक पाऊल टाकताना घोट्यात उठणारी कळ सहन करत तो हळूहळू चालू लागला.

एव्हाना घामाघूम झाल्याने त्याच्या चेहऱ्यावरून आणि मानेवरून मेकअपचे ओघळ वाहू लागले होते. तशा अवस्थेतच जमैकाचा गव्हर्नर सर जेम्स अलमॉन्ट खाली उतरून त्याच्या घोडागाडीकडे निघाला.

२

रस्त्यामध्ये गोटे लावलेले असल्याने घोडागाडीतला छोटासा प्रवासही गाऊट झालेल्या सर जेम्स अलमॉन्टच्या दृष्टीने फारच तापदायक होता. इतर कोणत्याही नाही तरी या एका कारणासाठी त्याला फाशीच्या जागी हजर राहणं कटकटीचं वाटायचं. त्याला फाशीच्या जागी जाणं जीवावर येत असे याचं आणखी एक कारण म्हणजे त्याला त्याच्या ताब्यातल्या प्रदेशाच्या अगदी मध्यभागात जाणं भाग पडायचं. त्यापेक्षा त्याला आपल्या खिडकीतून गावाचं होणारं दर्शन पसंत होतं.

सन १६६५ मध्ये पोर्ट रॉयल हे फार वेगाने वाढत जाणारं गाव होतं. क्रॉमवेलनं स्पॅनिशांचा पराभव करून जमैकावर कब्जा केल्याला दहा वर्षं झाली होती. या अवधीत पोर्ट रॉयलचं रुपांतर घाणेरड्या, निर्जन आणि रोगराईने भरलेल्या खबदाडीतून एका तितक्याच घाणेरड्या, गर्दीने वाढणाऱ्या अशा आठ हजार गळेकापूंच्या वसाहतीत झालं होतं.

पोर्ट रॉयल हे श्रीमंत गाव होतं, यात काहीच शंका नव्हती. काही जणांच्या मते तर ते जगातलं सर्वांत श्रीमंत गाव होतं. पण म्हणून काही ते सुखद होतं असं मात्र नाही. फक्त काही रस्त्यांवरच गोटे बसवलेले होते. ते इंग्लंडहून आलेल्या जहाजांमधल्या नांगराचे दगड होते. गावातले बहुतेक रस्ते अरुंद असून ते चिखल, घोड्यांची लीद आणि माशा घोंघावणाऱ्या कचऱ्याने भरलेले होते. गल्ली बोळांच्या दोन्ही बाजूला असणाऱ्या इमारती लाकडी किंवा कशातरी बनवलेल्या विटांच्या आणि अतिशय गचाळ बांधलेल्या होत्या. त्यांच्यामध्ये अनेक खानावळी, जुगाराचे अड्डे, गुत्ते, भंगाराची दुकानं आणि कुंटणखाने होते. हे सगळं कधीही किनाऱ्यावर

येणाऱ्या एक हजारभर खलाशांना सेवा पुरवण्यासाठी होतं. गावात काही खरोखरची दुकानं आणि उत्तर टोकाला एक चर्च होतं. आधीचा गव्हर्नर सर विल्यम लायटन याने त्याचं 'क्वचित कोणीतरी जाणारं' असं केलेलं वर्णन अगदी तंतोतंत खरं होतं.

अर्थात याला अपवाद होता. सर जेम्स आणि त्याच्या घरातले लोक आणि गावातले मोजके धार्मिक प्रवृत्तीचे लोक दर रविवारी तिथे प्रार्थनेसाठी जात असत. पण कोणीतरी दारुड्याने आत शिरून अर्वाच्च शिवीगाळ केली नाही, असं फार क्वचितच घडायचं. एकदा तर प्रवचन चालू असतानाच तिथे गोळीबारही झाला होता. त्या प्रसंगानंतर गव्हर्नरनी त्या माणसाला पकडून पंधरा दिवस बेड्यांमध्ये अडकवलं होतं खरं. पण सर जेम्सला शिक्षा देताना भरपूर बाजूंनी विचार करावा लागायचा. कारण सर विल्यमनी म्हटल्याप्रमाणे जमैकाच्या गव्हर्नरचा अधिकार 'एखाद्या कागदाच्या तुकड्याएवढाच भक्कम' होता.

राजाने जमैकाचा गव्हर्नर म्हणून नेमणूक केल्यानंतर सर जेम्सने वसाहतीत कारभार कसा चालतो याची माहिती घेण्यासाठी सर विल्यमची एका संध्याकाळी भेट घेतली होती. त्याने सर विल्यमचं बोलणं ऐकल्यानंतर त्याला नव्या जगातल्या जीवनाची कल्पना आली असं वाटलं होतं. पण या जगातल्या प्रत्यक्ष अनुभवांखेरीज ते कळणं अशक्य होतं.

घाणेरडे वास नाकावर आदळत असताना गाडीमधून खडखडत पोर्ट रॉयलमधल्या रस्त्याने जाताना सर जेम्स खिडकीमधून बाहेर पाहत होता. त्याला पाहून सामान्यजन कंबरेत वाकून अभिवादन करत होते. 'हे जग, असंच आहे, हे आपण किती सहज स्वीकारलं', असा विचार खिडकीमधून बाहेर बघताना त्याच्या मनात आला.

त्याने तिथले तीव्र वास, गरम हवा आणि माशा हे सगळं स्वीकारलं होतं. तसंच तिथला भ्रष्टाचार, चोऱ्यामाऱ्या आणि दारुड्या 'प्रायव्हटीर्स' लोकांचे रासवट व्यवहार हे सुद्धा स्वीकारलं होतं. त्याने हजारो लहानमोठ्या तडजोडी केल्या होत्या. भसाड्या आवाजात चाललेला गावरान आरडाओरडा आणि गोळीबाराचे आवाज असतानाही झोपायची सवय त्याने लावून घेतली होती.

पण हे एवढंच मात्र नव्हतं. त्याला वैताग देणाऱ्या इतर अनेक गोष्टी होत्या. त्यामधली एक त्या वेळी त्याच्यासमोर बसली होती.

फोर्ट चार्ल्सचा प्रमुख आणि दरबारी चालीरीतींचं रक्षण करण्याचा ठेका स्वत:हून घेतलेला कमांडर स्कॉट त्याच्या पोशाखावरचा नसलेला धुळीचा कण झटकत म्हणाला, ''युवर एक्सलन्सी, कालची संध्याकाळ चांगली गेली असावी आणि तुम्ही आजच्या कामासाठी ताजेतवाने असणार, अशी मला आशा वाटते.''

''माझी झोप चांगली झाली,'' सर जेम्स त्रोटकपणे म्हणाला. कारण हेच वाक्य त्याने अनेकदा म्हटलं होतं आणि फोर्ट चार्ल्सचा प्रमुख हा चांगला लष्करी

माणूस असायच्याऐवजी या स्कॉटसारखा मठ्ठोबा असल्याने आणखी किती सहन करावं लागणार आहे, हा विचार त्याच्या मनात शंभरवेळा आला.

लेस लावलेल्या रुमालाचा सुगंध किंचित हुंगत कमांडर स्कॉट म्हणाला, ''माझ्या असं कानावर आलं आहे की, हा लेक्लेर्क नावाचा कैदी तयारीत ठेवलेला आहे आणि सगळं काही सज्ज ठेवण्यात आलं आहे.''

''उत्तम,'' कपाळाला आठ्या घालत सर जेम्स म्हणाला.

''माझ्या हे देखील कानावर आलं आहे की, आपण बोलत असताना या क्षणी 'गॉडस्पीड' हे व्यापारी जहाज आत शिरत आहे. त्यावर इतरांखेरीज नवीन सेक्रेटरी मिस्टर हॅकलेट आहे म्हणे.''

''हा मागच्या सेक्रेटरीप्रमाणे मूर्ख नसावा, अशी आपण प्रार्थना करू या.''

''होय,'' असं म्हणून कमांडर स्कॉट एकदाचा गप्प बसला हे पाहून सर जेम्सला बरं वाटलं.

हाय स्ट्रीटच्या चौकात गव्हर्नरची घोडागाडी थांबली. फाशी बघायला तिथे अगोदरच भरपूर गर्दी जमा झालेली होती. गव्हर्नर अलमॉन्ट आणि पाठोपाठ कमांडर स्कॉट खाली उतरताच गर्दीत हर्षाची लहर पसरली.

गव्हर्नरने किंचित मान लववून आणि कमांडर स्कॉटने कंबरेत किंचित लवून जमावाचं अभिवादन स्वीकारलं.

''चांगली गर्दी जमा झालेली दिसते आहे,'' स्कॉट गर्दीवर नजर फिरवत म्हणाला, ''एवढी पोरं आणि तरुण पोरांना पाहून मला नेहमीच आनंद होतो. त्यांच्यासाठी ही शिकायची फार छान संधी आहे, होय ना?''

''उं...'' असा अर्धवट हुंकार देत गव्हर्नर अलमॉन्ट जमावासमोर आला आणि फाशीच्या खांबांच्या सावलीत उभा राहिला. नेहमीच गरज पडत असल्याने हे खांब कायमस्वरुपीच उभारलेले होते. दोन खांबांच्या दरम्यान लावलेल्या आडव्या तुळईचा एक भक्कम फास लटकत होता. तो जमिनीपासून साधारण सात फुटांवर होता.

''कैदी कुठं आहे?'' सर जेम्सने त्रासिकपणाने विचारलं.

कैदी अजून तिथं आणलेला नाही हे पाहून तो चिडला आहे, हे स्पष्ट दिसत होतं. पाठीमागे ठेवलेले हात तो सारखे एकात एक अडकवत आणि मोकळे करत होता.

आता जरा दूर अंतरावरून त्याला ढोलाचा अस्पष्ट आवाज ऐकू येऊ लागला. कैद्याला तिथं आणलं जात असल्याची ती खूण होती. त्यानंतर काही मिनिटांनी गर्दीतून आरडाओरडा आणि हसण्याचे आवाज ऐकू आले. गर्दी दुभंगून गाडीसमोर आली.

कैदी लेक्लेर्क ताठ उभा होता. त्याचे हात पाठीमागे गच्च बांधलेले होते.

त्याच्या अंगावर करड्या रंगाचा डगला होता. जमावाने फेकलेल्या घाणीचे डाग त्याच्या अंगावर जागोजागी दिसत होते. पण तरीही तो चेहरा सरळ ठेवून ताठ मानेने उभा होता.

कमांडर स्कॉट किंचित बाजूला झुकला.

"युवर एक्सलन्सी, त्याचा चांगला प्रभाव पडतोय."

सर जेम्सनं फक्त हुंकार दिला.

"मरणाला नीट सामोरा जाणारा माणूस मला आवडतो."

यावर सर जेम्स काहीही बोलला नाही. गाडी आता वळली होती. त्यामुळे कैदी जमावाच्या अगदी समोर आला होता. फाशी देणारा माणूस हेन्री एडमंड्स पुढे झाला आणि त्याने गव्हर्नरसमोर उभा राहून कंबरेत झुकून त्याला अभिवादन केलं.

"गुड मॉर्निंग युवर एक्सलन्सी...आणि तुम्हालाही कमांडर स्कॉट. मला फ्रेंच नागरिक असलेल्या लेक्लेर्क या कैद्याला आपल्यासमोर सादर करायचा मान मिळत आहे. या कैद्याला अलीकडेच शिक्षा फर्मावलेली असून –"

"हेन्री कामाला लाग," सर जेम्स एकदम म्हणाला.

"जरूर... युवर एक्सलन्सी," हेन्री किंचित दुखावल्यासारखा वाटला.

त्याने पुन्हा कंबरेत झुकून अभिवादन केलं आणि मग तो गाडीपाशी गेला. गाडीवर चढून त्याने फास कैद्याच्या गळ्यात अडकवला. नंतर तो गाडीच्या पुढच्या बाजूला येऊन खेचरापाशी उभा राहिला. काही क्षण तिथे कमालीची शांतता पसरली.

काही क्षणानंतर हेन्री गाडीवर बसलेल्या त्याच्या पोरावर खेकसला, "टेडी! मूर्खा, लक्ष दे समोर!"

त्याचं हे बोलणं संपताच हेन्रीच्या पोराने ढोल वाजवायला सुरुवात केली. हेन्रीने आता जमावाकडे तोंड केलं, हातातला चाबूक उभारला आणि खेचराला एकच जोराचा तडाखा दिला. त्याबरोबर गाडी धडधडत तिथून निघाली आणि पाठीमागे कैदी हातपाय झाडत राहिला. कैदी हातपाय झाडत असताना सर जेम्स पाहत होता. त्याच्या घशातून निघणारे घोगरे आवाज त्याला ऐकू आले. मग कैद्याचा चेहरा काळानिळा झाला. कैदी आता फारच जोरात पाय झाडत असल्याने तो जमिनीपासून एक-दोन फूट उंचीवर मागेपुढे झोके घेऊ लागला. त्याचे डोळे खोबण्यांतून बाहेर पडतात की काय, असं वाटू लागलं. त्याची जीभ बाहेर आली आणि आता त्याचं शरीर जोरदार थडथडू लागलं.

"ठीक आहे," सर जेम्स म्हणाला आणि त्याने जमावाकडे पाहून मान डोलावली. ताबडतोब दोन दणकट माणसं पुढे धावली. ते त्या कैद्याचे मित्र होते. त्यांनी कैद्याचे जोरात हलणारे पाय पकडले. त्यांनी त्याला जोरानं खाली खेचायचा

प्रयत्न केला. त्याची मान लवकरात लवकर मोडून त्याची सुटका व्हावी अशी त्यांची इच्छा होती. पण तो लुटारू फारच दणकट असल्याने उलट त्याचे पाय पकडून ठेवलेली माणसंच जोरानं आजूबाजूला आदळू लागली. असं एखादं मिनिट झाल्यावर त्याचं शरीर एकदम लुळं पडलं. आता त्याला सोडून देऊन त्याचे मित्र बाजूला झाले. लेक्लेर्कच्या पॅन्टमधून लघवी खाली ठिबकून मातीत मिसळत राहिली आणि लुळं पडलेलं त्याचं शरीर दोराला लोंबकळत राहिलं.

"छान काम केलं," असं म्हणून कमांडर स्कॉट दात विचकत हसला आणि त्याने फाशी देणाऱ्या हेन्रीच्या दिशेने सोन्याचं एक नाणं भिरकावलं.

सर जेम्स मागे वळला आणि गाडीत बसला. त्याला चांगलीच भूक लागली होती. भूक आणखी लागावी आणि आजूबाजूची दुर्गंधी थोडी कमी व्हावी म्हणून त्याने एक चिमूटभर तपकीर नाकात कोंबली.

धक्क्यापाशी जाऊन सर जेम्सच्या सेवेत रूजू होण्यासाठी आलेला नवा सेक्रेटरी तिथे उतरला की नाही हे पाहायला जावं, अशी सूचना कमांडर स्कॉटने केली. गाडीवानाने गाडी धक्क्याच्या जितकी जवळ नेता येईल तितकी नेली. जेवढं अत्यावश्यक आहे तेवढं आणि तेवढंच चालायला गव्हर्नरला आवडतं याची त्याला कल्पना होती.

गाडीवानाने दार उघडलं आणि तो खाली उतरला. सकाळच्या हवेत असणाऱ्या घाण वासामुळे त्याने डोळे किंचित बारीक करून घेतले. आता त्याच्या समोर तिशी पार केलेला एक तरुण उभा असलेला दिसला. सर जेम्सप्रमाणेच तो त्याच्या अंगावरच्या जाडजूड डब्लेटमुळे घामाने डबडबून गेला होता.

त्या माणसाने कंबरेत वाकून अभिवादन केलं, "युवर एक्सलन्सी...."

"मला कोणाशी संभाषण करायचा आनंद मिळतो आहे?" सर जेम्स अगदी थोडा झुकत म्हणाला.

पायातल्या वेदनेमुळे त्याला यापेक्षा जास्त वाकता येत नव्हतं. शिवाय त्याला अशा औपचारिक रीतीरिवाजांचा मुळात तिटकारा होता.

"सर... पूर्वी ब्रिस्टलचा रहिवासी असणारा, गॉडस्पीड या व्यापारी जहाजाचा कप्तान चार्ल्स मॉर्टन." त्याने असं म्हणून त्याच्या हातातले कागद सर जेम्सच्या हातात ठेवले.

अलमॉन्टने त्या कागदांवर नजरही न टाकता त्याला विचारलं, "तुझ्या या जहाजावर काय काय माल आहे?"

"वेस्ट कंट्रीतून पाठवलेलं कापड, स्टुरब्रिजमधून काच सामान आणि युवर

एक्सलन्सी, लोखंडी सामान – युवर एक्सलन्सी, हे सगळं नमूद केलेले दस्तऐवज तुमच्या हातात आहेत.''

''जहाजावर कोणी प्रवासी आहेत का?'' सर जेम्सने हातातले दस्तऐवज उलगडत विचारलं. पण आपण चष्मा आणायला विसरलो हे त्याच्या लक्षात आलं. कागदावरची यादी त्याला अंधूक दिसत होती. त्याने तसं न दाखवता कागदावर नजर फिरवल्यासारखं केलं आणि तो परत गुंडाळून ठेवला.

''युवर एक्सलन्सी, माझ्या जहाजावर तुमचा नवीन सेक्रेटरी मिस्टर हॅकलेट आणि त्याची पत्नी आहे,'' मॉर्टन म्हणाला, ''या खेरीज स्वतंत्र म्हणून जन्माला आलेले आठ सामान्यजन या वसाहतीत व्यापारासाठी आले आहेत. लंडनच्या लॉर्ड ॲमब्रिटन यांनी वसाहतीतल्या नागरिकांच्या बायका होण्यासाठी सदतीस गुन्हेगार स्त्रिया पाठवल्या आहेत.

''हे काम लॉर्ड ॲमब्रिटननी चांगलंच केलं,'' गव्हर्नर अलमॉन्ट कोरडेपणाने म्हणाला.

अशा प्रकारे इंग्लंडमधून कोणी ना कोणी अधिकारी जमैकाला अशा स्त्रियांची रवानगी करत असे. गुन्हेगार स्त्रियांना तुरुंगात ठेवण्याचा खर्च वाचवण्याची ही एक युक्ती होती. या नव्याने आलेल्या बायका कशा असतील याबद्दल गव्हर्नर अलमॉन्टच्या मनात कसलाही गैरसमज नव्हता. त्या कशा असतात याची त्याला पूर्ण कल्पना होती. ''आणि मिस्टर हॅकलेट कुठं आहेत?''

''युवर एक्सलन्सी, ते आणि मिसेस हॅकलेट त्यांचं सामान गोळा करत अजून जहाजावरच आहेत.'' मॉर्टन एका पायावरचा भार दुसऱ्या पायावर टाकत म्हणाला, ''युवर एक्सलन्सी, मिसेस हॅकलेटना प्रवासाचा खूपच त्रास झाला.''

''त्याबद्दल मला कल्पना आहे,'' अलमॉन्ट म्हणाला.

आपला सेक्रेटरी खाली उतरून आपल्याला भेटायला आला नाही म्हणून तो त्रासला होता.

''हं... मिस्टर हॅकलेटकडे माझ्यासाठी काही पत्रं आहेत का?''

''असतील असा माझा अंदाज आहे.''

''मग माझं एक काम कर. मिस्टर हॅकलेटला मी सरकारी निवासस्थानावर शक्य तितक्या लवकर बोलावलं आहे, असा निरोप दे.''

''होय, युवर एक्सलन्सी.''

''इथे कस्टम अधिकारी मि.गॉवर येईल. तो कागदपत्रं पाहून त्याप्रमाणे उतरवल्या जाणाऱ्या मालाची नोंद करेल. त्याची वाट पाहत इथेच थांब. बरं... कोणी मेल्याचं जाहीर करायचं आहे का?''

''फक्त दोन जण मेले, युवर एक्सलन्सी. दोघंही सामान्य खलाशी होते. एक

जहाजावरून पडला आणि एक जण झटक्याने मरण पावला. यापेक्षा निराळी परिस्थिती असती तर मी बंदरात आलोच नसतो.''

''बंदरात आलोच नसतो म्हणजे काय?''

''म्हणजे कोणी प्लेगनं मेला असता तर असं म्हणायचं होतं, युवर एक्सलन्सी.''

''प्लेग?'' अलमॉन्टने विचारलं.

''युवर एक्सलन्सी, तुम्हाला कल्पना असेलच की, अलीकडेच लंडन आणि आजूबाजूच्या काही गावांमध्ये प्लेगची साथ आली होती.''

''मला काहीच कल्पना नाही,'' अलमॉन्ट म्हणाला, ''लंडनमध्ये प्लेगची साथ आली आहे?''

''होय सर. ही साथ फार वेगाने पसरत चालली आहे आणि त्यामुळे फार मोठा गोंधळ उडालाय. फार मोठ्या प्रमाणात माणसं मरत आहेत. ही साथ इथे ॲम्स्टरडॅमहून आली असं बोललं जातंय.''

अलमॉन्टने एक सुस्कारा टाकला. गेल्या काही आठवडयात इंग्लंडहून जहाजं का आली नव्हती आणि दरबारातून काही संदेश का आला नव्हता याचा त्याला आता उलगडा झाला होता. दहा वर्षांपूर्वी लंडनमध्ये आलेल्या साथीच्या वेळची परिस्थिती त्याला आठवली.

'आपली बहीण आणि भाची प्रसंगावधान राखून वेळेत शहर सोडून गावाकडे गेल्या असल्या तर बरं', असा विचार त्याच्या मनात आला.

पण तो फारसा विचलित मात्र झाला नव्हता. सर्व प्रकारच्या संकटांना शांतपणाने सामोरं जायचं, असं त्याने ठरवलं होतं. तो स्वत: दररोजच हगवण आणि थरथर होणाऱ्या तापाच्या छायेत वावरत होता. पोर्ट रॉयलमधले अनेक जण दर आठवड्याला या रोगांमुळे मरत असत.

''मला याबद्दल आणखी जाणून घ्यायला आवडेल. तेव्हा संध्याकाळी माझ्याकडे जेवायला ये.''

''मला फार आनंद वाटेल,'' मॉर्टन पुन्हा एकदा कंबरेत झुकत म्हणाला, ''हा माझा बहुमान आहे, असं मी समजतो, युवर एक्सलन्सी.''

''या गरीब वसाहतीतलं जेवणाचं टेबल प्रत्यक्ष पाहीपर्यंत हे मत राखून ठेवलं तर बरं,'' अलमॉन्ट म्हणाला, ''आणि आणखी एक गोष्ट कॅप्टन. मला माझ्या निवासस्थानी काम करण्यासाठी काही बायकांची जरुरी आहे. मागच्या खेपेला आलेल्या काळ्या बायका आजारी पडल्या आणि मेल्या. माझ्या निवासस्थानाकडे जहाजावरच्या गुन्हेगार बायकांना लवकरात लवकर पाठवलं तर बरं होईल. त्यांची विभागणी कशी करायची ते मी पाहीन.''

''होय, युवर एक्सलन्सी.''

अलमॉन्टने निरोपादाखल एकदा मान लववली आणि वेदना सहन करत तो गाडीत चढला. गाडीत चढल्यानंतर त्याने एक सुटकेचा नि:श्वास टाकला. मग तो मागे रेलून बसला.

"आजची हवा फारच वाईट आहे," कमांडर स्कॉट म्हणाला.

त्याचं म्हणणं बरोबर आहे असंच गव्हर्नर अलमॉन्टला वाटलं. गावातले नाना तऱ्हेचे घाणेरडे वास खरोखरीच नंतर कितीतरी वेळ त्याच्या नाकात बसले होते. ते दूर करण्यासाठी त्याने तपकिरीची एक चिमूट नाकात कोंबली.

३

हलका पोशाख करून गव्हर्नर अलमॉन्टने एकट्यानेच डायनिंग हॉलमध्ये ब्रेकफास्ट केला. रोजच्या सवयीप्रमाणे त्याने मासा आणि थोडी वाईन असा हलका आहार घेतला. त्यानंतर त्याने घट्ट काळी कॉफी घेतली. त्याच्या अधिकारपदामुळे त्याला प्राप्त होणाऱ्या खास सोयीसवलतींचा हा एक भाग होता. जमैकात गव्हर्नर म्हणून आल्यापासून त्याला कॉफी फारच आवडू लागली होती. इंग्लंडमध्ये फारच दुर्मीळ असणारी ही वस्तू त्याला इथे हव्या तेवढ्या प्रमाणात मिळत होती.

अलमॉन्टचं कॉफीपान चालू असतानाच त्याचा सुरक्षारक्षक जॉन क्रुईकशॅन्क आत आला. जॉन प्युरिटन* होता. दुसरा चार्ल्स पुन्हा गादीवर आल्यानंतर जॉनला घाईने केंब्रिजमधून काढता पाय घ्यावा लागला होता. गंभीर आणि खडूस वाटणारा जॉन कामात अतिशय तत्पर होता.

"युवर एक्सलन्सी, गुन्हेगार स्त्रिया इथे आल्या आहेत."

अलमॉन्ट क्षणभर त्यांच्या विचारात दंग झाला. मग तो म्हणाला, "त्यांना आत पाठव. त्या स्वच्छ तर आहेत ना जॉन?"

**प्युरिटन (Puritan) : इंग्लंडमध्ये १५५९ मध्ये पहिल्या एलिझाबेथ राणीच्या काळात प्रोटेस्टंट धर्मपंथांचा आरंभ झाला. इंग्लिश चर्चमधील प्रोटेस्टंट धर्मपंथांमधील एका गटाला उद्देशून 'प्युरिटन' हा शब्द वापरला जातो. धर्मामधील सुधारणा जास्त गतीने व्हायला हव्यात, असं काहीसं आक्रमक धोरण प्युरिटन लोकांनी अंगिकारलं होतं. सुरुवातीला जरी प्युरिटन लोक धर्मसुधारणांबद्दल आग्रही असले तरी लवकरच या गटाने तत्कालीन इंग्लंडमध्ये राजकीय-सामाजिक दबावगट म्हणून ख्याती मिळवली होती.*

"बऱ्यापैकी स्वच्छ आहेत, सर."

"तर मग त्यांना आत येऊ दे."

सगळ्या बायका गलका करत डायनिंग हॉलमध्ये शिरल्या. त्या तिथल्या निरनिराळ्या वस्तू एकमेकींना दाखवत मोठ्या आवाजात गप्पा मारत होत्या. त्यांच्या अंगावर करड्या रंगाचे गबाळे अंगरखे होते आणि त्या अनवाणी होत्या. अलमॉन्टच्या रक्षकाने त्यांना एका भिंतीपाशी रांगेत उभं केल्यानंतर अलमॉन्ट टेबलाजवळून उठला.

अलमॉन्ट त्यांच्याजवळून जात असताना सगळ्याजणी एकदम गप्प झाल्या. तिथं एकदम शांतता पसरली. फक्त अलमॉन्टच्या दुखरा पाय ओढत जाण्यामुळे होणारा आवाज तिथे होता. प्रत्येकीकडे पाहत अलमॉन्ट सावकाश पुढे जात होता.

नेहमीप्रमाणे आणि त्याला अपेक्षा होती त्याप्रमाणेच ह्या बायका कुरूप, गचाळ आणि घाणेरड्या वाटत होत्या. तो एका बाईसमोर थांबला. ही बाई त्याच्यापेक्षा उंच होती. तिच्या तोंडावर देवीचे व्रण होते आणि तिचा एक दात जागेवर नव्हता.

"काय नाव आहे तुझं?"

"शार्लट बिक्स्बी, माय लॉर्ड," ती बाई जमेल तितका आदर दाखवत म्हणाली.

"आणि गुन्हा?"

"माझ्यावर विश्वास ठेवा माय लॉर्ड. मी काहीही गुन्हा केलेला नाही. मला खोट्या आरोपाखाली...."

"नवरा जॉन बिक्स्बीचा खून केल्याबद्दल शिक्षा झाली आहे," यादीमधली माहिती नीरस स्वरात अलमॉन्टच्या रक्षकाने वाचली.

ती बाई गप्प बसली. अलमॉन्ट पुढे सरकला. पण पुढची प्रत्येक बाई पहिलीपेक्षा त्याला जास्तच कुरूप वाटली. एका काळ्या केसांच्या बाईजवळ अलमॉन्ट उभा राहिला. तिच्या मानेवर एक पिवळसर रंगाचा लांबलचक व्रण होता. ती निर्विकारपणे पाहत उभी होती.

"तुझं नाव?"

"लॉरा पील."

"तुझा गुन्हा काय आहे?"

"मी एका सभ्य गृहस्थाचं पाकिट मारलं असा माझ्यावर त्यांनी आळ घेतला."

"स्वत:च्या चार आणि सात वर्षं वयाच्या मुलांना गुदमरून ठार करणं," यादीवरची आपली नजर वर न उचलता जॉन क्रुईकशॅन्क एकसुरी आवाजात वाचत होता.

अलमॉन्टने घृणेने तिच्याकडे बघितलं. या बायका पोर्ट रॉयलच्या जगात

राहायला अगदी तयार होत्या. त्या खासगी शिलेदारी करणाऱ्यांप्रमाणे दणकट होत्या, हे खरं. पण बायका म्हणून कोणाच्या घरात राहायच्या बाबतीत काही खरं नव्हतं. अलमॉन्ट रांगेत आणखी पुढे जाऊ लागला. जरा पुढे गेल्यावर त्याला इतरांपेक्षा एक जण थोडी तरुण वाटली.

ही जेमतेम चौदा-पंधरा वर्षं वयाची कोवळी पोरगीच असावी. तिचे केस फिक्कट होते आणि ती चांगली गोरी होती. तिचे निळे डोळे एकदम स्वच्छ होते. त्यात अनपेक्षितपणे त्याला निरागसपणाची झलक दिसली. त्या आडदांड बायकांमध्ये ती चुकून आल्यासारखी वाटत होती.

''आणि पोरी तुझं नाव काय?'' अलमॉन्टचा आवाज जरा मृदू झाला होता.

''ॲनी शार्प, माय लॉर्ड,'' तिचा आवाज कोवळा होता आणि ती अगदी हलक्या स्वरात बोलली. तिची नजरही अदबीनं झुकलेली होती.

''आणि तुझा गुन्हा काय आहे?''

''चोरी, माय लॉर्ड.''

अलमॉन्टने जॉनकडे पाहिलं. त्याने मान डोलावली.

''लंडनच्या गार्डिनर लेन या ठिकाणी एका सभ्य गृहस्थाच्या सामानाची चोरी.''

अलमॉन्टने ॲनीकडे नजर टाकली, ''अस्सं....''

तिने अजून नजर वर उचलली नव्हती. त्याला तिच्याबाबतीत कडक होता येईना.

''मला घरात कामासाठी एक मोलकरीण हवी आहे. मी तुला त्या जागी नेमतो.''

''युवर एक्सलन्सी,'' जॉनने त्याला मध्येच थांबवलं आणि तो अलमॉन्टकडे झुकून म्हणाला, ''जरा एक मिनिट सर....''

जॉनबरोबर अलमॉन्ट बायकांच्या रांगेपासून जरा मागे सरकला. जॉनचा चेहरा त्रासिक दिसत होता. त्याने हातातल्या यादीकडे बोट दाखवलं, ''युवर एक्सलन्सी...'' तो हलक्या आवाजात म्हणाला, ''तिच्यावर चेटूक केल्याचा आरोप होता असं यात लिहिलंय.''

''असणार...'' गालात जीभ घोळवत च्यॅंकऽ च्यॅंकऽ असा आवाज करत अलमॉन्ट म्हणाला, ''नक्कीच तसं असणार.'' कारण सुंदर तरुण पोरींवर त्या चेटूक करतात असा आरोप होणं, ही नित्याची गोष्ट होती.

''पण, युवर एक्सलन्सी...'' जॉन सच्चा प्युरिटन माणसाप्रमाणे पोटतिडिकीनं म्हणाला, ''इथं असं लिहिलंय की तिच्यावर सैतानाच्या खुणा आहेत.''

अलमॉन्टनं त्याच्यासमोर उभ्या असलेल्या सौम्य दिसणाऱ्या तरुण पोरीकडे

पुन्हा नजर फिरवली. ती चेटकीण आहे यावर त्याचा विश्वास बसत नव्हता. त्याला त्या प्रकाराबद्दल एक-दोन गोष्टी ठाऊक होत्या. चेटकिणींचे डोळे फार चमत्कारिक रंगाचे असतात आणि त्यांच्याभोवती एक प्रकारची थंड हवा असते, हे त्याने ऐकलं होतं. त्यांची त्वचा सरपटणाऱ्या प्राण्यांप्रमाणे थंडगार असते आणि त्यांना आणखी एक स्तनाग्र असतं, हे देखील त्याच्या कानावर आलं होतं. पण त्याच्यासमोर त्या वेळी उभी असणारी ती कोवळी पोरगी चेटकीण नसणार, असं त्याला खात्रीने वाटत होतं.

"तिला अंघोळ घालून चांगले कपडे देण्याची व्यवस्था करा."

"युवर एक्सलन्सी... मी पुन्हा एकदा त्या सैतानाच्या निशाण्यांकडे लक्ष वेधू इच्छितो कारण...."

"मी स्वत: नंतर त्या खुणा तपासून पाहीन."

जॉनने कंबरेत झुकून अभिवादन केलं, "जशी तुमची मर्जी, युवर एक्सलन्सी."

पहिल्यांदाच ॲनी शार्पने नजर वर केली. तिने गव्हर्नर सर जेम्सकडे पाहिलं आणि ती फिक्कट हसली.

४

"मनात पूर्णपणे आदर बाळगूनही मला असं म्हणावंसं वाटतं सर जेम्स...
मी या बंदरात आल्यानंतर मला जो धक्का बसला तो स्वीकारायची
माझ्या मनाची जराही तयारी झाली नव्हती, हे मी कबूल करतो,'' सर जेम्सचा
सेक्रेटरी म्हणून काम करण्यासाठी आलेला तरुण वयाचा मिस्टर रॉबर्ट हॅकलेट
अस्वस्थपणाने येरझाऱ्या घालत बोलत होता.

शिडशिडीत शरीरयष्टीची, तिच्याकडे पाहताच ही परदेशी आहे, हे जाणवणारी
त्याची तरुण बायको खुर्चीत अतिशय अवघडून बसली होती आणि ती अलमॉन्टकडे
पाहत होती.

सर जेम्स टेबलापाशी बसला होता. त्याने दुखऱ्या पायाखाली उशी घेतली
होती आणि तो पायातली वेदना सहन करत बसला होता. तो जास्तीतजास्त
सहनशीलतेने ऐकायचा प्रयत्न करत होता.

"हिज मॅजेस्टीच्या या जमैकातल्या वसाहतीत ख्रिश्चन जगातली योग्य व्यवस्था
आणि सर्वकाही ठीकठाक असण्याची मला अपेक्षा होती.'' मिस्टर हॅकलेट पुढे
बोलू लागला, "म्हणजे त्याच्याशी साधर्म्य असणारं काहीतरी इथे असेल असं मला
वाटलं होतं. कुठेही आणि कधीही मनाला येईल तसं वागणाऱ्या दांडगटांना आणि
बदमाशांना आवर घातला जात असल्याचा किमान काहीतरी पुरावा मला दिसावा,
अशी माझी अपेक्षा होती. पण मला काय दिसलं? या इथेच मी उघड्या घोडागाडीतून
रस्त्याने येत असताना, अर्थात पोर्ट रॉयलमधल्या रस्त्यांना रस्ता म्हटलं तर, एका
गलिच्छ भणंगाने माझ्या बायकोकडे पाहून अर्वाच्च भाषेत शेरेबाजी केली. त्यामुळे
ती फार नाराज झाली. ''

"हं... हं..." अलमॉन्ट एक सुस्कारा टाकत म्हणाला. एमिली हॅकलेटनं फक्त मान डोलावली. तसं म्हटलं तर एमिलीही सुंदर होती. तिच्याकडे पाहून राजा चार्ल्स फिदा झाला होत; हे नक्की. जमैकाच्या गव्हर्नरचा सेक्रेटरी हे अतिशय फायद्याचं पद मिळावं एवढी दरबारची मर्जी मिस्टर हॅकलेट कशी संपादन करू शकला ह्याचा अंदाज सर जेम्सला यायला वेळ लागला नाही. राजाच्या पोटाचा भार एमिली हॅकलेटनं एक-दोन पेक्षा जास्त वेळा सहन केला होता, हे उघड होतं.

सर जेम्सने एक मोठा उसासा टाकला.

"इतकंच नाही तर आम्हाला इथं आणखीही बरंच काही बघावं लागलं," मिस्टर हॅकलेट पुढे बोलू लागला.

रस्त्यांमध्ये अर्धनग्न असणाऱ्या अनेक बाजारू बायका आरडाओरडा करत होत्या. काही जणी खिडक्यांमधून अर्वाच्च बोलत होत्या. रस्त्यात कोपऱ्याकोपऱ्यांवर पिऊन भडाभडा ओकणारे लोक, चोर आणि रासवट लुटारू पाहिजे ते करताना आम्हाला दिसले. शिवाय...."

"लुटारू?" अलमॉन्टने धारदार स्वरात विचारलं.

"होय. लुटारू," मिस्टर हॅकलेट म्हणाला, "त्या गळेकापू खलाशांना मी अर्थात लुटारूच म्हणणार."

"पोर्ट रॉयलमध्ये लुटारू नाहीत," गव्हर्नर अलमॉन्ट ठामपणाने म्हणाला. त्याने धारदार नजरेने आपल्या नव्या सेक्रेटरीकडे पाहिलं. रंगढंग करणाऱ्या आपल्या राजामुळे आपल्याला या असल्या बोचऱ्या फालतू माणसाला सेक्रेटरी म्हणून स्वीकारावं लागतंय म्हणून त्याने मनोमन राजाला शिव्या मोजल्या. या हॅकलेटचा त्याला काहीही उपयोग होणार नव्हता, हे त्याच्या लगेचच लक्षात आलं.

"पोर्ट रॉयलमध्ये लुटारू नाहीत," सर जेम्स पुन्हा म्हणाला, " आणि जर अशा एखाद्याचा अस्तित्वाचा पुरावा मिळाला तर मिस्टर हॅकलेट, त्याच्यावर योग्य तो खटला होऊन त्याला फासावर लटकवलं जाईल. हा आपल्या राजाचा कायदा आहे आणि इथे त्याचं कठोरपणाने पालन केलं जातं."

मिस्टर हॅकलेट गव्हर्नर जेम्सकडे अविश्वासानं पाहत म्हणाला, "सर जेम्स तुम्ही निव्वळ एका शब्दाबद्दल खेळता आहात. पण वस्तुस्थिती काय आहे ते कोणालाही रस्तोरस्ती पाहायला मिळू शकतं."

"वस्तुस्थिती काय आहे ते गावातल्या इतर रस्त्यांवर नाही, तर हायस्ट्रीट या ठिकाणी बघायला मिळेल," अलमॉन्ट म्हणाला, "तिथल्या फासावर आत्तादेखील एक लुटारू लटकत असल्याचं बघायला मिळेल. जर तुम्ही लोक थोडे अगोदर बंदरात उतरला असतात, तर तुम्ही त्याला फाशी दिल्याचं प्रत्यक्ष पाहू शकला असतात." अलमॉन्टने पुन्हा एक सुस्कारा टाकला. "आणि आता खाली बस...

मला तू वाटला होतास त्यापेक्षा जास्त मूर्ख आहेस, असं मत पक्कं होण्याअगोदर गप्प बसून राहा.''

मिस्टर हॅकलेटच्या चेहऱ्यावरचा रंग उडाला. त्याला थोबाडावर असा फटका खाण्याची सवय नव्हती. तो त्याच्या बायकोशेजारी गप्प बसून राहिला. राजाच्या अनेक रखेल्यांपैकी एक असणाऱ्या त्याच्या बायकोने त्याच्या हातावर हलका हात ठेवला.

सर जेम्स उठून उभा राहिला. पायात आलेल्या कळीमुळे तो कळवळला. टेबलापाशी पुढे झुकत तो म्हणाला, ''मिस्टर हॅकलेट... जमैकाच्या वसाहतीचा विस्तार करण्याची आणि वसाहतीत कल्याणकारी राजवट सांभाळण्याची जबाबदारी दरबाराने माझ्यावर सोपवली आहे. ही जबाबदारी पार पाडण्याच्या संदर्भात काही तथ्यांची मी आत्ताच कल्पना देतो. सगळ्यात महत्त्वाची गोष्ट म्हणजे आजूबाजूला असणाऱ्या स्पॅनिश मुलखाच्यामध्ये इंग्लंडचं हे कमकुवत आणि फार छोटं ठाणं आहे.'' मग किंचित थांबून तो पुढे म्हणाला, ''हिज मॅजेस्टीनं नव्या जगात बळकट पाय रोवला आहे, असं बोलण्याची प्रथा दरबारात पडली आहे, याची मला कल्पना आहे. पण सत्य वेगळंच आहे. सेंट कीट्स, बार्बाडोस आणि जमैका या तीन चिमुकल्या वसाहती वगळता, सगळा प्रदेश फिलिपचा आहे. हा सगळा स्पेनचा बळकट प्रदेश आहे. या इथे समुद्रात एकही इंग्लिश लढाऊ जहाज नाही. इथे कुठेही एकाही बेटावर इंग्लिश किल्ले नाहीत. उलट या इथे स्पेनची पहिल्या दर्जाची दहा-बारा लढाऊ जहाजं वावरतात आणि किमान पंधरा महत्त्वाच्या ठाण्यांवर कित्येक हजार सैनिक आहेत. राजे चार्ल्स यांना आपल्या या तीन वसाहती आपल्या ताब्यात असाव्यात असं वाटतं खरं. पण आक्रमणांचा मुकाबला करण्यासाठी लागणारा खर्च करायची त्यांची तयारी नाही.''

हॅकलेट अजूनही पांढऱ्याफटक पडलेल्या चेहऱ्याने बघत होता.

''तेव्हा या वसाहतीचं संरक्षण करायची जबाबदारी माझ्यावर आहे आणि हे काम मी कसं पार पाडायचं आहे? अर्थातच माझ्याजवळ लढणारे लोक असायला हवेत. धाडसी लोक आणि स्वतंत्रपणाने स्वबळावर मुलुखगिरी करणारे प्रायव्हटीर यांच्यावरच मला अवलंबून राहावं लागतं. म्हणूनच त्यांना इथे नीट राहता यावं या दृष्टीने मी त्यांचं स्वागत करतो. तुम्हा लोकांना हे लोक पाहून तिरस्कार वाटेल खरा. पण हे लोक इथे नसतील तर जमैकाची वसाहत अतिशय दुबळी होऊन कोणत्याही क्षणी स्पॅनिश हल्ल्याला बळी पडू शकेल.''

''पण, सर जेम्स....''

''गप्प राहा,'' अलमॉन्टने त्याला फटकारलं, ''हं, आता माझ्यावर असणारी दुसरी जबाबदारी कोणती ते पाहा. ती म्हणजे जमैकाची वसाहत वाढवण्याची. तिथे दरबारात बसून इथे शेतीला चालना द्यावी असं म्हणणं सोपं आहे. पण प्रत्यक्षात

गेल्या दोन वर्षांत इकडे एकाही शेतकऱ्याला पाठवलेलं नाही. इथली जमीन खारी आणि निकृष्ट आहे. स्थानिक लोकांचा फार कडवा विरोध इथे आहे. मी अशा परिस्थितीत वसाहत वाढवून तिच्या संपत्तीत भर कशी घालणार? पर्याय फक्त व्यापार हाच आहे. स्पॅनिश जहाजं आणि त्यांच्या वसाहतींवर प्रायव्हटीर्स ज्या धाडी घालतात त्यामधूनच आम्हाला व्यापारासाठी वस्तू आणि सोनं मिळतं. यामुळे अखेर राजाच्या खजिन्यातच भर पडते. माझ्या माहितीनुसार या गोष्टीमुळे हिज मॅजेस्टी अजिबात नाखूश होत नाहीत.''

''सर जेम्स....''

''आणि आता अखेरची,'' सर जेम्स ठासून म्हणाला, ''आणि माझ्यावर अखेरची एक जबाबदारी आहे. ती कोणीही बोलून दाखवत नाही. ती म्हणजे चौथ्या फिलिपला कमीतकमी संपत्ती कशी मिळेल हे पाहणं. हे कामदेखील हिज मॅजेस्टिंना आवडतं, हे खासगी पातळीवर मला पक्कं ठाऊक आहे. कारण अखेर केडिझपर्यंत जे सोनं पोहोचत नाही ते लंडनला येतं, हे लक्षात घेणं महत्त्वाचं आहे. त्यामुळे प्रायव्हटीर्सना इथे उघडपणे प्रोत्साहन दिलं जातं. पण लुटारूपणाला नाही, मिस्टर हॅकलेट आणि हा निव्वळ शब्दांचा खेळ नाही.''

''पण सर जेम्स....''

''या वसाहतीमधली ही कटू सत्यं आहेत आणि त्याबद्दल वादविवाद होऊच शकणार नाही.''

अलमॉन्ट पुन्हा टेबलापाशी जाऊन बसला आणि त्याने त्याचा दुसरा पाय पुन्हा उशीवर ठेवला.

''मी तुला जे काही सांगितलं याबद्दल तू तुझ्या सवडीनं विचार कर आणि समजून घेण्याचा प्रयत्न कर. तुला समजेल याची मला खात्री आहे. कारण मी माझ्या अनुभवांमधून आलेल्या शहाणपणातून बोलतो आहे... आज संध्याकाळी कॅप्टन मॉर्टन यांच्याबरोबर जेवणासाठी माझ्या घरी आलास तर बरं होईल. दरम्यान तुम्हाला तुमच्या घरासाठी सगळी व्यवस्था करायचं काम बरंच असणार, याची मला कल्पना आहे.''

सर जेम्सबरोबरची भेट संपली आहे, हे लक्षात आल्यावर मिस्टर आणि मिसेस हॅकलेट उठून उभे राहिले. मिस्टर हॅकलेट किंचित पण ताठरपणाने कंबरेत वाकला आणि त्याने अभिवादन केलं, ''सर जेम्स....''

''पुन्हा भेटू मिस्टर आणि मिसेस हॅकलेट.''

मिस्टर आणि मिसेस हॅकलेट निघून गेल्यानंतर सर जेम्सच्या रक्षकाने दरवाजा

लावून घेतला. अलमॉन्टने डोळे चोळले आणि तो वैतागाने डोकं हलवत म्हणाला,

"गॉड इन हेव्हन!"

"युवर एक्सलन्सी, तुम्हाला थोडी विश्रांती घ्यायची आहे का?"

"होय. मला जरा विश्रांती घ्यावी असं वाटतंय," असं म्हणून अलमॉन्ट टेबलाजवळून उठून कॅरिडॉरमध्ये आला आणि तिथून त्याच्या खोलीकडे निघाला. एका खोलीजवळून जाताना त्याला धातूच्या टबात पाणी उडवल्याचा आवाज आला आणि पाठोपाठ बायकांच्या खिदळण्याचा आवाज. अलमॉन्टने जॉनकडे प्रश्नार्थक नजर टाकली.

"त्या नोकराणीला अंघोळ घातली जाते आहे, युवर एक्सलन्सी."

अलमॉन्टने अर्धवट हुंकार दिला.

"तुम्ही तिची तपासणी नंतर करणार ना?"

"होय, मी तिची तपासणी करणार आहे," अलमॉन्टने असं म्हणून जरा चेष्टेखोरपणे जॉनकडे पाहिलं. त्या पोरीवर चेटकीण असल्याचा आरोपामुळे जॉन अजून घाबरलेला दिसत होता. पण सामान्य लोकांच्या समजुती या अशाच पक्क्या आणि मूर्खपणाच्या असतात, असं तो मनाशी म्हणाला.

५

गरम पाण्याने भरलेल्या टबात बसल्यानंतर ॲनी शार्प सैलावली होती. तिथे दणादणा वावरणाऱ्या अवाढव्य आकाराच्या काळ्या बाईची वटवट ती ऐकत होती खरी. पण तिला त्यातला एकही शब्द कळत नव्हता. ती इंग्लिश बोलते आहे असं वाटलं तरी तिचे शब्दोच्चार इतके चमत्कारिक होते की, ही भाषा खरोखरच इंग्लिश आहे का, असा प्रश्न ॲनीला पडला होता. ती काळी बाई गव्हर्नर अलमॉन्ट कसा माणूस आहे हे सांगत होती. पण गव्हर्नरचा स्वभाव चांगला आहे की नाही याबद्दल ॲनीला जराही फिकीर नव्हती. फार लहान वयातच तिने पुरुषांशी कसं वागायचं ते शिकून घेतलं होतं.

ॲनीने डोळे मिटून घेतले. त्या काळ्या बाईचा वरखाली होणारा आवाज तिला चर्चच्या घंटेचा नादासारखा भासला. लंडनमध्ये असताना तो आवाज सतत ऐकावा लागल्याने तिचे कान किटून गेले होते.

खलाशी असलेल्या ॲनीच्या बापाने वॅपिंग भागात शिड बनवण्याचा उद्योग सुरू केला होता. ॲनी ही तिघा भावंडांमधली सर्वांत लहान होती. ख्रिसमसच्या सुमारास प्लेग उद्‌भवल्यानंतर तिच्या दोन्ही मोठ्या भावांनी वॉचमनचं काम पत्करलं होतं. संसर्ग झालेल्या घराच्या बाहेर पहारा द्यायचा आणि त्या घरातले लोक कोणत्याही कारणाने घराबाहेर पडणार नाहीत याची काळजी घ्यायची, असं त्यांच्या कामाचं स्वरूप होतं. ॲनीनेदेखील नर्स म्हणून अनेक श्रीमंत कुटुंबांसाठी काम करायला सुरुवात केली होती.

जसजसे साथीचे दिवस वाढू लागले तसतसे अनेक भयानक प्रसंग तिला बघावे लागले. त्यावेळच्या भयंकर आठवणी तिच्या मनावर कायमच्या कोरल्या

गेल्या. चर्चच्या घंटा दिवसरात्र अखंड वाजत होत्या. दफनभूमीत जागाच उरली नाही. आता वैयक्तिक दफन करणं अशक्य झाल्याने तिथे सामुदायिक दफनांना सुरुवात झाली. आता खड्ड्यात टाकलेल्या प्रेतांचा फक्त आकडा नोंदवला जाऊ लागला. त्यांच्यावर घाईघाईने चुना आणि माती टाकून खड्डे झाकले जात होते. रस्त्याने जाणाऱ्या गाड्यांमध्ये प्रेतांच्या राशी रचलेल्या दिसायच्या. चर्चच्या सेवेमधले सेक्टन लोक प्रत्येक घरापुढे उभे राहून, ''घरातली, प्रेत द्या!'' अशी हाळी देत असत.

खराब हवेचा दुर्गंध सगळीकडे भरून राहिला होता आणि सर्व जण फारच भयभीत झाले होते. ॲनीला आठवलं की, एक जण तिच्यासमोरच रस्त्यात मरून पडला होता. त्याची नाण्यांनी खुळखुळणारी मोठी थैली त्याच्या बाजूला पडली होती. प्रेताच्या बाजूने अनेक जण ये-जा करत होते. पण कोणालाही ती थैली उचलण्याचं धैर्य झालं नाही. नंतर त्या माणसाचं प्रेत तिथून हलवण्यात आलं तरी त्याची थैली मात्र कितीतरी वेळ तिथंच पडून राहिली.

बाजारात सगळे जण आपल्या दुकानात एका भांड्यात व्हिनेगर भरून ठेवत होते. कोणीही हातात नाणं घेत नसे. प्रत्येक नाणं व्हिनेगरमध्ये बुचकळून मगच स्वीकारालं जाई. मुळात नाणं परत घेण्याचा प्रसंग टाळण्यासाठी लोक नेमकी सुटी नाणी जवळ बाळगत असत.

ताईत, गंडेदोरे, काढे आणि तंत्रमंत्र या सगळ्याला फार मोठी मागणी होती. ॲनीनेदेखील असंच एक लॉकेट विकत घेतलं होतं. त्यात एक अत्यंत उग्र वासाची कसलीशी वनस्पती होती. या वनस्पतीमुळे प्लेग दूर राहतो असं बोललं जाई. ॲनी ते लॉकेट सतत वापरत असे.

पण इतकं असूनही मृत्यूचं थैमान चालूच होतं. तिचा मोठा भाऊ प्लेगने आजारी पडला. एकदा तिला तो रस्त्यात भेटला. त्याच्या गळ्यापाशी मोठी सूज आलेली होती आणि त्याच्या दातांमधून रक्त येत होतं. पण या नंतर मात्र तिला तो परत कधीच दिसला नाही.

तिच्या दुसऱ्या भावाच्या बाबतीत इतर वॉचमनच्या कपाळी असणारं दुर्भाग्य वाट्याला आलं होतं. तिचा भाऊ एका घरावर पहारा देत होता. आत कोंडून ठेवलेल्या लोकांची रोगामुळे परिस्थिती वाईट झाली होती. एका रात्री त्यांनी भ्रमिष्टपणाच्या भरात निसटून जाताना पिस्तुलाच्या दस्त्याने मारून तिच्या भावाचं डोकं फोडलं. तिला ही बातमी फक्त नंतर कळली. तिची आणि त्याची भेट होऊ शकली नाही.

अखेर ॲनीवरही एका घरात कोंडून पडायची वेळ आली. ती एका कुटुंबासाठी नर्स म्हणून काम करत होती. तिचं काम म्हाताऱ्या मिसेस सेवेलची शुश्रूषा करणं

हे होतं. तिचा मुलगा म्हणजे त्या घराचा मालक मिस्टर सेवेल आजारी पडला. ॲनीने तिच्यापरीने आजाऱ्यांची शुश्रूषा केली. पण घरातले सगळे जण एका पाठोपाठ एक आजारी पडले आणि मरून गेले. एक एक करून तिने सगळी प्रेतं गाडीवाल्यांकडे सोपवली. अखेर त्या घरात ती एकटीच राहिली. ती अद्याप तंदुरुस्त होती, हा एक मोठा चमत्कारच होता.

यानंतर ॲनीने त्या घरातल्या काही सोन्याच्या वस्तू आणि सापडतील ती नाणी उचलली. मग तिने घराच्या वरच्या मजल्यावरच्या खिडकीतून पळ काढला. रात्रीच्या वेळी ती खिडकीतून खालच्या छपरावर उतरली आणि लंडनमध्ये रस्त्यावर भटकत असताना दुसऱ्या दिवशी सकाळी एका पोलीस शिपायाने तिला पकडलं. त्याने तिच्याजवळचं सगळं सोनंनाणं हडप केलं आणि तिला ब्राईडवेल तुरुंगात टाकून दिलं.

ब्राईडवेल तुरुंगात कित्येक आठवडे ॲनी सडत पडली होती. मग एकदा लॉर्ड ॲमब्रिटन हा समाजसेवा करणारा माणूस तुरुंगात आला होता. ॲनी त्याच्या दृष्टीस पडली. आपल्याकडे पाहून लोकांना बरं वाटतं ही गोष्ट ॲनीला फार पूर्वीच कळली होती. ह्या वेळी वेगळं काही घडलं नव्हतं. लॉर्ड ॲमब्रिटनने तिला तुरुंगातून बाहेर काढून त्याच्या गाडीत बसवण्याची व्यवस्था केली होती. मग त्याच्या स्वभावाप्रमाणे आढेवेढे घेतल्यावर त्याने तिला नव्या जगात पाठवतो असं कबूल केलं. लवकरच ॲनीची रवानगी प्लायमाऊथ बंदरातून गॉडस्पीड या जहाजावर झाली. प्रवासात असताना तरुण आणि उत्साही स्वभावाचा कॅप्टन मॉर्टन तिच्यावर फिदा झाला होता. त्याच्या केबिनमध्ये बोलावून तो तिला मांस आणि इतर पदार्थ देत असे. त्यामुळे ॲनी त्याला रोज रात्रीच्या वेळी भेटून खूश करत असे.

आता ॲनी या ठिकाणी आली होती. तिला सगळंच नवीन वाटत होतं. पण तिला भीती मात्र वाटत नव्हती. इतर सभ्य गृहस्थांना जशी ती आवडली होती, तशीच आता ती गव्हर्नरच्या नजरेस भरली होती. तो आता आपली काळजी घेणार, याची तिला कल्पना आली होती.

ॲनीची अंघोळ संपली. तिला एक लोकरीचा, रंगवलेला ड्रेस आणि सुती ब्लाऊज दिला गेला. गेल्या तीन महिन्यात तिने पहिल्यांदाच इतके चांगले कपडे घातले होते. त्या कपड्यांचा स्पर्श तिला सुखावत होता. तिला अंघोळ घालणाऱ्या काळ्या बाईने दार उघडलं आणि तिला तिच्या पाठोपाठ येण्याची खूण केली.

"आपण कुठे चाललो आहोत?"

"गव्हर्नरकडे."

तिला एका रुंद आणि लांबलचक कॉरिडॉरमधून नेण्यात आलं. खालची जमीन लाकडाची असली तरी ती ओबडधोबड होती. गव्हर्नरसारख्या एवढ्या महत्त्वाच्या

पदावरच्या माणसानं अशा घरात राहावं याचं तिला आश्चर्य वाटलं. लंडनमध्ये राहणाऱ्या कितीतरी सामान्यजनांची घरं यापेक्षा खूपच छान आहेत, हे ॲनीला माहीत होतं.

त्या काळ्या बाईने एका दरवाजावर टकटक केली. एका स्कॉट माणसाने दार उघडलं. ही झोपायची खोली आहे हे ॲनीला कळलं. रात्री झोपताना घालायचा पोशाख अंगावर असणारा गव्हर्नर पलंगापाशी जांभया देत उभा होता. दार उघडणाऱ्या स्कॉट माणसाने मान डोलावून ॲनीला आत शिरायची खूण केली.

''ओह...'' गव्हर्नर ॲनीकडे बघत म्हणाला, ''मिस्ट्रेस शार्प, तुझ्यात बराच चांगला फरक पडला आहे असं मला म्हणावं लागेल.''

गव्हर्नर नेमका कशाबद्दल बोलत होता हे ॲनीला नीट कळलं नाही. पण तो खूश झाला आहे हे जाणवल्यावर तिला बरं वाटलं. तिने तिच्या आईने शिकवल्याप्रमाणे आभारदर्शक हालचाल केली.

''रिचर्डस, तू आता गेलास तरी चालेल.''

रिचर्डसने मान हलवली आणि दरवाजा बंद करून घेतला. ॲनी आता तिथे एकटीच उभी होती. ती सावधपणे गव्हर्नरच्या डोळ्यांकडे बघत होती.

''माय डिअर... घाबरू नकोस.'' गव्हर्नर मृदू आवाजात म्हणाला, ''तुला घाबरण्याजोगं काहीही नाही. इथे खिडकीजवळ उजेड चांगला आहे. ॲनी, इथे ये.''

ॲनीने तिला मिळालेल्या आज्ञेचं पालन केलं. सर जेम्स मिनिटभर तिच्याकडे टक लावून बघत होता. अखेर तो म्हणाला, ''तुझ्यावरच्या खटल्याच्यावेळी तुझ्यावर चेटूक केल्याचा आरोप ठेवण्यात आला आहे, हे तुला माहीत आहेच.''

''होय सर. पण तो खरा नाही.''

''तो खरा नाही याची मला खात्री आहे. पण तू सैतानाशी जो करार केलास त्याची निशाणी तुझ्या अंगावर आहे असं म्हटलं आहे.''

''मी शपथेवर सांगते सर,'' ॲनीचा स्वर आल्यापासून प्रथमच त्रासिक झाला होता, ''माझा सैतानाशी काहीही संबंध नाही सर.''

''ॲनी, माझा तुझ्या शब्दांवर विश्वास आहे.'' गव्हर्नर स्मितहास्य करत म्हणाला, ''पण तुझ्या अंगावर असला काही कलंक नाही याची खात्री करून घेणं ही माझी जबाबदारी आहे.''

''मी शपथ घेऊन सांगते, सर....''

''माझा तुझ्यावर विश्वास आहे. पण तुला कपडे काढावे लागतील.''

''आत्ता?''

''होय. लगेचच.''

ॲनीने खोलीत साशंकपणे नजर फिरवली.

“तू तुझे कपडे पलंगावर ठेवलेस तरी चालेल.”

“होय सर.”

ॲनी कपडे उतरवत असताना गव्हर्नर सर जेम्स बघत होता. ॲनी त्याच्याकडे बघत असल्याने तिला त्याच्या नजरेत पडणारा फरक जाणवत गेला. त्यामुळे तिच्या मनात जराही भीती उरली नाही. तिथे हवा गरम होती. त्यामुळे कपडे काढल्यानंतर तिला बरंच वाटलं.

“पोरी, तू सुंदर आहेस.”

“धन्यवाद....”

ॲनी संपूर्ण उघडी उभी होती. गव्हर्नर हळूहळू चालत तिच्याजवळ आला. त्याने डोळ्यांवर चष्मा चढवला आणि तिचे उघडे खांदे निरखून पाहू लागला.

“हळू... हळू मागे वळ.”

ॲनी सांगितल्याप्रमाणे वळली. गव्हर्नर तिच्या अंगाकडे बारकाईने पाहत होता.

“आता हात डोक्यावर धर.”

ॲनीने दोन्ही हात डोक्यावर धरले. गव्हर्नर निरखून तिच्या दोन्ही काखांखाली पाहत होता.

“सैतानाच्या निशाण्या सर्वसाधारणपणे काखांखाली किंवा स्तनांवर असतात. नाहीतर गुप्तभागापाशी.” गव्हर्नर हसला, “मी काय म्हणतोय ते तुला समजलं का?”

ॲनीने नकारार्थी मान हलवली.

“ॲनी, पलंगावर झोप.”

ॲनी सांगितल्याप्रमाणे पलंगावर जाऊन झोपली.

“आता तुझी संपूर्ण तपासणी होणार आहे.” असं म्हणून गव्हर्नरने तिच्या गुप्तभागावरच्या केसांमध्ये बोटं फिरवली. तो वाकून अगदी बारकाईने पाहू लागला. आपण कदाचित गव्हर्नरचा अपमान करतोय की, काय असं वाटलं तरी ॲनीला हसू आवरलं नाही. कारण तिला गुदगुल्या होत होत्या.

क्षणभर गव्हर्नरनं तिच्याकडे रागाने पाहिलं. पण मग तो देखील हसू लागला. मग त्याने अचानक अंगावरचे कपडे काढून टाकले आणि डोळ्यांवर चष्मा असतानाच ॲनीबरोबर प्रणयक्रिडा सुरू केली. चष्म्याच्या काड्या तिच्या कानांजवळ रूतत होत्या. ॲनीने गव्हर्नरला हवं ते करू दिलं. पण त्याचा जोर फार काळ टिकला नाही. तरीही तो खूश झाला आहे हे जाणवून ॲनीही खूश झाली.

नंतर दोघं पलंगावर पडले असताना गव्हर्नरने ॲनीला तिच्या लंडनमधल्या आयुष्याबद्दल प्रश्न विचारले. तिने गव्हर्नरला जमैकाला येताना केलेल्या प्रवासात बऱ्याच बायका आपापसात लैंगिक खेळ करत असल्याची किंवा त्या जहाजावरच्या खलाशांबरोबर मौजमजा करत असल्याची माहिती दिली. पण आपण मात्र असं काही केलं नाही, असं ती म्हणाली. हे अर्थातच संपूर्ण खरं नव्हतं. ती अनेकांबरोबर नाही, तरी कॅप्टन मॉर्टनची शय्यासोबत करत होती. ॲनीने मग वादळाबद्दल सांगितलं. इंडिज बेटं दिसल्यानंतर वादळामुळे जहाज दोन दिवस कसं भरकटलं हे तिने सांगितलं.

गव्हर्नर अलमॉन्ट आपल्या बोलण्याकडे फारसा लक्ष देऊन ऐकत नाही, हे ॲनीच्या लक्षात आलं होतं. त्याच्या डोळ्यांमध्ये पुन्हा फरक पडला होता. तरीही ॲनी पुढे बोलतच राहिली. वादळ कमी झाल्यानंतर त्यांना जमीन आणि एक किल्ला दिसला, असं ॲनीने सांगितलं. स्पॅनिशांचं लढाऊ जहाज हल्ला करेल याची धास्ती सतत कॅप्टन मॉर्टनला वाटत होती ही गोष्ट तिनं गव्हर्नरच्या कानावर घातली. पण ते लढाऊ जहाज सुदैवाने बंदरातून बाहेर पडलं नाही.

"काय म्हणालीस?" गव्हर्नर अलमॉन्ट एकदम किंचाळला आणि पलंगावरून जवळजवळ उडी मारून उतरला.

"काय झालं?"

"स्पॅनिश लढाऊ जहाजाने तुम्हाला पाहिलं आणि तरीही त्यांनी हल्ला केला नाही?"

"नाही सर... आम्ही सुटकेचा निश्वास टाकला."

"सुटका?" गव्हर्नर सर जेम्स पुन्हा किंचाळला. त्याचा त्याच्या कानांवर जणू विश्वास बसत नव्हता.

"तुमची सुटका झाली म्हणायचं? गॉड इन हेव्हन! बरं, हे असं घडून किती दिवस झाले आहेत?"

"तीन किंवा चार दिवस." ॲनीने खांदे उडवत उत्तर दिलं.

"आणि तिथं किल्ला आणि एक बंदर होतं, असं तू म्हणालीस का?"

"होय सर."

"किल्ला कोणत्या बाजूला दिसला?"

ॲनीच्या चेहेऱ्यावर गोंधळ दिसू लागला. तिने डोकं हलवलं, "मला माहीत नाही."

"ठीक आहे," अंगावर घाईघाईने कपडे चढवत गव्हर्नर जेम्स म्हणाला,

"म्हणजे तू त्या बेटावरच्या बंदराकडे बघत असताना किल्ला त्या बंदराच्या उजव्या बाजूला होता की डाव्या?"

"या बाजूला," ॲनीने तिचा उजवा हात हलवत दिशा दाखवली.

"आणि हे बेट खूप छोटं आणि गर्द झाडी असणारं होतं का? त्याच्यावर एक खूप उंच शिखर दिसत होतं का?

"होय. अगदी बरोबर सर."

"गॉड्स ब्लड!" अलमॉन्ट ओरडू लागला, "रिचर्डस! रिचर्डस! लवकर ये... हंटरला बोलावणं पाठव."

असं म्हणून गव्हर्नर ॲनीला पलंगावर तशीच नग्नावस्थेत सोडून वेगाने बाहेर पडला. आपण गव्हर्नरला कशामुळे तरी नाराज केलं असं वाटून ॲनी रडू लागली.

६

दरवाजावर टकटक केल्याचा आवाज आला म्हणून हंटरने कूस बदलली. त्याने उघड्या खिडकीकडे नजर टाकली. त्याला सूर्यप्रकाश आत आलेला दिसला.

''जा... निघून जा.'' हंटर कुरकुरत म्हणाला.

त्याच्यापाठोपाठ बिछान्यातल्या पोरीनेही कूस बदलली. पण तिला जाग आली नाही. दरवाजावर पुन्हा ठोकल्याचा आवाज आला.

''जा... निघून जा! डोळे फुटोत तुझे....''

पण तरीही दरवाजा उघडला. मिसेस डेनबीनं डोकं आत घातलं.

''कॅप्टन हंटर... माफ करा... पण इथे गव्हर्नरकडून एक दूत आला आहे. गव्हर्नरनी तुम्हाला रात्री जेवणाच्यावेळी हजर राहायचं निमंत्रण दिलंय. मी त्याला काय सांगू कॅप्टन हंटर?''

हंटरने डोळे चोळले आणि सूर्यप्रकाशाकडे किलकिल्या नजरेने पाहिलं.

''किती वाजलेत?''

''पाच, कॅप्टन हंटर.''

''मी येतो असं गव्हर्नरला कळव.''

''होय. कॅप्टन हंटर आणि....''

''आणि काय?''

''व्रण असणारा एक फ्रेंच माणूस तुमच्यासाठी खाली चौकशी करतोय.''

हंटरने वैतागून घशातून आवाज काढला.

''ठीक आहे. मिसेस डेनबी.'' दरवाजा पुन्हा बंद झाला. हंटर बिछान्यातून

उठला. ती पोरगी अजून निवांत घोरत पडली होती. हंटरने खोलीत सगळीकडे नजर फिरवली. ती खोली छोटी आणि गच्च भरलेली होती. तिथे एक पलंग, एक कपाट होतं. पलंगाखाली खोलीतच प्रातर्विधीसाठीचं चेंबरपॉट होतं. खोलीत जवळच एक पाण्यानं भरलेलं बेसीन ठेवलेलं होतं.

हंटरने कपडे घालायला सुरुवात केली. पण मधेच थांबून तो जवळच्या खिडकीपाशी गेला आणि तिथूनच खाली धार सोडली. रस्त्यावरून वरच्या दिशेने शिव्यांचा वर्षाव झाला. हंटर स्वत:शी हसला आणि त्याने कपडे घालणं पुढे सुरू ठेवलं. त्याने कपाटामधून एक डब्लेट बाहेर काढलं. हे त्याचं एकुलतं एक चांगलं डब्लेट होतं. त्याच्या होजला बरेच कमी टाके होते. त्याने होज पायांमध्ये चढवल्यावर कंबरेला सोनेरी पट्टा बांधला आणि त्यात छोटी कट्यार खोचली. मग त्याला काय सुचलं कोणास ठाऊक, त्याने एक पिस्तूल काढलं. ते उघडून तपासून पाहिलं. मग खटका मागे खेचून ते पट्ट्यात खोचलं.

हा कॅप्टन हंटरचा दैनंदिन कार्यक्रम होता. संध्याकाळी जागा झाल्यावर तो दररोज असंच करायचा. त्याला जामानिमा करायला फारसा वेळ लागायचा नाही. कपड्यांबाबत तो फारसा आग्रही नव्हता, तसाच तो वागण्याच्या बाबतीतही जरादेखील प्युरिटन माणसांप्रमाणे नव्हता.

कॅप्टन हंटरने बिछान्यात पडलेल्या पोरीकडे एकदा नजर टाकली. दरवाजा बंद करून तो बाहेर पडला. मग तो करकरणाऱ्या लाकडी अरुंद जिन्यावरून मिसेस डेनबीच्या खानावळीच्या मुख्य खोलीत आला. ही मुख्य खोली मोठी पण छत खूप खाली असणारी होती. तिथे मातीच्या जमिनीतच रूतवलेली टेबलं रांगेने मांडलेली होती. हंटर खाली उतरल्यावर थांबला. मिसेस डेनबीने सांगितल्याप्रमाणे लेव्हास्यू तिथे होता. एका कोपऱ्यात बसून तो समोरच्या भल्यामोठ्या जस्ताच्या मगाकडे बघत होता. हंटर खोलीतून चालत दरवाजाकडे गेला.

"हंटर!" दारू प्यायल्यामुळे जड झालेल्या घोगऱ्या आवाजात लेव्हास्यू म्हणाला.

हंटर मागे वळला आणि आश्चर्य दाखवत म्हणाला, "अरेच्चा! लेव्हास्यू... मी तुला पाहिलं नाही."

"हंटर... गावठी इंग्लिश कुत्रीची अवलाद!"

हंटर मागे वळून प्रकाशापासून दूर झाला. मग त्यानेही लेव्हास्यूला तशाच भाषेत उत्तर दिलं, "लेव्हास्यू!... गावंढा फ्रेंच शेतकरी आणि त्याच्या मेंढीच्या पोरा, इथे कशाला कडमडला आहेस?"

टेबलापाशी बसलेला लेव्हास्यू उठून उभा राहिला. तो मुद्दामच एका कोपऱ्यात अंधारात बसला होता. तो हंटरला व्यवस्थित दिसत नव्हता. पण दोघांच्यात किमान

तीस फूट अंतर होतं. या एवढ्या अंतरात पिस्तुलाचा वापर करणं शक्य नव्हतं.

"हंटर, मला माझी रक्कम हवी आहे."

"मी तुझं काहीही देणं लागत नाही." हंटर म्हणाला. खरोखरीच तो लेव्हास्यूचं काही देणं लागत नव्हता. पोर्ट रॉयलमधल्या प्रायव्हटीर्समध्ये देणं सगळंच्या सगळं आणि ते देखील वेळेवर देऊन टाकणं हा अलिखित नियम होता. एखाद्याने लुटीची रक्कम समप्रमाणात वाटली नाही किंवा घेतलेलं कर्ज वेळेवर फेडलं नाही असं म्हणणं यापेक्षा जास्त कोणतीही मानहानी पोर्ट रॉयलमधल्या प्रायव्हटीर्सना वाटत नसे. प्रायव्हटीर्स एखाद्या धाडीसाठी गेले असताना कोणी लुटीचा काही भाग दडवताना सापडला तर त्याला मरणाची शिक्षा दिली जात असे. हंटरने स्वत:देखील एक-दोनदा अशा चोरट्या खलाशाच्या छातीत गोळी घातली होती आणि जराही विचार न करता त्याचं प्रेत लाथेने जहाजावरून उडवून दिलं होतं.

"तू मला पत्त्यांमध्ये फसवलंय," लेव्हास्यू म्हणाला.

"तू एवढा प्यायला होतास की, तुला काहीही समजत नव्हतं."

"पण तू मला फसवून पन्नास पौंड घेतलेस. हंटर, मला ते परत हवेत."

हंटरने खोलीत सगळीकडे नजर फिरवली. तिथे आणखी कोणीही नव्हतं. हंटरला ती फार दुर्दैवाची गोष्ट वाटली. त्याला लेव्हास्यूला कोणीही साक्षीदार नसताना ठार करायचं नव्हतं. त्याला बरेच शत्रू होते.

"मी तुला पत्ते खेळताना कसं फसवलं ते सांगशील का?" हे बोलताना हंटर हळूहळू लेव्हास्यूच्या दिशेला सरकला होता.

"कसं फसवलं?" लेव्हास्यू म्हणाला, "कसं फसवलं याच्याशी काय घेणं आहे? गॉड्स ब्लड! हंटर, तू मला फसवलंस." लेव्हास्यूने मग तोंडाला लावला.

हंटरने नेमकी हीच संधी साधली. त्याने एका झेपेतच लेव्हास्यूला गाठलं आणि हाताने तो जड मग तसाच लेव्हास्यूच्या तोंडावर दाबला. त्या दणक्यानं लेव्हास्यूचं डोकं मागच्या भिंतीवर थड्ऽऽ असा आवाज करत आदळलं.

घशातून गट्ऽगट्ऽ असा आवाज काढत लेव्हास्यू मागे कोलमडला. त्याच्या तोंडामधून रक्त ओघळत होतं. हंटरने वेळ न घालवता तो मग उचलला आणि लेव्हास्यूच्या डोक्यात घातला. त्या फटक्यामुळे लेव्हास्यू बेशुद्ध होऊन पडला.

हंटरने बोटांना लागलेली दारू झटकून टाकली आणि मग तो वळून मिसेस डेनबीच्या खानावळीतून सरळ बाहेर पडला. तो रस्त्यावरच्या पार घोटा बुडेल एवढ्या चिखलातून चालत निघाला. पण त्याचं तिकडे लक्ष नव्हतं. त्याच्या मनात लेव्हास्यूचे विचार रेंगाळत होते. कोणाची तरी वाट पाहत असताना पिऊन तर्रऽऽ होण्याची चूक लेव्हास्यूने केली होती.

आता नवीन धाड घालायची वेळ आली आहे असं हंटरला वाटलं. आपण

सगळेच नुसते बसल्याने मिळमिळीत होत चाललो आहोत की काय, असा विचार त्याच्या मनात डोकावला. आपण पोर्ट रॉयलमधल्या पोरींबरोबर खूप वेळ घालवला किंवा अनेकदा रात्री आपणही खूप दारू प्यायलो हे त्याला जाणवलं. आता पुन्हा सागरी सफरीवर जायलाच हवं. हंटर पोर्ट रॉयलमधल्या चिखलाने भरलेल्या रस्त्यातून स्वत:शी हसत चालू लागला. वरच्या मजल्यांवरच्या खिडक्यांमधून त्याला हाका मारणाऱ्या वेश्यांकडे हसत, हात हलवत तो गव्हर्नर निवासस्थानाकडे निघाला.

''प्लेग आला तेव्हा आकाशात दिसलेल्या धूमकेतूबद्दल लंडनमधले सगळे जण बोलत होते,'' कॅप्टन मॉर्टन वाईनचा एक घोट घेत म्हणाला, ''तसंच छपन्नच्या प्लेगच्या अगोदरही असाच एक धूमकेतू दिसला होता.''

''असेलही. पण त्याचं एवढं काय विशेष?'' अलमॉन्ट म्हणाला, ''मागे एकोणसाठ सालीही एक धूमकेतू दिसला होताच की, पण तेव्हा काही प्लेग आल्याचं मला आठवत नाही.''

''पण त्याच वर्षी आयर्लंडमध्ये देवीची साथ आली होती,'' मिस्टर हॅकलेट म्हणाला.

''त्याच वर्षी कशाला? आयर्लंडमध्ये तर दरवर्षीच देवीची साथ येते,'' अलमॉन्ट हॅकलेटचं बोलणं उडवून देत म्हणाला.

हंटरने यावर काही प्रतिक्रिया दिली नाही. तो काहीच बोलत नव्हता, तर जेवण चालू असताना गप्प बसून ऐकत होता. गव्हर्नरच्या घरी झालेल्या इतर कोणत्याही मेजवानीप्रमाणे त्या संध्याकाळची मेजवानीही त्याला फारच नीरस वाटत होती. फक्त त्या दिवशी दिसलेल्या काही नवीन चेहऱ्यांमुळे त्याचं कुतूहल चाळवलं होतं. गॉडस्पीड नावाच्या जहाजाचा कॅप्टन मॉर्टन आणि खत्रूड चेहऱ्याचा नवीन सेक्रेटरी मिस्टर हॅकलेट यांना तो प्रथमच पाहत होता आणि तिथं मिसेस हॅकलेट होती. तिच्या सावळ्या वर्णामुळे तिच्यात थोडं फ्रेंच रक्त असावं असं हंटरला वाटलं. पण त्या शेलाट्या बांधाच्या बाईमध्ये रक्ताला चटावलेल्या प्राण्याप्रमाणे काहीतरी होतं.

पण हंटरच्या दृष्टीने त्याला रस वाटणारा क्षण म्हणजे गव्हर्नरच्या घरी नव्याने आलेली मोलकरीण तिथे येणं हा होता. त्या गोऱ्या आणि सोनेरी केसांच्या पोरीला आत येताना-जाताना पाहून हंटरच्या तोंडाला पाणी सुटत होतं. तो तिच्या नजरेला नजर भिडवण्याचा प्रयत्न करू लागला. ही गोष्ट मिस्टर हॅकलेटच्या लक्षात आली. त्याने हंटरकडे पाहून नापसंतीदर्शक कटाक्ष टाकला. अर्थात त्या संध्याकाळी त्या आधीही त्याने हंटरकडे नापसंतीदर्शक नजरेने पाहिलं होतं.

ती मोलकरीण पुन्हा ग्लास भरण्यासाठी आल्यानंतर मिस्टर हॅकलेटने हंटरकडे पाहिलं, ''मिस्टर हंटर, पार नोकरांपर्यंत येण्याएवढी तुमची आवड खालच्या पातळीइतकी आहे की काय?''

''नोकर सुंदर असतील तर नक्कीच,'' हंटर बेफिकीर स्वरात म्हणाला.

''बरं, मिस्टर हॅकलेट, तुमची आवड कशी काय आहे?''

''मटण खूपच छान झालं आहे.'' हॅकलेट स्वत:च्या प्लेटकडे बघत म्हणाला.

त्याचा चेहरा रागाने काळानिळा झाला होता.

अलमॉन्टने खाकरत घशातून आवाज काढला आणि त्याच्या पाहुण्यांनी केलेल्या सागरी प्रवासाकडे मुद्दाम विषय वळवला. मॉर्टनने सागरात झालेल्या वादळाची कथा रंगवून-रंगवून एवढी तपशीलवार सांगितली की, मानवी इतिहासात वादळाशी सामना करणारा हा पहिलाच वीर आहे की काय असा एखाद्याचा समज झाला असता. मिस्टर हॅकलेटने त्याच्या बाजूने आणखी काही प्रसंग रंगवले आणि आपण त्या वेळी खरोखरच फार घाबरून आजारी पडल्याचं मिसेस हॅकलेटने सांगितलं.

हंटर हे सगळं ऐकून पार कंटाळून गेला. त्याने त्याच्या ग्लासातली वाईन संपवली.

''हं... तर दोन दिवसांच्या त्या भयंकर वादळानंतरचा तिसरा दिवस उजाडला तो अगदी छान होता. हवा एकदम स्वच्छ होती,'' मॉर्टन पुढे सांगू लागला, ''कित्येक मैल अंतरापर्यंत सगळं नीट दिसत होतं. उत्तरेकडून येणारा वारा अगदी हवा तेवढाच होता. पण आम्ही नेमके कुठे आहोत ते आम्हाला समजत नव्हतं. दोन दिवस वादळात सापडल्यामुळे आमचा मार्ग कितपत भरकटला आहे, ते कळायला काहीच मार्ग नव्हता. पण आम्हाला जमीन दिसली आणि मग आम्ही तिकडे निघालो.''

ही फार मोठी चूक होती असा विचार हंटरच्या मनात आला. याचा अर्थ हा कॅप्टन मॉर्टन फारसा अनुभवी नव्हता. दिसणारी जमीन नेमकी कोणाच्या मालकीची आहे, हे पक्कं ठाऊक असल्याखेरीज स्पॅनिश भागात कोणत्याही इंग्लिश जहाजाचा मुरब्बी कप्तान असली चूक करणार नाही, याची त्याला कल्पना होती. कारण बहुधा हा भाग डॉनच्या ताब्यात असण्याची शक्यता होती.

''आम्ही त्या बेटाला वळसा घालून पुढे आलो आणि चकित झालो. कारण त्या बेटावरच्या बंदरात एक लढाऊ जहाज उभं असलेलं दिसलं. बेट छोटं होतं. पण ते जहाज स्पॅनिश लढाऊ जहाजच होतं, यात काही शंका नव्हती. ते आता आमच्या पाठलागावर येणार, असं आम्हाला वाटलं.''

''आणि मग पुढे काय झालं?'' हंटरने सहज विचारण्याच्या स्वरात प्रश्न केला.

"ते जहाज बंदरातच राहिलं." मॉर्टन असं म्हणून हसला, "मला या पेक्षा जास्त रोमहर्षक काहीतरी सांगायला नक्कीच आवडलं असतं. पण सत्य असं आहे की, ते जहाज आमच्या मागे न लागता होतं तिथेच उभं राहिलं."

"डॉनने तुम्हाला पाहिलं असणार. होय ना?" हंटरने विचारलं. त्याला आता मॉर्टनच्या कहाणीत रस वाटू लागला होता.

"होय. तसं असणार. कारण आम्ही सगळी शिडं उभारलेली होती."

"तुम्ही त्या जहाजाच्या किती जवळ होतात?"

"आम्ही किनाऱ्यापासून फारतर दोन-तीन मैल अंतरावर होतो. हे बेट आमच्या नकाशात दाखवलेलं नाही. हे फारच छोटं असल्याने ते नकाशात दाखवलेलं नसावं. त्या बेटावर एकच बंदर होतं आणि त्याच्या बाजूला एक किल्ला होता. आम्ही कसेबसे फार मोठ्या संकटातून बाहेर पडलो, असं आम्हा सगळ्याचंच मत झालं."

हंटरने हलकेच मान वळवून अलमॉन्टकडे पाहिलं. तर तो अगोदरच हंटरकडे टक लावून बघताना आढळला. तो किंचित स्मितहास्य करत होता.

हंटर मॉर्टनकडे वळला, "बंदराच्या शेजारी किल्ला दिसला?"

"होय. किल्ला चांगलाच मजबूत वाटला."

"हा किल्ला बंदराच्या उत्तर की दक्षिण किनाऱ्यावर होता?"

"मला जरा आठवून पाहू दे... अं... उत्तर किनाऱ्यावर होता. पण का?"

"हे जहाज तुम्हाला दिसलं त्याला किती दिवस झाले?"

"तीन-चार दिवस झाले. तीन धरून चला. आम्ही कुठं आहोत हे लक्षात येताच आम्ही सरळ इथं पोर्ट रॉयलकडे आलो."

हंटर हातातला रिकाम्या ग्लासकडे बघत होता. त्याने बोटांनी टेबलावर ताल धरला होता. जरा वेळ कोणीच काही बोललं नाही.

गव्हर्नर अलमॉन्टने खाकरून घसा साफ केला, "कॅप्टन हंटर... तू कसल्यातरी विचारात गढलेला दिसतोस...."

"मी बुचकळ्यात पडलो आहे." हंटर म्हणाला, "गव्हर्नर महाशयही बुचकळ्यात पडले असतील असं मला वाटतं."

"मला वाटतं की, राजाच्या हिताच्या दृष्टीने पाहता माझं कुतूहल जरा चाळवलं गेलं आहे, असं म्हणणं अधिक योग्य ठरेल."

मिस्टर हॅकलेट खुर्चीत एकदम ताठ बसला.

"सर जेम्स, तुमच्या या म्हणण्याचा अर्थ काय ते आम्हा सगळ्यांना विशद करून सांगणार का?"

काहीतरी हाकलत असल्याप्रमाणे हात हलवत अलमॉन्ट म्हणाला, "एक मिनिट."

मग त्याने हंटरकडे टक लावून बघत विचारलं, "हं... कॅप्टन हंटर, तुझ्या अटी काय आहेत?"

"सुरुवातीलाच समान वाटणी, सर."

"माझ्या प्रिय मित्रा हंटर... समान वाटणी ही राजाला अगदीच अमान्य होण्याजोगी आहे."

प्रिय गव्हर्नर महाशय. या पेक्षा कमी काही ठरलं ते खलाशांच्या दृष्टीने फारच अनाकर्षक ठरेल."

अलमॉन्ट हसला. "कॅप्टन, यात खूप मोठं घबाड आहे, याची तुला कल्पना असेलच म्हणा."

"तशी आहेच. मला याचीही कल्पना आहे की, ते बेट अभेद्य आहे. गव्हर्नर महाशय, मागच्या वर्षी आपण त्या बेटाकडे एडमंड्सबरोबर तीनशे जण पाठवले होते. त्यामधला फक्त एक जण परत आला होता."

"पण एडमंड्स हा फारसा सक्षम माणूस नव्हता, असं तूच म्हणाला होतास."

"पण कझाला मात्र तसा नाही."

"ते बरोबरच आहे. पण तरीही तुम्ही कझालाला भेटावं असं मला वाटतं."

"नक्कीच. पण समान वाटणी ठरली तरच."

"पण..." सर जेम्स सहजगत्या हसण्याच्या आविर्भावात म्हणाला, "पण जर राजसत्तेने तुझ्या सफरीचा खर्च करावा असं तुला वाटत असेल, तर तो खर्च वाटणीच्या अगोदर तू परत करायला हवास. हे योग्य वाटतंय ना?"

"जरा थांबा..." मिस्टर हॅकलेट म्हणाला, "सर जेम्स, तुम्ही या माणसाशी घासाघीस करता आहात का?"

"अजिबात नाही. मी त्याच्याशी सभ्य गृहस्थाप्रमाणे फक्त करार करतो आहे इतकंच."

"कशासाठी?"

"मातानकेरॉस बेटावरच्या स्पॅनिश ठाण्याकडे खासगी मोहीम रवाना करण्यासाठी."

"मातानकेरॉस?" मॉर्टनने विचारलं.

"कॅप्टन मॉर्टन, तुम्ही ज्या बेटाजवळून गेलात त्याचं नाव मातानकेरॉस आहे. 'पुन्ता मातानकेरॉस'. डॉनने त्या जागी दोन वर्षांपूर्वी किल्ला बांधला. त्याचा ताबा कझाला नावाच्या एका सभ्य गृहस्थाकडे आहे. कदाचित तुम्ही लोकांनी त्याचं नाव ऐकलं असेल, नाही? तर ते असो. या माणसाची इंडिज भागात चांगली भरपूर ख्याती आहे. त्याने ठार करण्यासाठी निवडलेल्या माणसांच्या किंकाळ्यांचा आवाज त्याला सुखावतो, असं म्हणतात."

अलमॉन्टने जेवणासाठी आलेल्या पाहुण्यांच्या चेहऱ्यांकडे नजर टाकली.

मिसेस हॅकलेटचा चेहरा पांढराफटक पडला होता.

अलमॉन्ट पुढे बोलू लागला, ''मातानकेरॉसचा किल्ला कझालाच्या अधिपत्याखाली आहे. मायदेशाकडे रवाना होणाऱ्या खजिन्याच्या सुरक्षित प्रवासासाठी हे ठाणं स्पॅनिशांनी मुद्दाम उभारलं आहे.''

कोणीच काही बोललं नाही. गव्हर्नरचे पाहुणे अस्वस्थ झाले होते. ''तुम्हा लोकांना या भागातल्या अर्थव्यवहारांची नीट माहिती नसावी, असं दिसतंय. दरवर्षी इकडून स्पेनकडे खजिन्याने भरलेल्या जहाजांचा मोठा काफिला रवाना होतो. केडिझमधून हा काफिला निघतो. तो स्पॅनिश मेन या बेटापाशी आल्यावर त्याचं विभाजन होतं. काही जहाजं कार्तागेना, काही व्हेराक्रूज तर काही पोर्तो बेल्लो या बंदराकडे खजिना जमा करण्यासाठी जातात. ही सगळी जहाजं हवाना बंदरात एकत्र येतात आणि मग सगळी एकत्र स्पेनकडे रवाना केली जातात. त्यांच्यावर प्रायव्हटीर्सची धाड पडली तर संरक्षणासाठी ही सगळी जहाजं एकत्र प्रवास करतात. समजलं?''

सर्व जणांनी माना डोलावल्या.

''हं, तर स्पॅनिश जहाजांचा हा आर्मडा उन्हाळ्याच्या अखेरीस निघतो. याच काळात चक्रीवादळं होतात. अनेकदा जहाजं मुख्य काफिल्यापासून दूर होतात. अशा जहाजांना संरक्षण मिळण्यासाठीच तर डॉनला एक बंदर हवं होतं. म्हणूनच तर त्यांनी मातानकेरॉसचा किल्ला बांधला.''

''ते ठीक आहे पण म्हणून... मला असं वाटत नाही...'' हॅकलेट बोलू लागला.

''हं, आता मी काय सांगतो ते ऐक,'' अलमॉन्ट त्याचं बोलणं तोडत म्हणाला.

''साधारण दोन आठवड्यांपूर्वी खजिना घेऊन जाणारी दोन नौस हरवली असल्याचं कानावर आलं आहे. एका प्रायव्हटीर्स जहाजाने त्यांना पाहिलं आणि म्हणूनच ही गोष्ट कळली. या जहाजाने त्यांच्यावर चढवलेला हल्ला यशस्वी मात्र ठरला नाही. त्यानंतर ही जहाजं मातानकेरॉसच्या दिशेने दक्षिणेकडे जात असल्याची खबर आली आहे. या दोनांमधलं खजिना नेणारं एक नौस वादळामुळे खूपच खराब झालं आहे. कॅप्टन मॉर्टन, तू ज्याला स्पॅनिश लढाऊ जहाज म्हणालास ते म्हणजे प्रत्यक्षात हे नौस आहे. ते खरोखरच लढाऊ जहाज असतं तर तुम्ही केवळ दोन मैल अंतरावर असतानाच त्याने पाठलाग न करणं अशक्य आहे. ते जर तसं लढाऊ जहाज असतं तर तुम्ही सगळे जण आत्ता किंकाळ्या फोडत तिथे कझालाची करमणूक करत पडला असतात. बंदराची सुरक्षित जागा सोडून तुमचा पाठलाग करायची त्याची ताकद नव्हती म्हणूनच ते नौस तुमच्या मागे आलं नाही.''

''हे नौस तिथं असं किती काळ राहील?''

“ते कधीही निघून जाईल. कदाचित पुढचा काफिला निघेपर्यंत अगदी पुढच्या वर्षीपर्यंतही राहू शकतं किंवा एखाद्या स्पॅनिश लढाऊ जहाजाच्या सोबतीने स्पेनला परत जाण्याची ते वाट पाहत थांबेल.”

“ते पकडता येईल का?”

“तसा विचार कोणाच्याही मनात येणं शक्य आहे,” अलमॉन्ट म्हणाला. “कारण बहुधा त्यावर पाच लाख पौंड किमतीचा खजिना आहे.” टेबलापाशी बसलेले सगळे जण अवाक होऊन ऐकत होते.

“ही माहिती कॅप्टन हंटरला रंजक वाटली असेल अशी माझी कल्पना आहे.”

“म्हणजे हा माणूस साधा प्रायव्हटीर आहे, असं तुम्हाला म्हणायचं आहे का?” हॅकलेटनं विचारलं.

“साधा म्हणता येणार नाही, “ अलमॉन्ट तोंडाने च्यॅकऽ च्यॅकऽ असा आवाज काढत म्हणाला, “कॅप्टन हंटर?”

“साधा हा शब्द मला योग्य वाटत नाही.”

“मला अशी ढिलाई देण्याची फार चीड आहे,” मिस्टर हॅकलेट म्हणाला.

“मिस्टर हॅकलेट, तू रीतीरिवाज विसरलास,” अलमॉन्ट म्हणाला, “कॅप्टन हंटर हा मॅसॅच्युसेट्स बे कॉलनीमधल्या मेजर एडवर्ड हंटर याचा दुसरा मुलगा आहे. त्याचा जन्मच मुळी या नव्या जगात झालेला आहे आणि शिक्षण त्या संस्थेत... काय बरं तिचं नाव?”

“हार्वर्ड.” हंटर म्हणाला.

“अं... होय. हार्वर्ड... कॅप्टन हंटर आमच्या इथे चार वर्षं आहे आणि इथल्या समाजात एक प्रायव्हटीर म्हणून त्याची पत फार चांगली आहे. मी थोडक्यात सांगितलेली ही माहिती ठीक आहे ना कॅप्टन हंटर?”

“ठीकच म्हणायला हवी.” हंटर हसत म्हणाला.

“हा माणूस साध्यासुध्या शब्दात सांगायचं तर धटिंगण आहे. निव्वळ धटिंगण.” मिस्टर हॅकलेट म्हणाला. पण मिसेस हॅकलेट मात्र आता हंटरकडे नव्या कुतूहलानं पाहू लागली होती.

“स्वतःच्या जीभेला आवर घालायला हवा मिस्टर हॅकलेट.” अलमॉन्ट शांतपणाने म्हणाला, “या बेटावर द्वंद्वयुद्ध करणं बेकायदेशीर आहे. तरीही ते कंटाळा यावा इतक्या वेळा घडतं... मी ती पद्धत अजून पूर्णपणे थांबवू शकलो नाही, याचा मला विषाद वाटतो.”

“मी या माणसाबद्दल ऐकलं आहे,” मिस्टर हॅकलेट अजूनही रागाने धुमसत होता, हा माणूस मेजर एडवर्ड हंटरचा मुलगा नाही... म्हणजे निदान औरस मुलगा तर नक्कीच नाही.”

कॅप्टन हंटरने डोकं खाजवलं, ''होय का?''

''होय, मी हेच ऐकलंय,'' हॅकलेट म्हणाला, ''इतकंच नाही तर हा माणूस खुनी, बदमाश आणि रांडबाजी करणारा लुटारू आहे, असंही माझ्या कानावर आलंय.''

लुटारू हा शब्द ऐकताच अतिशय वेगाने हंटरचा हात पुढे झाला. त्याने हॅकलेटचे केस गच्च धरले आणि त्याचं डोकं त्याच्या मटणाच्या प्लेटमध्ये दाबलं.

''अरेरे!'' अलमॉन्ट म्हणाला, ''मी अगोदरच इशारा दिला होता. हे बघ मिस्टर हॅकलेट, प्रायव्हटीर असणं हा मान्यताप्राप्त व्यवसाय आहे. उलट लुटारू हे कायदा मोडणारे असतात. कॅप्टन हंटर हा लुटारू आहे, असं तू गंभीरपणाने सुचवतो आहेस का?''

तोंड मटणात बुडलेलं असल्याने हॅकलेटने कसला तरी चमत्कारिक आवाज काढला.

''मिस्टर हॅकलेट, मला काय बोललास ते कळलं नाही.''

''मी नाही असं म्हणालो.''

''तर मग तू कॅप्टन हंटरची माफी मागणं योग्य होईल. तुला काय वाटतं मिस्टर हॅकलेट?''

''मी माफी मागतो कॅप्टन हंटर. माझ्या मनात अनादराचा हेतू नव्हता.''

हंटरने हॅकलेटचं डोकं सोडलं. हॅकलेट नीट बसला आणि तोंडावर सगळीकडे लागलेला मटणाचा रस्सा पुसू लागला.

''हं... तर आता कटु प्रसंग मागे पडला आहे...'' अलमॉन्ट म्हणाला, ''तेव्हा आपण आता गोड पदार्थांचा आस्वाद घ्यायचा का?''

हंटरने टेबलापाशी बसलेल्या सर्वांवर नजर फिरवली. मिस्टर हॅकलेट अजूनही तोंडावर लागलेला रस्सा पुसत होता. मॉर्टन आऽ वासून त्याच्याकडे बघत बसला होता. मिसेस हॅकलेटही हंटरकडेच पाहत होती. तिची आणि त्याची नजरानजर होताच तिने ओठांवरून जीभ फिरवलेली त्याला दिसली.

जेवणानंतर अलमॉन्ट आणि हंटर दोघंच लायब्ररीत बसले होते. ते ब्रॅन्डी पीत होते. हंटर गव्हर्नरसाठी सेक्रेटरी म्हणून काम करण्यासाठी आलेल्या मिस्टर हॅकलेटबद्दल बोलत होता.

''त्याच्यामुळे माझी खूप अडचण होणार आहे,'' अलमॉन्टने हंटरच्या बोलण्याला संमती दाखवली, ''आणि मला वाटतं की, तुझ्याबाबतीत तसंच काहीतरी होणार.''

''तो लंडनला आपल्या विरोधात काही संदेश रवाना तर करणार नाही ना?''

"कदाचित तो तसा प्रयत्न करेल.''

"पण राजाला त्याच्या वसाहतीत काय चालतं हे कळायला हवं.''

"हा प्रत्येकाच्या समजुतीचा प्रश्न आहे,'' अलमॉन्ट म्हणाला, "हं, एक गोष्ट मात्र नक्की आहे. जर प्रायव्हटीर्सच्या मोहिमांमधून राजाला भरपूर कमाई होत राहिली तर राजा त्यांना उत्तेजन देत राहील.''

"पण तरीही अर्ध्या वाट्यापेक्षा कमी काहीही चालू शकणार नाही,'' हंटर घाईघाईने म्हणाला, "मी हे पुन्हा सांगतो. तसं चालूच शकणार नाही.''

"पण जर राजसत्तेने तुझ्या जहाजांची साधनसामग्री दिली आणि खलाशांना शस्त्रं पुरवली तर....''

"नाही. त्याची गरज नाही.''

"गरज नाही? प्रिय हंटर... तुला मातानकेरॉस म्हणजे काय आहे ठाऊक आहे ना? तिथे स्पॅनिशांचा सगळा फौजफाटा सज्ज आहे.''

हंटरने मान डोलावली.

"होय, समोरून केलेला हल्ला कधीच यशस्वी होऊ शकणार नाही. एडमंड्सच्या मोहिमेमधून आपल्याला तो धडा कळला आहे.''

"पण मग आणखी काय पर्याय आहे? मातानकेरॉसचा किल्ला बंदराच्या मुखापाशीच आहे. हा किल्ला प्रथम ताब्यात घेतल्याखेरीज तू खजिन्याचं जहाज घेऊन तिथून बाहेर पडूच शकणार नाहीस.''

"होय. ते खरंच आहे.''

"तर मग?''

"मी बेटाच्या मागच्या बाजूने जमिनीवरून धाड घालावी, असा विचार करतोय.''

"सुसज्ज फौजेविरुद्ध? तिथे किमान तीनशे सैनिक असताना? तू यशस्वी होऊच शकणार नाहीस.''

"उलट असं पाहा...'' हंटर म्हणाला, "आपण जर यशस्वी झालो नाही तर कझाला स्वत:च ते खजिन्याचं जहाज नांगर टाकलेल्या जागीच बुडवून टाकेल.''

"हे मला सुचलं नव्हतं,'' अलमॉन्ट ब्रॅन्डीचा एक घुटका घेत म्हणाला, "मला तुझी योजना सांग.''

७

नंतर बऱ्याच वेळानं कॅप्टन हंटर गव्हर्नरच्या निवासस्थानातून बाहेर पडत असताना मिसेस हॅकलेट हॉलमध्ये शिरली आणि सरळ त्याच्याच दिशेने आली.

"कॅप्टन हंटर...."

"मिसेस हॅकलेट."

"माझ्या नवऱ्याच्या माफ न करण्याजोग्या वागण्याबद्दल मी माफी मागते."

"त्याची आवश्यकता नाही, मिसेस हॅकलेट."

"उलट कॅप्टन मला वाटतं की, माफी मागणं फार फार गरजेचं आहे. तो खरोखरच फार मूर्ख आणि गावंढळ माणसासारखा वागला."

"मादाम, तुमच्या नवऱ्याने लगेचच एखाद्या सभ्य गृहस्थाप्रमाणे माफी मागितली आहे आणि तो विषय तिथेच संपला." हंटरने बोलणं संपवण्यासाठी मान डोलावली आणि म्हणाला, "गुड इव्हिनिंग...."

"कॅप्टन हंटर...."

हंटर दरवाजात थबकला आणि त्याने मागे वळून पाहिलं, "बोला मादाम."

"कॅप्टन, तुम्ही फार आकर्षक आहात."

"आणि मादाम, तुम्ही फार देखण्या आहात... आपल्या पुढच्या भेटीची मी अगदी आतुरतेने वाट पाहीन."

"मीदेखील कॅप्टन." हंटर बाहेर पडला.

मिस्टर हॅकलेटनं आपल्या बायकोकडे लक्ष दिलं, तर बरं असा विचार त्याच्या मनात आला.

हंटरने हे या अगोदर घडलेलं पाहिलं होतं. इंग्लंडमधल्या खेडेगावात वाढलेल्या या बाईनं दरबारात थोडीफार मौजमजा अनुभवली असणार. त्या वेळी मिस्टर हॅकलेटनं तिकडे काणाडोळा केला असणार याची त्याला खात्री होती आणि आता घरापासून दूर, तिथल्या वर्गविभागणीच्या नियमांपासून मुक्त अशा इंडिज भागात आल्यानंतर तिचं मन चाळवलं आणि म्हणूनच... हंटरने हे असं घडताना पाहिलं होतं.

हंटर निवासस्थानापासून दूर, एका दगड बसवलेल्या रस्त्याकडे निघाला. त्याला वाटेत भटारखान्याची इमारत दिसली. त्यात दिवे लागलेले होते. जमैकातल्या उष्ण हवामानामुळे सगळीकडेच भटारखाने वेगळ्या ठिकाणी असत. भटारखान्याच्या उघड्या खिडकीमधून त्याला जेवण वाढणारी सोनेरी केसांची मुलगी दिसली. त्याने तिच्याकडे पाहून हात हलवला. त्या पोरीनेही हात हलवून प्रतिसाद दिला आणि ती पुन्हा आपल्या कामाला लागली.

मिसेस डेनबीच्या खानावळीपाशी एक अस्वल बांधलेलं होतं. पोरं त्या अभागी प्राण्याला दगड मारत हसत-खिदळत होती. बांधलेल्या भरभक्कम साखळीला तोडायचा प्रयत्न करत गुरगुराट करणाऱ्या अस्वलाला पाहून पोरं अचकट-विचकट ओरडत होती. तिथे काही वेश्याही जमा झाल्या होत्या. त्या अस्वलाला काठीने तडाखे मारत होत्या. हंटरने या सगळ्याकडे दुर्लक्ष केलं आणि तो खानावळीत शिरला.

एका कोपऱ्यात एकच हात असणारा ट्रेन्चर दारू पित बसला होता. हंटरने त्याला बाजूला घेतलं.

"काय प्रकार आहे कॅप्टन?" ट्रेन्चरने आतुर होऊन विचारलं.

"तू माझ्यासाठी काही माणसं शोधून काढायची आहेत."

"आणि ती कोण असतील कॅप्टन?"

"लझ्रू, मिस्टर एन्डर्स, सॅन्सन आणि मूर." ट्रेन्चर हसला.

"कॅप्टन, तुला हे सगळे इथं यायला हवे आहेत का?"

"नाही. फक्त हे सगळे कुठे आहेत त्याचा पत्ता काढ आणि मला सांग. मी त्यांची गाठ घेईन. बरं, व्हिस्पर कुठे आहे?"

"द ब्ल्यू गोटमध्ये," ट्रेन्चर म्हणाला, "मागच्या खोलीत."

"आणि ब्लॅक आय कुठं आहे? फॅरो स्ट्रीटवर की काय?"

"बहुधा असावा. बरं, तुला ज्यूदेखील हवा आहे का?"

"सध्या मी एवढंच म्हणेन की, माझा तुझ्या जीभेवर विश्वास आहे. ती फार

चालवू नकोस.''

"कॅप्टन, तू मला नेशील का?''

"तू सांगितलं तेवढंच केलंस तर.''

"मी शपथ घेऊन सांगतो कॅप्टन –''

"तर मग जरा नीट राहा.'' हंटर असं म्हणून खानावळीतून बाहेर पडला आणि पुन्हा चिखलात भरलेल्या रस्त्यावरून चालू लागला.

दिवसाप्रमाणे रात्रीही गरम होत होतं आणि वारा अजिबात नव्हता. हंटरला कुठंतरी लांब गिटार वाजवल्याचा आणि कोणीतरी दारूच्या नशेत हसल्याचा आवाज आला. मग एक गोळी चालल्याचाही आवाज त्याच्या कानावर आला. हंटर रिज स्ट्रीटवरून द ब्ल्यू गोटकडे निघाला.

पोर्ट रॉयलमध्ये बंदराच्या भोवती वेगवेगळ्या वस्त्या होऊन काही भाग आपोआप तयार झाले होते. धक्क्याच्या जवळ खानावळी, गुत्ते, जुगाराचे अड्डे आणि कुंटणखाने होते. पण पाण्याच्या जवळ असलेल्या या भागापेक्षा मागचे रस्ते बरेच शांत होते. इथे बेकरी, वाणसामानाची दुकानं होती. तसंच या भागात फर्निचर बनवणारे कारागीर, जहाजावरच्या वस्तूंची दुरुस्ती करणारे लोक, लोहार आणि सोनार वगैरेंची वस्ती होती. या भागाच्या आणखी मागे आखाताच्या दक्षिणेला काही बऱ्यापैकी प्रतिष्ठित खानावळी आणि खासगी निवासस्थानं होती. द ब्ल्यू गोट ही अशीच एक प्रतिष्ठा असणारी खानावळ होती.

हंटर आत शिरला. टेबलापाशी दारू पित बसलेल्या सभ्य गृहस्थांकडे पाहून त्याने मान झुकवली. त्या ठिकाणी पोर्ट रॉयलमधला उत्कृष्ट डॉक्टर मिस्टर पर्किन्स, कौन्सिलचा एक सभासद मिस्टर पिकरिंग, ब्राईडवेल तुरुंगाचा बेलीफ आणि असे अनेक प्रतिष्ठित, सभ्य गृहस्थ हंटरला दिसले.

सर्वसाधारणपणे कोणत्याही साध्या प्रायव्हटीर खलाशाला द ब्ल्यू गोटमध्ये प्रवेश नव्हता. पण हंटरचं मात्र चांगलं स्वागत केलं जात असे. प्रायव्हटीर्सच्या धाडींमुळे पोर्ट रॉयलमधल्या अर्थकारणाला गती मिळत असल्यानेच असं घडत होतं. हंटर हा अतिशय कुशल आणि धाडसी कॅप्टन होता. त्यामुळेच तो पोर्ट रॉयलमधल्या समाजात एक महत्त्वाचा सदस्य बनला होता. गेल्या वर्षी त्याने त्याच्या तीन जहाजांनी केलेल्या मोहिमेत तीन लाखापेक्षा जास्त डब्ल्यून* किमतीचं घबाड आणलं होतं. यामधली बरीचशी रक्कम या सभ्य गृहस्थांच्या खिशात पोहोचली होती. साहजिकच त्यांनी हंटरचं यथोचित स्वागत केलं.

**डब्ल्यून (Doubloon) : डब्ल्यून हे सोन्याचे नाणे असून ते १६व्या शतकापासून १९व्या शतकापर्यंत प्रचलित होते. शुद्ध सोन्यापासून बनवलेले हे स्पॅनिश नाणे दक्षिण आणि मध्य अमेरिकेत वापरले जाई.*

परंतु द ब्ल्यू गोट चालवणाऱ्या मिस्ट्रेस विकहॅमनं मात्र त्याचं थंड स्वागत केलं. ही विधवा बाई गेल्या काही वर्षांपासून व्हिस्परची रखेल म्हणून राहत होती. हंटरला तिथे आलेला पाहून तो व्हिस्परलाच भेटायला आला आहे, हे तिच्या लक्षात आलं. तिने अंगठा उडवला आणि म्हणाली, ''तिकडे कॅप्टन.''

''धन्यवाद, मिस्ट्रेस विकहॅम.''

हंटर सरळ मागच्या बाजूला गेला आणि खोलीच्या दारावर टकटक केलं. मग आतून काहीही प्रतिसाद न आलेला पाहून त्याने दार ढकललं. आतला माणूस काही प्रतिसाद देणार नाही, याची त्याला कल्पना होतीच.

खोलीत एका मेणबत्तीचा प्रकाश वगळता अंधार होता. हंटरने अंधाराला डोळे सरावण्यासाठी डोळ्यांची उघडझाप केली. त्याला करकर असा तालबद्ध आवाज ऐकू आला. अखेर त्याला दिसलं की, व्हिस्पर एका झुलत्या खुर्चीत कोपऱ्यात बसला होता. त्याच्या हातातलं उत्कृष्ट पिस्तूल त्याने हंटरच्या पोटावर रोखलं होतं.

''गुड इव्हिनिंग व्हिस्पर.''

''गुड इव्हिनिंग कॅप्टन हंटर,'' व्हिस्पर खिसफिस केल्याप्रमाणे खर्जातल्या आवाजात म्हणाला, ''तू एकटाच आहेस का कॅप्टन?''

''होय.''

''तर मग आत ये.'' असं म्हणून व्हिस्परने बाजूच्या पिंपाकडे बोट दाखवलं, ''घोटभर किल-डेव्हील चालेल का?'' हंटरने पिंपाकडे पाहिलं. त्याचा टेबलासारखा उपयोग केला होता. त्यावर काही ग्लास आणि रमची एक छोटी बाटली होती.

''धन्यवाद, व्हिस्पर.''

व्हिस्परने दोन ग्लासांमध्ये बाटलीतली गडद तपकिरी रंगाची रम ओतली. आता अंधाराला डोळे सरावल्यामुळे त्याला व्हिस्पर नीट दिसत होता.

व्हिस्पर हा आडदांड शरीरयष्टी असणारा धिप्पाड माणूस होता. त्याचं खरं नाव कोणालाच ठाऊक नव्हतं. एकेकाळी प्रायव्हटीर कॅप्टन म्हणून त्यानं भरपूर नाव कमावलं होतं. मग तो एडमंड्सबरोबर मातानकेरॉसच्या धाडीसाठी गेला होता. त्या मोहिमेत एकटा व्हिस्परच वाचला होता. कझालाने त्याला पकडल्यावर त्याचा गळा चिरून त्याला मरणासाठी फेकून दिलं होतं. कसा कोण जाणे पण व्हिस्पर वाचला. पण त्याच्या आवाजावर परिणाम झाला होता. हनुवटीखालचा मोठा व्रण आणि खर्जातला आवाज या त्या वेळच्या दोन खुणा होत्या.

पोर्ट रॉयलला परतल्यापासून व्हिस्पर या मागच्या खोलीमध्ये दडून बसला होता. खरं म्हणजे तो चांगला धष्टपुष्ट होता. पण त्याच्यामधला कणखरपणाच संपून गेल्यामुळे तो घाबऱ्या स्वभावाचा झाला होता. तो एवढा भेदरट होऊन बसला

होता की, हातात एक आणि बाजूला एक शस्त्र असल्याखेरीज तो क्षणभरदेखील राहत नसे. आत्तादेखील झुलत्या खुर्चीत बसलेला असताना हंटरला त्याच्या हाताला लागेल असं ठेवलेलं धारदार शस्त्र दिसलं.

"ती इथे येण्याचं कारण काय? मातानकेरॉस की काय कॅप्टन?"

हंटर बहुधा त्याच्या प्रश्नामुळे दचकला असावा. कारण त्यानंतर व्हिस्पर जोराने हसू लागला. कानाला कर्कश वाटणारं व्हिस्परचं हसणं ऐकून अंगावर काटा येत असे. हसताना डोकं मागे गेल्यानंतर त्याच्या मानेवरचा व्रण स्पष्ट दिसला.

"मी तुला चकित केलं. होय की नाही कॅप्टन?"

"व्हिस्पर... आणखी कोणाला हे माहीत आहे का?"

"काही जणांना आहे." व्हिस्पर फिसफिस असा आवाज काढत म्हणाला, "म्हणजे काही जणांना तसा संशय आहे, पण त्यांना नेमकं काही माहीत नाही. मी मात्र कॅप्टन मॉर्टनची कहाणी ऐकली आहे."

"ओ, हो...."

"तू तिकडं जाणार आहेस का कॅप्टन?"

"व्हिस्पर... मला मातानकेरॉसबद्दल सांग."

"तुला नकाशा हवा आहे?"

"होय."

"पंधरा शिलींग?"

"दिले समज." हंटर म्हणाला.

या व्हिस्परशी चांगले संबंध राहावेत आणि त्याचं तोंड गप्प राहावं म्हणून हंटर वीस शिलींग द्यायलाही तयार झाला असता. तसं केलं तर आणखी पाच शिलींग मिळाल्यामुळे व्हिस्परवर आणखी जबाबदारी पडली असती. ही रक्कम दिल्यानंतरही तो मातानकेरॉसबद्दल आणखी कोणाशी काही बोलला, तर हंटर त्याला ठार करेल याची व्हिस्परला कल्पना होती.

व्हिस्परने कुठून तरी एक मेणकापड आणि कोळशाचा तुकडा आणला. पायांवर मेणकापड ठेवून तो भराभरा नकाशा रेखाटू लागला. "मातानकेरॉस या शब्दाचा डोनिश बोलीभाषेतला अर्थ 'कत्तल' असा आहे. या बेटाचा आकार 'यू' अक्षरासारखा आहे. बंदराचं मुख पूर्वदिशेला आहे. या ठिकाणी...."

"व्हिस्परने यू आकाराच्या डाव्या बाजूला बोटाने एक जागा दाखवली," या ठिकाणाला 'पुन्ता मातानकेरॉस' म्हणतात. याच जागी कझालाने किल्ला बांधला आहे. पाण्याच्या पातळीपासून तो पन्नास पावलांपेक्षा कमी उंचीवर आहे."

हंटर व्हिस्परकडे बघत होता. त्याने किल-डेव्हील रमचा एक घोट घेतला.

"ह्या किल्ल्याला आठ बाजू आहेत. भिंती दगडाच्या असून तीस फूट उंच

आहेत. आत स्पॅनिश सैनिक आहेत.''

''किती असतील?''

''काही जण म्हणतात दोनशे. तर काही जण तीनशे आकडा सांगतात. मी चारशे आकडाही ऐकला आहे. पण मला ते खरं वाटत नाही.'' हंटरने मान डोलावली. आपण तीनशे आकडा धरायला हवा असं तो मनाशी म्हणाला.

''बरं, आणि तोफांचं काय?''

''तोफा किल्ल्याच्या फक्त दोन बाजूला आहेत. काही तोफा सरळ पूर्वेकडे रोखलेल्या आहेत. तर तोफांची दुसरी बॅटरी दक्षिण बाजूला बंदराच्या मुखापाशी आहे.''

''या तोफा कोणत्या प्रकारच्या आहेत?''

व्हिस्परचं बोललेलं ऐकणं अंगावर काटा उभं करणारं होतं.

''हे तर फारच रंजक आहे, कॅप्टन हंटर. त्या कुलेब्रिनास प्रकारच्या आहेत. ओतीव पितळी, चोवीस पौंडाच्या.''

''किती असतील?''

''दहा. कदाचित बारा.''

ही गोष्ट रंजक आहे, असं हंटरला वाटलं. इंग्लिश लोक 'कल्व्हेरिन' असं म्हणत असणाऱ्या कुलेब्रिनास प्रकारच्या तोफा प्रचंड मारक क्षमतेच्या होत्या असं मात्र नाही. त्या आता कोणीही जहाजांवर बसवत नव्हतं. त्याऐवजी सगळी राष्ट्रे आपल्या लढाऊ जहाजांसाठी आखूड लांबीच्या तोफा जास्त पसंत करत असत.

कल्व्हेरिन प्रकारच्या तोफा आता जुनाट मानल्या जात. त्यांची लांबी पंधरा फूट असे आणि वजन दोन टनांपेक्षा जास्त. पण लांब नळीमुळे लांब अंतरापर्यंत मारा करायला त्या फारच अचूक ठरत. त्यांचा गोळा फार वजनाचा असला तरी त्या भरायला फार सोप्या होत्या. जर गोलंदाज चांगला प्रशिक्षित असेल तर या तोफेतून दर मिनिटाला एक गोळा सोडता येत असे.

''हं, म्हणजे तयारी चांगली आहे तर.'' हंटर मान डोलावत म्हणाला, ''बरं, तोफदलाचा मुख्य कोण आहे?''

''बोस्क्वे.''

''मी त्याचं नाव ऐकलेलं आहे,'' हंटर म्हणाला, ''रिनाऊन जहाज बुडवलं ते यानेच की काय?''

''होय. तोच तो.''

''याचा अर्थ तिथले गोलंदाज चांगले अनुभवी आहेत,'' हंटर कपाळाला आठ्या घालत म्हणाला.

"व्हिस्पर... या कल्व्हेरिन तोफा एका जागी पक्क्या बसवलेल्या आहेत का नाहीत, याची तुला काही कल्पना आहे का?"

व्हिस्पर खुर्चीत मागे-पुढे झुलत काही क्षण गप्प राहिल्यावर म्हणाला, "तू मूर्ख आहेस, कॅप्टन हंटर."

"तो कसा काय?"

"तू जमिनीच्या बाजूने हल्ला करायची योजना आखतो आहेस ना?"

हंटरने मान डोलावली.

"ही कधीच यशस्वी होणार नाही." नकाशा तर बोटांनी टकटक करत व्हिस्पर म्हणाला," एडमंड्सने देखील असाच विचार केला होता. पण बेट बघितल्यानंतर मात्र त्याने तो विचार बदलला. "हे बघ..." व्हिस्पर नकाशावर एका जागी बोट ठेवत म्हणाला, "तू या किनाऱ्यावर उतरलास तर तुला या ठिकाणी असलेल्या छोट्या बंदराचा वापर करता येईल. पण तिथून त्या बेटावरच्या मुख्य बंदराकडे जमिनीवरून पोहोचायचं असेल, तर तुला लेरेस रीज ओलांडून पलीकडे पोहोचावं लागेल."

हंटर किंचित उतावळेपणानं म्हणाला, "ही रीज ओलांडणं अवघड आहे का?"

"जवळजवळ अशक्य. सामान्य माणसांना ते करणं शक्य नाही. या ठिकाणापासून जमीन हळूहळू उंच होत जाते. इथं उंची पाचशे फुटांपेक्षा जास्त आहे. मुख्य म्हणजे तिथे अतिशय उष्ण असं घनदाट जंगल आहे आणि काही ठिकाणी दलदल आहे. तिथं गोडं पाणी अजिबात नाही. तिथे पहारेकरी असतील. जर तुम्ही पहारेकऱ्यांना दिसला नाहीत आणि निरनिराळ्या तापांमुळे मरून पडला नाहीत, तर तुम्ही रीजच्या पायथ्यापाशी पोहोचता. लेरेस रीजची पश्चिम बाजू म्हणजे तीनशे फूट उंचीचा सलग ताशीव कडा आहे. या ठिकाणी पक्ष्यांनाही बसता येत नाही. तिथे वाऱ्याचा वेग वादळात असतो तसा आहे."

"समजा मी ही रीज चढून गेलो. पुढे काय?"

"पूर्व बाजूला उतार सौम्य असल्याने काहीही अडचण येणार नाही. पण तुम्ही लोक रीजच्या पूर्व बाजूपर्यंत पोहोचणारच नाही, हे मी ठामपणे सांगतो."

"पण मी जर पोहोचलो तर मातानकेरॉसच्या तोफांचं काय?"

व्हिस्परने खांदे उडवले.

"तोफांचा रोख पाण्याकडे आहे कॅप्टन. कझाला मूर्ख नाही. जमिनीच्या बाजूने हल्ला करता येणं अशक्य आहे, याची त्याला कल्पना आहे."

"प्रत्येक गोष्टीला पर्याय असतोच."

व्हिस्पर खुर्चीत काही वेळ झुलत राहिल्यावर म्हणाला, "नाही, कॅप्टन. तसं

नेहमीच होत नाही.''

डॉन दिएगो दी रमानो उर्फ ब्लॅक आय हा माणूस नुसता ज्यू या नावाने ओळखला जाई. फॅरो स्ट्रीटवरच्या त्याच्या दुकानात तो टेबलावर वाकून काहीतरी पाहत होता. नीट दिसावं म्हणून त्याने डोळे किलकिले करून बोटांमध्ये धरलेल्या मोत्याकडे पाहिलं. त्याच्या डाव्या हाताला अंगठा आणि मधलं बोट ही दोनच बोटं उरली असल्याने त्याला त्याच बोटांमध्ये धरणं भाग होतं.

''हा मोती उत्कृष्ट दर्जाचा आहे.'' हंटरच्या हातावर मोती ठेवत ज्यू म्हणाला, ''हा तू स्वत:जवळ ठेव असा सल्ला मी देईन.''

ब्लॅक आय उर्फ ज्यू सतत डोळ्यांची उघडझाप करत होता. त्याचे एखाद्या सशासारखे लालसर डोळे चांगलेच अधू झालेले होते. त्याच्या डोळ्यांमधून सतत अश्रू वाहत असत. ते अधूनमधून पुसणं हे त्याचं एक कामच होऊन बसलं होतं. त्याच्या उजव्या डोळ्यांत बाहुलीपाशी एक मोठा काळा डाग होता. म्हणूनच त्याला 'ब्लॅक आय' हे टोपणनाव मिळालं होतं.

''मी तुला मोत्याबद्दल हे सांगावं असं नाही. होय ना हंटर?''

''तसं नाही डॉन दिएगो.''

ज्यूनं मान डोलावली आणि तो बाकावरून उठला. त्याने मग पुढे जाऊन रस्त्यावर उघडणारा दरवाजा बंद करून घेतला. त्याने खिडकीदेखील लावून घेतली आणि मग तो हंटरकडे वळला, ''हं... बोल.''

''तुझी तब्येत ठीक आहे ना डॉन दिएगो?''

''माझी तब्येत... माझी तब्येत... अं...,'' डॉन दिएगोने हात खिशात खुपसले. ''माझी तब्येत नेहमीसारखीच आहे आणि हंटर, हे तुला सांगायला माझी गरज नाही....''

''तुझं हे दुकान कसं चाललंय?'' हंटरने विचारलं.

त्याची नजर टेबलावर ठेवलेल्या सोन्याच्या दागिन्यांकडे गेली. ज्यू या दुकानातून गेली दोन वर्षं दागिन्यांची विक्री करत होता.

ज्यू खाली बसला. त्याने हंटरकडे बघून दाढी खाजवली. डोळ्यांत जमा झालेलं पाणी पुसून तो म्हणाला, ''हंटर... उगीच वेळ वाया का घालवतोस? काय ते बोलून टाक.''

''माझ्या मनात एक प्रश्न आहे... तू अजून पावडरचं काम करतोस की नाही?''

''पावडर?... पावडर... अं...'' ब्लॅक आय नजर दुसरीकडे वळवत म्हणाला. जणू आपल्याला या शब्दाचा अर्थच समजला नाही असा त्याचा आविर्भाव

होता. ''नाही... मी आत पावडरचं काम करत नाही... विशेषत: हे झालं त्यानंतर.''
त्याने त्याच्या डोळ्याकडे बोट दाखवलं. ''मी आता ते काम करणं बंद केलंय.''

''तुझ्या निर्णयात बदल होऊ शकतो का?''

''कधीच नाही.''

''कधीच नाही हा काळ फार प्रदीर्घ असतो.''

''नाही म्हणजे कधीही नाही, हंटर.''

''अगदी कझालावर हल्ला करण्यासाठीही नाही?''

''कझाला?'' ब्लॅक आय जड स्वरात म्हणाला, ''कझाला तर तिकडे मातानकेरॉसमध्ये आहे आणि त्याच्यावर हल्ला चढवणं शक्य नाही.''

''मी त्याच्यावर हल्ला चढवणार आहे,'' हंटर शांत स्वरात म्हणाला.

''मागच्या वर्षी कॅप्टन एडमंड्स यानेही असंच ठरवलं होतं.'' ब्लॅक आय कडवटपणाने म्हणाला.

त्याच्या मनात आदल्या वर्षीच्या कटू आठवणी जाग्या झाल्या होत्या. त्याचा त्या मोहिमेला थोडाफार पाठिंबा होता. त्यात त्याने गुंतवलेली पन्नास पौंडाची रक्कम वाया गेली होती.

''मातानकेरॉस अजिंक्य आहे हंटर. उतावळेपणाच्या भरात विवेक गमावू नकोस. तो किल्ला जिंकता येणार नाही.'' त्याने गालावर आलेले अश्रू पुसले. मग म्हणाला, ''शिवाय तिथे काहीही नाही.''

''किल्ल्यात नाही. पण बंदरात आहे.''

''बंदरात?'' ब्लॅक आय पुन्हा दूरवर नजर लावत म्हणाला, ''बंदर... म्हणजे... ऑगस्टमधल्या वादळात खजिना नेणारं जे नौस गायब झालं होतं, ते तिथे आहे की काय?''

''त्यामधलंच एक.''

''तुला हे कसं काय माहिती?''

''मला माहीत आहे.''

''एक जहाज?'' ब्लॅक आय आता डाव्या हाताच्या उरलेल्या दोन बोटांनी नाक खाजवू लागला. याचा अर्थ तो विचारात बुडाला आहे हे हंटरच्या लक्षात आलं.

''त्यात बहुधा तंबाखू आणि दालचिनी आहे,'' तो जरा वेळाने हताशपणे म्हणाला.

''त्यात बहुधा मोती आणि सोनं भरलेलं आहे. नाहीतर ते थेट स्पेनला गेलं नसतं का? ते कोणी ताब्यात घेऊ नये म्हणूनच तर ते मातानकेरॉसच्या संरक्षणात उभं आहे.''

''शक्य आहे... शक्य आहे....''

हंटर ब्लॅक आय उर्फ ज्यूकडे बारकाईने बघत होता. हा माणूस अव्वल नट आहे, याची त्याला कल्पना होती.

"समजा, तुझं म्हणणं खरं आहे असं मानलं तरी मला त्यात जराही रस नाही. मातानकेरॉसच्या बंदरात उभं असणारं जहाज प्रत्यक्ष केडिझ बंदरात असल्यासारखंच सुरक्षित मानायला हवं. किल्ला जिंकणं शक्य नाही."

"ते खरं आहे," हंटर म्हणाला, "पण तोफा नष्ट करून टाकल्या जाऊ शकतात. अर्थात तुझी तब्येत ठीक असेल आणि तू अजून पावडरचं काम करत असशील तरच हे शक्य आहे म्हणा."

"तू मला उगीच जास्त भाव देतो आहेस, झालं."

"मी तसं करत नाही याची तुला खात्री देतो."

"पण माझ्या तब्येतीचा यात काय संबंध?"

"माझी योजना खडतर आहे." डॉन दिएगोच्या कपाळावर आठ्या पडल्या.

"म्हणजे मी मोहिमेवर तुझ्याबरोबर यावं अशी तुझी इच्छा आहे की काय?"

"अर्थातच. नाहीतर तुला काय वाटलं?"

"मला वाटलं की, तुला काही रक्कम हवी आहे... मी मोहिमेवर यायलाच हवं का?"

"ते आवश्यकच आहे डॉन दिएगो."

"कझालावर हल्ला करण्यासाठी!" ब्लॅक आय एकदम जागच्या जागी उडी मारत म्हणाला आणि जोरजोरानं येरझाऱ्या घालू लागला.

"गेली दहा वर्षं मी दररोज रात्री त्याच्या मरणाची स्वप्नं पाहतोय हंटर, गेली दहा वर्षं!" तो थबकला आणि हंटरकडे पाहत म्हणाला, "तुझ्याजवळही काही खास कारण आहे की काय?"

"आहे."

"पण खरोखरंच तसं करता येईल? खरंच?"

"होय, डॉन दिएगो."

"तर मग मला तुझा काय बेत आहे तो ऐकायला आवडेल," तो आता एकदम उत्तेजित झाला होता, "आणि मला तुला कसली पावडर हवी आहे ते कळू दे."

"मला एका शोधाची अपेक्षा आहे," हंटर म्हणाला, "एक सध्या अस्तित्वात नसलेली वस्तू बनवायची आहे."

ज्यूने गालावर साचलेले अश्रू पुसले, "हं, बोल."

सर्जन-न्हावी असणाऱ्या मिस्टर एन्डर्स याने त्याच्या रुग्णाच्या मानेला काळजीपूर्वक जळू चिकटवली. खुर्चीत मागे मान ठेवून बसलेल्या माणसाच्या तोंडावर एक टॉवेल टाकला होता. जळू त्याच्या त्वचेला चिकटताच त्या माणसाच्या तोंडून एक हलका चित्कार बाहेर पडला. लगेचच जळू फुगू लागली. मिस्टर एन्डर्स स्वत:शी काहीतरी गुणगुणत होता.

"हं... आता झालंच. काही क्षणातच तुला आराम वाटू लागेल. तुला चांगला श्वासोश्वासही करता येईल. मग एक-दोन जणींना खूशदेखील करता येईल. बरं, मी आता जरा बाहेर मोकळ्या हवेत जातो," त्याने असं म्हणून रुग्णाच्या टॉवेलखालच्या गालावर गमतीने चापट मारली. "आलोच बघ एक मिनिटात."

मिस्टर एन्डर्स त्याच्या दुकानाबाहेर आला. कारण, बाहेर उभा राहून हंटर त्याला खुणावत होता, हे त्याने पाहिलं होतं. मिस्टर एन्डर्स हा बुटका आणि चपळाईने हालचाल करणारा माणूस होता. तो जणू चालत नसून नाचतोच आहे की काय असं वाटायचं. पोर्ट रॉयलमध्ये त्याचा व्यवसाय बऱ्यापैकी चालायचा, पण बऱ्यापैकीच. कारण, त्याचं काम इतर सर्जनप्रमाणे नव्हतं. त्याचे रुग्ण त्याच्या उपचारांमुळे जिवंत राहायचे. जरी त्याचा हा व्यवसाय असला तरी त्याचं खरं प्रेम पायलट म्हणून एखादं जहाज हाकारण्यावर होतं. तो एक प्रकारे सागरी कलाकार होता. तो आणि त्याचं जहाज जणू एकरूपच झाले आहेत असं वाटावं एवढ्या कौशल्याने तो काम करायचा.

"तुला केस कापून घ्यायचे आहेत का कॅप्टन?"

"मला कामासाठी माणूस हवा आहे."

"तर मग तुला तुझ्या मोहिमेसाठी सर्जन मिळाला असं समज," एन्डर्स म्हणाला, "बरं... मोहिमेचं स्वरूप काय आहे?"

"लाकूड कापणीचं," हंटर दात काढत म्हणाला.

"मला नेहमीच लाकूड कापायला आवडतं. बरं, हे लाकूड कोणाचं असणार आहे?"

"कझालाचं."

हे नाव ऐकताच एन्डर्सच्या चेहऱ्यावरचा खेळकर भाव लुप्त झाला.

"तू मातानकेरॉसला जातो आहेस?"

"जरा हळू..." कॅप्टन हंटर रस्त्यावर इकडेतिकडे बघत म्हणाला.

"कॅप्टन... कॅप्टन हंटर, आत्महत्या हा देवाच्या लेखी गुन्हा आहे."

"मला तुझी गरज आहे आणि तुला ते माहीत आहे."

"पण आयुष्य फार सुंदर आहे, कॅप्टन."

"तितकंच सोनंही सुंदर आहे."

एन्डर्सच्या कपाळावर आठ्या पडल्या. ज्यू काय किंवा तो काय, पोर्ट रॉयलमधल्या सर्वांनाच हे ठाऊक होतं की, मातानकेरॉसच्या किल्ल्यात सोनं-नाणं काहीही नाही.

"तू स्पष्ट करून सांगितलंस तर बरं."

"मलाही तसंच वाटतंय, पण मी स्पष्ट सांगणार नाही."

"कधी निघायचं आहे?"

"दोन दिवसांच्या आत."

"आणि बुल-बे मध्ये पोहोचल्यावर मला कारण कळेल?"

"मी तसा शब्द देतो."

एन्डर्सनं हात पुढे केला. हंटरने तो आणखी काही न बोलता हातात घेतला. दुकानातून रुग्णाचे वेदनेने कळवळल्याचे आवाज ऐकू आले.

"बिचारा!" असं म्हणून एन्डर्स आत धावला.

मानेपाशी लावलेली जळू चांगलीच फुगून टम्म झाली होती. एन्डर्सने तिला हात लावताच रुग्ण पुन्हा कळवळला.

"हं... आता जरा वेळ गप्प राहा, युवर एक्सलन्सी...."

"तू एक नंबरचा बदमाश आणि हरामखोर लुटारू आहेस!" सर जेम्स तोंडावरचा टॉवेल फेकून देत म्हणाला आणि त्याने मानेपाशी बोटाने दाबून वेदना कमी करायचा प्रयत्न केला.

लझ्झू त्या वेळी लाईम रोडवरच्या एका कुंटणखान्यात होती. तिच्याभोवती काही बायका खिदळत बसल्या होत्या. लेज्य या फ्रेंच नावाचं लझ्झू हे गावठी रूप होतं. कारण या खलाशी पेशाच्या बाईचे डोळे मोठे आणि चमकदार होते. तिला अंधारात इतरांपेक्षा फारच स्वच्छ दिसत असे. अनेकदा उथळ पाण्यात किंवा भोवती धोकादायक कोरल रीफ असताना तिच्या नजरेवर अवलंबून राहून हंटरने त्याचा मार्ग काढला होता. शिडशिडीत बांध्याची आणि एखाद्या मांजरीप्रमाणे चपळ भासणारी लझ्झू विलक्षण कौशल्य असणारी मार्कसमन होती ही आणखी जमेची बाजू होती.

"ओह, हंटर... ये... ये.. इथं आमच्यात सामील हो." एका भरदार छाती असणाऱ्या पोरीच्या अंगाभोवती हात टाकत लझ्झू म्हणाली. बाजूच्या पोरी खिदळत तिच्या केसांशी खेळत होत्या.

"जरा खासगीत बोलायचं आहे, लझ्झू."

"तू इतका वैताग देतोस..." असं म्हणून हसत तिने दोन्ही पोरींचे मुके घेतले,

"पोरींनो, जरा थांबा," असं म्हणून लझ्झू हंटरबरोबर एका कोपऱ्यात गेली.

एका पोरीने किल-डेव्हिलची बाटली आणि दोन ग्लास आणून दिले.

हंटर लझ्झूच्या खांद्यांपर्यंत रूळणाऱ्या केसांकडे आणि दाढीविरहित तोंडाकडे पाहत होता.

"लझ्झू, जास्त प्यायली आहेस का?"

"फार नाही..." लझ्झू गडगडाट केल्याप्रमाणे खिदळत म्हणाली, "बोल, कॅप्टन."

"मी दोन दिवसांत मोहिमेवर जातो आहे."

"अस्सं?" लझ्झू एकदम तल्लख होत म्हणाली. हंटरकडे रोखून बघत तिने विचारलं, "मोहीम? कशासाठी?"

"मातानकेरॉस."

लझ्झू खळखळून हसली. तिच्या सारख्या बारीक चणीच्या शरीरातून असा आवाज निघणं चमत्कारिक वाटत होतं.

"मातानकेरॉसचा अर्थ 'कत्तल' आणि ते नाव अगदी योग्य आहे, असं माझ्या कानावर आलंय."

"तरीदेखील."

"याचा अर्थ तुझं कारण जबरदस्त असणार."

"आहेच."

लझ्झू हंटरकडे निरखून बघत होती.

"तुला या मोहिमेवर बाई हवी आहे?"

"म्हणून तर मी इथे आलोय."

लझ्झू पुन्हा हसली आणि अनवधानाने तिने छोट्या आकाराच्या तिच्या वक्षस्थळांवर हात फिरवला. ती जरी बाई असली तरी पुरुषी पोशाख करून वावरायची आणि तशीच लढायचीही. तिची कहाणी फारच थोड्या जणांना ठाऊक होती आणि हंटर हा त्यामधला एक होता.

लझ्झू ही ब्रिटनीमधल्या एका खलाशाची मुलगी होती. नवरा सागरावर सफरीसाठी गेला असताना तिची आई गरोदर राहिली होती. नंतर तिला मुलगाही झाला, पण तो खलाशी परत कधीच आला नाही. इतकंच नाही, तर परत त्याच्याबद्दल काही कळलंही नाही. पण काही महिने उलटल्यानंतर पुन्हा ती गरोदर राहिल्याचं तिच्या लक्षात आलं. आता याचा बोभाटा होईल या भीतीने तिने तिथून पळ काढला आणि ती दुसऱ्या खेड्यात राहायला गेली. तिथेच लझ्झूचा जन्म झाला.

एक वर्ष उलटल्यानंतर लझ्झूचा भाऊ मरण पावला. दरम्यान जवळची पुंजी संपल्यामुळे लझ्झूची आई तिला घेऊन आपल्या मूळ गावी आईबापांकडे परतली.

आपली बेअब्रू होऊ नये म्हणून तिने लझूला पोराचे कपडे घातले. तिची ही युक्ती एवढी उपयोगी ठरली की, गावातले लोकच नाही तर लझूच्या आजीआजोबांनाही कधी ती पोरगी आहे हे कळलं नाही. लझू त्या गावात एखाद्या पोराप्रमाणेच वाढली. ती तेरा वर्षांची असताना स्थानिक उमरावाची गाडीवान म्हणून तिला कामाला लावलं गेलं. नंतर ती फ्रेंच सैन्यात भरती झाली आणि कित्येक वर्षं सैनिकांच्यामध्ये पुरुष म्हणूनच राहिली. तिची खरी ओळख कोणालाच कधी कळली नाही. पण नंतर मात्र ती एका तरुण अधिकाऱ्याच्या प्रेमात पडली. घोडदलात अधिकारी असलेल्या आपल्या प्रियकराला तिने तिचं गुपित सांगितलं. दोघांचं एकमेकांवर फार गाढ प्रेम होतं. पण त्याने तिच्याशी लग्न मात्र केलं नाही. हे प्रेमप्रकरण संपल्यानंतर लझूने वेस्ट इंडिजचा मार्ग धरला होता आणि इथं ती पुन्हा पूर्वीप्रमाणे पुरुष म्हणून वावरू लागली होती.

पोर्ट रॉयलसारख्या गावात हे गुपित फार काळ तसं राहणं शक्य नव्हतं. लवकरच सगळ्यांनाच ती स्त्री आहे हे माहीत झालं असलं तरी पुरुषी वेशातच वावरायची. पोर्ट रॉयलमध्ये कोणालाही त्याचं काही वाटत नव्हतं. लझू मोठ्यानं हसली.

''मातानकेरॉसवर हल्ला! हंटर तुला वेड लागलंय.''

''तू येणार का तेवढं बोल.''

लझू पुन्हा हसली.

''येते. पण केवळ आणखी करायला काही नाही म्हणून.'' असं बोलून झाल्यावर ती टेबलापाशी खिदळत वाट पाहत थांबलेल्या वेश्यांकडे गेली.

सकाळी-सकाळीच हंटरला मूर पत्त्याचे डाव खेळताना दिसला. यलो स्कॅम्प नावाच्या एका जुगाराच्या अड्ड्यावर तो दोन डच कोर्सरबरोबर ग्लीक खेळत बसला होता.

मूरला 'बस्सा' असंही नाव होतं. आडदांड मूरचं डोकंही चांगलंच मोठं होतं. त्याचे खांदे, छाती आणि दंड यांच्यात जबरदस्त स्नायू होते. त्याच्या अवाढव्य पंजांमध्ये पत्ते फारच किरकोळ आकाराचे वाटत होते. त्याला 'मूर' असं का म्हणत असत, हे कोणालाच ठाऊक नव्हतं. तो कुठून आला आहे, हे त्याला सांगायची जरी इच्छा असली तरी ते अशक्य होतं. कारण हिस्पानोलामधल्या एका स्पॅनिश मळा मालकाने त्याची जीभ कापून टाकली होती. त्याला जरी मूर म्हणत असले तरी तो प्रत्यक्षात मूर नसावा याबद्दल सर्वांना खात्री वाटत होती. नाईल नदीच्या परिसरातल्या नुबिया या वाळवंटी भागातून तो आला असावा, असा सगळ्यांचा अंदाज होता.

त्याचं खरं नाव बस्सा होतं की नाही, हे देखील कोणाला माहीत नव्हतं. गिनीच्या किनाऱ्यावर 'बस्सा' या नावाचं बंदर होतं. गुलामांची जहाजं घेऊन जाणारे काही वेळा या बंदरात थांबत असत. पण त्या भागातले लोक कमी काळे आणि अगदी हडकुळे असल्याने मूर तिथलाही नसावा. याबद्दल पोर्ट रॉयलमध्ये सर्वसाधारण एकमत होतं. बोलता येत नसल्याने मूरला हातवारे करूनच इतरांशी संवाद साधावा लागे. पण त्यामुळे त्याच्याबद्दल लोकांचं मत आणखीनच चमत्कारिक होत असे. पोर्ट रॉयलमध्ये नव्याने येणाऱ्यांपैकी बऱ्याच जणांना तो मुका आणि मतिमंदही वाटायचा. हंटर त्या वेळी पत्त्यांचा डाव पाहत असताना त्याला आताही तसंच होत असावं, असं वाटलं. त्याने वाईनचा मोठा जग भरून घेतला आणि बाजूच्या टेबलापाशी जाऊन गंमत बघण्यासाठी आरामात बसला.

डच माणसं चांगलीच दिखाऊ वाटत होती. त्यांनी उत्तम होज आणि भरतकाम केलेले रेशमी अंगरखे परिधान केले होते. ते भरपूर पित होते. मूर पित नव्हता. त्याच वेळी नाही, तर तो कधीच दारू पित नव्हता. त्याला दारू सहन होत नाही, असं बोललं जाई. एकदा म्हणजे त्याने दारूच्या नशेत नुसत्या हातांनी पाच जणांना ठार मारलं होतं, असं काही जण सांगत. मगच म्हणे शुद्धीवर आला होता. ही गोष्ट खरी की खोटी हा भाग वेगळा. पण त्याची जीभ कापणाऱ्या त्या स्पॅनिश मळा मालकाला त्याने ठार केलं होतं हे खरं. इतकंच नाही तर त्याने त्याच्या बायकोला आणि घरातल्या निम्म्या जणांना खलास केलं होतं आणि मग तो सागरी चाच्यांच्या ताब्यात असणाऱ्या हिस्पानोलावरच्या एका बंदरात निसटून गेला होता आणि अखेर तिथून पोर्ट रॉयलला पोहोचला होता.

डच माणसं पत्त्यांवर रक्कम लावताना हंटर बघत होता. दारूच्या धुंदीत ती डच माणसं हसत-खिदळत बेपर्वाई दाखवत जुगारात मग्न झाली होती. मूर मात्र तोंडावर काहीही न दाखवता शांतपणाने खेळत होता. त्याच्यासमोर सोन्याच्या नाण्यांचा एक छोटा ढिगारा पडला होता. ग्लीकच्या खेळाला वेग असल्याने उगीच गमतीखातर बोली लावायला या खेळात संधी नव्हती. हंटर बघत असताना मूरने तीन पत्ते उपडे केले. ते सारखेच आहेत हे त्याने इतरांना दाखवलं आणि समोरचा ढिगारा स्वतःजवळ ओढला.

सगळे जण एकदम स्तब्ध होऊन काही क्षण पाहत राहिले. मग मात्र डच माणसं एकदम निरनिराळ्या भाषेत 'फसव्या!' असं जोरात ओरडली. पण मूरने फक्त शांतपणाने नकारार्थी मान हलवली आणि समोरची नाणी खिशात टाकली.

डच माणसांना आणखी एक डाव खेळायचा होता. पण त्यांच्याजवळ बोली लावायला काहीही शिल्लक नाही असं मूरनं हावभाव करून दाखवलं. आता डच माणसं एकदम तावातावात काहीतरी ओरडत मूरकडे बोट दाखवू लागली. पण मूर

अजूनही शांत होता. तिथे आलेल्या पोऱ्याला त्यानं सोन्याचं एक डब्ल्यून नाणं बक्षीस म्हणून दिलं आणि त्याने डच माणसांकडे दुर्लक्ष केलं.

डच माणसांनी मूरनं दिलेलं ते सोन्याचं नाणं पाहिलं होतं. पण त्यांना त्याचा खरा अर्थ कळला नव्हता. जुगाराच्या अड्ड्याला काही वेळानं जे नुकसान सहन करावं लागणार होतं त्याची भरपाई तो अगोदरच करून ठेवत होता. पोऱ्याने नाणं घेतलं आणि तो सुरक्षित अंतरावर जाऊन उभा राहिला.

डच माणसं आता उठून उभी राहिली होती आणि हातवारे करून ती मूरला शिवीगाळ करत होती. मूर अजून टेबलापाशी बसून होता. त्याचा चेहरा कोरा असला तरी त्याचे डोळे मात्र दोघा डच माणसांकडे आळीपाळीने रोखून पाहत होते. डच माणसं आता आणखी चिडलेली दिसली. हात पुढे करून ते दोघं मूरला रक्कम परत करण्यासाठी धमकावत होते. मूर फक्त मान हलवत बसून राहिला.

अचानक एका डच माणसाने कट्यार बाहेर काढली आणि मूरच्या नाकापासून अवघ्या काही इंचावर नेऊन ती नाचवत तो त्याला धमकावू लागला. तरीही मूर शांतच होता. त्याने त्याचे दोन्ही हात टेबलावर समोर ठेवले होते आणि तो अजिबात हालचाल न करता बसून फक्त बघत होता.

आता दुसऱ्या डच माणसाने पट्ट्यामधून पिस्तूल बाहेर काढलं. ते बघताच मात्र मूरने एकदम हालचाल केली. त्याचा मोठा काळा पंजा पुढे आला आणि त्याने डच माणसाच्या हातातली कट्यार गच्च धरली आणि ती इतक्या जोरात ओढली की, कट्यारीचं पातं टेबलाच्या पृष्ठभागात जोरात घुसलं. पाठोपाठ त्याने दुसऱ्या डच माणसाच्या पोटात एवढा जोरात ठोसा मारला की, त्या दणक्याने त्याच्या हातातलं पिस्तूल खाली पडलं. तो एकदम कंबरेत वाकला आणि जोराने खोकू लागला. मूरने लगेचच त्याच्या तोंडावर लाथ मारली. त्या धक्क्याने तो डच माणूस कोलांट्या खात खोलीत पलीकडच्या भिंतीवर जाऊन आदळला. आता मूर पहिल्या डच माणसाकडे वळला. भीतीने त्याचे डोळे मोठे झाले होते. मूरने त्याला बखोटीला धरून डोक्यापेक्षा उंचावर धरलं. त्याला तसाच घेऊन तो दरवाजापाशी गेला आणि त्याला रस्त्यावर फेकून दिलं. डच माणूस रस्त्यावरच्या घाणीत धपकन पडला.

मूर खोलीत परत आला. त्याने टेबलात घुसलेली कट्यार उपसून बाहेर काढली आणि ती स्वत:च्या कंबरेच्या पट्ट्यात लटकवली. मग तो हंटरजवळ आला आणि इतक्या वेळाने पहिल्यांदाच हसला.

''नवीन माणसं –'' हंटर म्हणाला.

मूर दात विचकत हसला आणि त्याने मान डोलावली. मग त्याने प्रश्नार्थक चेहऱ्याने हंटरकडे नजर टाकली.

''मी तुला भेटायला आलोय.''

मूरने खांदे उडवले.

''आम्ही दोन दिवसांत बाहेर पडणार आहोत.''

मूरने ओठ वळवले. त्याच्या तोंडातून 'ऑ?' असा आवाज बाहेर पडला.

''मातानकेरॉस,''

मूरच्या चेहऱ्यावर वैतागाचे भाव दिसले.

''तुला यात रस नाही?''

मूरने गंभीर चेहऱ्याने गळ्याजवळ बोटाने कापल्याची खूण केली.

''मी तुला सांगतो – हे करणं शक्य आहे. बरं, तुला खूप उंच जागी भीती वाटते का?''

मूरने हातावर हात ठेवला आणि नकारार्थी मान हलवली.

''मी जहाज पकडण्याबद्दल बोलत नाही. मी उंच कड्याबद्दल बोलतोय. तीनशे चारशे फूट उंच कडा.''

मूरने कपाळ खाजवलं. मग तो जरा वेळ छताकडे पाहत राहिला. तो मनातल्या मनात कडा किती उंच असावा याचा अंदाज घेत होता. मग त्याने मान डोलावली.

''तुला शक्य आहे ना?''

मूरने पुन्हा मान डोलावली.

''खूप जोराचा वारा असतानादेखील?''

मूरने पुन्हा मान डोलावलेली पाहिल्यानंतर हंटर म्हणाला, ''तर मग तू आमच्याबरोबर येऊ शकतोस.''

हंटर जाण्यासाठी उठला. पण मूरने त्याला पुन्हा जागीच दाबून बसवलं. मग त्याने खिशातली नाणी खुळखुळवली आणि हंटरकडे पाहून प्रश्नार्थक बोट हलवलं.

''काळजी करू नकोस,'' हंटर म्हणाला, ''धोका पत्करण्याएवढं घबाड आहे.''

मूरने स्मितहास्य केलं. मग हंटर तिथून बाहेर पडला.

क्वीन्स आर्म्समधल्या दुसऱ्या मजल्यावरच्या एका खोलीत सॅन्सन आहे, हे हंटरला समजलं. हंटरने दरवाजावर टकटक केलं आणि तो वाट पाहत थांबला. त्याला आतून खिदळण्याचा आणि सुस्कारा टाकल्याचा आवाज ऐकू आला. हंटरने पुन्हा दरवाजावर टकटक केलं. आतून आश्चर्यकारकपणे मोठ्या आवाजात कोणीतरी ओरडलं, ''कोण आहे? नरकात जाऊन तडफडत का नाहीस?''

हंटरने क्षणभर विचार केला. पण मग नंतर दरवाजा ठोठावला.

"गॉडस् ब्लड!... कोण आहे?"

"हंटर."

"डॅम... ये. हंटर, आत ये."

हंटरने दरवाजा उघडला आणि दाराची फळी सताड उघडू दिली. पण तो आत शिरला नाही. पुढच्याच क्षणी खोलीत असणारं चेंबरपॉट दारातून बाहेर भिरकावलं गेलं. हंटर सावधपणे बाजूला उभा होता. आतून च्यॅकऽ च्यॅकऽ असा वैतागलेला आवाज आला.

"हंटर... तू नेहमीप्रमाणे सावधच आहेस. तू आम्हा सगळ्यांच्यापेक्षा जास्त जगणार बघ... बरं आत ये."

हंटर खोलीत शिरला. आत एकच मेणबत्ती लावलेली होती. त्या प्रकाशात त्याला दिसलं की, सॅन्सन पलंगावर उठून बसला होता. त्याच्या बाजूला एक सोनेरी केसांची पोरगी दिसली.

"पोरा, तू व्यत्यय आणला आहेस! तेव्हा आता कारण तितकं महत्त्वाचं असलं तर ठीक –"

"आहे."

क्षणभर तिथं चमत्कारिक शांतता पसरली. दोघं एकमेकांकडे रोखून पाहत होते.

सॅन्सनने डोकं खाजवत विचारलं, "तू येण्याच्या कारणाचा मी अंदाज बांधायचा की काय?"

"नाही –" हंटर त्या पोरीकडे पाहत म्हणाला.

"ओह!" सॅन्सन असं म्हणून त्या पोरीकडे वळला, "हे बघ गोड पोरी –" त्याने तिच्या बोटांच्या टोकांचं चुंबन घेतलं आणि हाताने इशारा केला. त्याचा इशारा ओळखून ती पोरगी तशीच नागडीच पलंगावरून खाली उतरली. तिने घाईघाईने कपडे गोळा केले आणि ती वेगाने खोलीबाहेर पडली.

"फारच छान होती...."

हंटरने दरवाजा लावून घेतला.

"ती फ्रेंच आहे... हंटर, फ्रेंच पोरी पलंगावर फार मजा आणतात. तुझं काय मत आहे?"

"त्या चांगल्या रांडा बनतात हे नक्की."

सॅन्सन मोठ्याने हसला. आडमाप देहयष्टीचा सॅन्सन सावळा होता. त्याच्या दाट काळ्या भुवया एकमेकींना जोडलेल्या होत्या. त्याची दाढीही काळी होती. पण आश्चर्य म्हणजे धिप्पाड असूनही त्याचा आवाज किनरा होता. विशेषत: तो हसल्यावर ते जास्तच जाणवत असे.

''फ्रेंच बायका इंग्लिश बायकांपेक्षा वरचढ आहेत. असं मी म्हणतो आणि तूदेखील ते मान्य करशीलच.''

''नक्कीच. पण फक्त रोगीष्ट होण्याच्या बाबतीत.''

हंटरच्या बोलण्यावर सॅन्सन मनापासून हसला.

''हंटर तुझी विनोदबुद्धी विलक्षण आहे. बरं, माझ्याबरोबर वाईनचा एखादा ग्लास घेतोस का?''

''आनंदाने.''

सॅन्सनने बाजूच्या टेबलावर ठेवलेल्या बाटलीतून दोन ग्लास भरले.

हंटरने एक ग्लास घेऊन उंचावला, ''तुझ्या तब्येतीसाठी.''

''आणि तुझ्याही.''

सॅन्सन आणि हंटर पिऊ लागले. पण दरम्यान दोघांनी क्षणभरदेखील एकमेकांवरची आपली नजर ढळू दिली नव्हती.

हंटरचा सॅन्सनवर जरादेखील विश्वास नव्हता. खरंतर त्याला या फ्रेंच माणसाला मोहिमेवर न्यायची इच्छा नव्हती. पण मोहीम यशस्वी व्हायला त्याची गरज होती. सॅन्सन गर्विष्ठ होता आणि फुशारक्या मारणाराही. पण त्याच्याएवढा निर्दयी माणूस अख्ख्या कॅरिबियन बेटांवर कुठंही आढळला नसता. कसलीही दयामाया न दाखवता ठार करण्याबद्दल त्याची ख्याती होती. खरं म्हणजे त्याचं घराणं फ्रान्समधलं मृत्युदंडाची अंमलबजावणी करणाऱ्यांमधलं एक महत्त्वाचं घराणं होतं. लोक त्याला घाबरून असत. दिएप्पे इथे राजाला मृत्युदंड दिला तो सॅन्सनच्या बापाने म्हणजे चार्ल्स सॅन्सन याने असं बोललं जाई. सॅन्सन स्वत: काही काळ लीग भागात धर्मगुरू होता, असं लोक म्हणत. पण जवळच्या एका कॉन्व्हेन्टमधल्या ननशी त्याच्या वागण्यामुळे त्याला तिथून मुक्त करणं भाग पडलं होतं, असं म्हटलं जात असे.

पण माणसाच्या इतिहासाबद्दल पोर्ट रॉयलमध्ये कधीच फारशी फिकीर केली जात नसे. पोर्ट रॉयलमध्ये सॅन्सनची ख्याती त्याच्या कट्यार चालवण्याच्या कौशल्याबद्दल होती. पिस्तुलाखेरीज धनुष्यबाण हे सॅन्सनचं आवडतं शस्त्र होतं.

सॅन्सन पुन्हा मोठ्या आवाजात हसला, ''पोरा... बोल.''

''मी येत्या दोन दिवसांत मातानकेरॉसकडे रवाना होणार आहे.'' सॅन्सनचं हसणं एकदम बंद पडलं.

''मी तुझ्याबरोबर तिकडे यावं असं तुझं म्हणणं आहे की काय?''

''होय.''

सॅन्सनने स्वत:साठी आणखी थोडी वाईन ओतून घेतली.

''मी तिकडं येणार नाही. मीच काय इतर कोणाचीही तिथे जायची इच्छा

नसणार. बरं, तुला तिथे कशासाठी जायचं आहे?''

हंटर काहीच बोलला नाही.

सॅन्सनने पलंगाच्या पायाच्या बाजूकडे नजर टाकली आणि आपले पाय हलवत म्हणाला, ''याचा अर्थ तू त्या खजिन्याच्या जहाजांसाठी तिकडं जातो आहेस तर... ती वादळात भरकटून हरवलेली जहाजं मातानकेरॉसमध्ये आहेत की काय?''

हंटरने फक्त खांदे उडवले.

''सावधपणा... सावधपणा!'' सॅन्सन म्हणाला, ''बरं, तू या वेडपटपणाच्या मोहिमेसाठी काय अटी ठेवतो आहेस?''

''मी तुला चार भाग देईन.''

''चार भाग? हंटर, तू फार कंजूष आहेस. तुझ्या या प्रस्तावामुळे माझ्या प्रतिष्ठेला धक्का बसला आहे. मी फक्त चार भाग मान्य करावेत एवढीच माझी किंमत तू केलीस?''

''पाच भाग.''

''पाच?... चल आठ दे, म्हणजे पक्कं होऊन जाईल.''

''पाच भाग... त्यावरच पक्कं ठरवून टाकू या ना?''

''हंटर... आता रात्र फार झाली आहे. माझी सहनशक्ती कमी होत चालली आहे. चल सात भाग.''

''सहा.''

''गॉड्स ब्लड! तू खरंच फार चिकट आहेस.''

''सहा.''

''सात... आणखी एक ग्लास वाईन घेतोस का?''

हंटरने त्याच्याकडे एकदा नजर टाकली. ही वेळ वादविवाद वाढवण्याची नाही हे त्याने ओळखलं. आपण चांगली घासाघीस केली अशी त्याची समजूत होणंच हंटरला फायद्याचं ठरणार होतं. त्याला त्यामुळे चांगलं ताब्यात ठेवता येणार होतं.

''सात तर सात,'' हंटर म्हणाला.

''माझ्या मित्रा... तुझी बुद्धी चांगली आहे,'' सॅन्सनने त्याचा हात पुढे केला, ''आता तू हल्ला कसा करणार आहेस ते मला कळू दे.''

८

पोर्ट रॉयलमध्ये मोहिमेची बातमी गुप्त राहणं अशक्यच होतं. हंटरच्या या नवीन प्रायव्हटीर मोहिमेत जागा मिळावी म्हणून अनेक खलाशी उत्सुक होते. तसंच हंटरची नौका कॅसान्ड्रा मोहिमेसाठी सज्ज करायला कितीतरी व्यापारी आणि शेतकऱ्यांची गरज पडली होती म्हणूनच सकाळी सगळ्या पोर्ट रॉयलमध्ये हंटरची मोहीम हाच चर्चेचा विषय बनला होता.

हंटर काम्पेवर हल्ला करणार असल्याचं बोललं जात होतं. तर काही जण तो मारीकाइबोवर हल्ला करणार आहे असं सांगत होते. सत्तर वर्षांपूर्वी ड्रेकने* जसं केलं होतं तसं धाडस हंटर करणार असून त्याचा पनामावर हल्ला चढवण्याचा विचार आहे, असं अनेक जणांना वाटत होतं. पण एवढ्या लांबचा पल्ला गाठायचा तर साधनसामुग्री फार प्रचंड लागते. उलट हंटर मात्र त्या मानाने कमी वस्तूंचा साठा करून घेत होता. त्यामुळे हंटर पनामा नाही तर हवानावर धाड घालणार असल्याची अफवाही पोर्ट रॉयलमध्ये पसरली होती. या पूर्वीही हवानावर कोणाही प्रायव्हटीरने धाड घातली नव्हती. त्यामुळे अनेकांना ही कल्पनाच वेडेपणाची वाटत होती.

आणखीही गोंधळात पाडणारी माहिती लोकांपर्यंत पोहोचली होती. ज्यू उर्फ

---

*ड्रेक (Drake) : सर फ्रान्सिस ड्रेक (१५४०-१५९६) हा ब्रिटनच्या वसाहतवादी विस्ताराच्या कालखंडाच्या अगोदरचा गाजलेला दर्यावर्दी होता. स्पेनविरुद्ध इंग्लिशांच्या चाललेल्या स्पर्धेदरम्यान त्याने 'व्यापारी व धाडसी दर्यावर्दी' म्हणून नाव कमावलं होतं. प्रायव्हटीर म्हणून मध्य अमेरिकेत अनेक मोहिमा काढून धाडी टाकणाऱ्या ड्रेकला 'सर' किताबाने एलिझाबेथ राणीने गौरवलं होतं.

'ब्लॅक आय' हा बंदराच्या भागातल्या पोरांकडून आणि भंगार गोळा करणाऱ्यांकडून उंदराची खरेदी करत होता. उंदरांची काय गरज असावी हे कोणाही खलाशाला प्रयत्न करूनही समजण्याच्या पलीकडचं होतं. त्याने डुकरांची आतडी विकत घेतली असल्याची बातमीही सर्वांना कळली होती. डुकराची आतडी कोणत्यातरी धार्मिक विधीसाठी उपयोगी पडू शकतात, हे खरं. पण एक ज्यू असं का करेल, हे काही कोणाला कळेना. दरम्यान ज्यूने दुकान बंद केलं होतं आणि दाराला फळ्या ठोकून तो निघून गेला होता.

ज्यू बेटाच्या मध्यभागात असणाऱ्या टेकड्यांकडे गेला होता. तो फार लवकर पहाटे निघाला होता. त्याने त्याच्याबरोबर गंधक, कोळसा आणि सॉल्टपीटर या वस्तू नेल्या होत्या.

कॅसान्ड्रात भरण्यासाठी मागवलेल्या वस्तूही चमत्कारिक होत्या. हंटरने खारवलेलं डुकराचं मांस अतिशय मर्यादित प्रमाणात मागवलं होतं. पण त्याने पाण्याचा भरपूर साठा ठेवायची तयारी केली होती. त्याने बनवणाऱ्या मिस्टर लाँगली याच्याकडून खास प्रकारच्या कुप्या बनवून घेतल्या होत्या. दोर बनवणाऱ्या मिस्टर व्हिटस्टॉल याला दोन हजार फुटांपेक्षा जास्त लांब, जाडजूड दोरखंड बनवायला सांगितलं होतं. हा दोर जहाजं पकडताना लागतो त्यापेक्षा कितीतरी जास्त बळकट होता. शिडं बनवून देणाऱ्या मिस्टर नेडली याला कॅनव्हासच्या भल्यामोठ्या थैल्या शिवायला सांगण्यात आलं होतं. या थैल्यांना वरच्या बाजूने सरकफासाने बंद करता यावं, अशी योजना केली होती. मिस्टर कार्व्हर हा लोहार पकड घेण्यासाठी लागणारे विशिष्ट प्रकारचे आकडे बनवत होता. या आकड्यांना बिजागरी लावलेल्या होत्या. त्यामुळे हे आकडे घडी घालून ठेवणं शक्य होतं.

त्या दिवशी आणखी एक विलक्षण गोष्ट घडली होती. सकाळी मच्छिमारांनी एक अवाढव्य आकाराचा हॅमरहेड शार्क पकडला होता. चोकोलाटा होल या ठिकाणाजवळ त्यांनी तो गोदीच्या भागात किनाऱ्यावर आणून टाकला होता. ह्या शार्कची लांबी बारा फुटांपेक्षा जास्त होती. त्याचं रुंद नाकाड आणि बाहेर आल्याप्रमाणे वाटणारे बटबटीत डोळे यामुळे तो फारच कुरुप वाटत होता. मच्छिमार आणि ये जा करणाऱ्यांपैकी अनेकांनी त्याच्या अंगावर गोळ्या झाडल्या. पण त्याचा त्याच्यावर काहीही परिणाम होत नव्हता. हा शार्कमासा चांगला दुपारपर्यंत गोदीतल्या फळ्यांवर तडफडत उलथापालथा होत पडला होता.

दुपारी शार्कचं पोट चिरण्यात आलं. त्याची बुळबुळीत आतडी बाहेर पडली. त्यात काहीतरी धातूची वस्तू चमकत असल्याचं आढळलं. मग आतडी कापल्यानंतर त्यातून स्पॅनिश सैनिक घालतात तसा संपूर्ण चिलखती पोशाख बाहेर पडला. त्यात हेल्मेट, गुडघ्यांवरच्या धातूच्या टोप्या आणि छातीवरची मोठी प्लेट होती. या

शार्कनं एखाद्या दुर्दैवी स्पॅनिश सैनिकाला अख्खं गिळून टाकलं असावं. त्याने त्याचं मांस पचवलं; पण धातूचे हे चिलखती भाग तसेच राहिले. हा कसला तरी शकुन आहे असं बोललं जाऊ लागलं. काही जणांना तो पोर्ट रॉयलवर होणाऱ्या संभाव्य स्पॅनिश हल्ल्याचा इशारा वाटला, तर काही जणांना हंटर स्पॅनिशांवर हल्ला करणार असल्याचा हा शकुन वाटला.

पण सर जेम्स अलमॉन्टला मात्र असल्या शकुनांचा विचार करायला जराही फुरसत नव्हती. त्या दिवशी सकाळी तो ल'ओलोने नावाच्या फ्रेंच बदमाशाला प्रश्न विचारण्याच्या कामात अडकला होता. त्या दिवशी सकाळीच हा ल'ओलोने एक स्पॅनिश जहाज पकडून घेऊन बंदरात आला होता. ल'ओलोनेजवळ कसलीही कागदपत्रं किंवा काहीही नव्हतं. त्या वेळी इंग्लंड आणि स्पेन यांच्यात वरकरणी तरी शांतता पाळली जात होती. सर जेम्सचं काम अवघड झालं होतं. कारण त्या स्पॅनिश जहाजावर मौल्यवान असं काहीच आढळलं नव्हतं. त्यात काही कातडी आणि तंबाखू एवढंच काय ते होतं.

कोर्सर म्हणून जरी नावाजलेला असला तरी ल'ओलोने हा मूर्ख आणि रासवट माणूस होता. अर्थात प्रायव्हटीर व्हायला फार डोकं लागत होतं असं मात्र नाही. फक्त योग्य त्या अक्षांश-रेखांशावर जाऊन थांबायचं आणि जहाजाची वाट पाहायची. जहाज आलं की, त्याच्यावर हल्ला चढवायचा म्हणजे झालं.

त्या वेळी हातात हॅट घेऊन ल'ओलोने गव्हर्नर सर जेम्सच्या समोर उभा होता आणि एखाद्या लहान मुलाने निरागसपणे सांगावं त्याप्रमाणे तो त्याची अविस्मरणीय कहाणी सांगत होता. तो म्हणाला की, योगायोगानेच त्याला हे जहाज दिसलं आणि त्या वेळी त्यात कोणीही नव्हतं. जहाज वाऱ्यावर भरकटत होतं, असं त्याने सांगितलं.

"माझ्यावर विश्वास ठेवा... प्लेग किंवा कोणत्या तरी संकटाने त्या जहाजावर घाला घातला असावा," ल'ओलोने म्हणाला, "सरे... जहाज व्यवस्थित होतं. मला वाटलं की, ते जहाज इथे आणून हिज मॅजेस्टीला अर्पण करणं हे माझं कर्तव्य आहे."

"जहाजावर एकही प्रवासी नव्हता?"

"जिवंत असं काहीही नाही, सरे."

"जहाजावर कोणी मेलेलं आढळलं का?"

"ने सरे."

"आणि या जहाजाच्या बाबतीत काय दुर्दैवी घटना घडली याची काही

माहिती?''

"ने... सरे... काहीही नाही.''

"आणि जहाजावरचा माल....''

"तुमच्या तपासनीसांनी जसा तो पाहिला तसाच होता. सरे... आम्ही त्याला बोटही लावलं नाही.''

सर जेम्स ल'ओलोनेकडे बघत असताना ते जहाज मोकळं करण्यासाठी त्याने किती निरपराध लोकांचा खून केला असेल, असा विचार सर जेम्सच्या मनात येत होता. जहाजावरचा खजिना लपवण्यासाठी हा लुटारू पोर्ट रॉयलमध्ये येण्याआधी कुठं थांबला असावा, याचा तो विचार करत होता. तिथे जवळ हजारापेक्षा जास्त बेटं आणि खाऱ्या पाण्याच्या नद्यांची मुखं हवी तेवढी होती. तिथे लपून राहणं किंवा काही दडवणं सहज शक्य होतं.

सर जेम्सने बोटांनी टेबलावर ताल धरला होता. हा माणूस खोटं बोलतोय हे त्याला कळत होतं. पण पोर्ट रॉयलमध्ये इंग्लिश कायद्याचं राज्य असल्याने त्याच्याकडे पुरावा असण्याची गरज होती.

"ठीक आहे,'' सर जेम्स निर्णय देण्याच्या स्वरात म्हणाला, "राजाच्यावतीने मी तुला अधिकृतपणे सांगतोय की, राजाला या जहाजाला असं पकडणं अजिबात पसंत पडण्याजोगं नाही. म्हणूनच राजा पाचवा हिस्सा....''

"पाचवा हिस्सा!'' ल'ओलोने म्हणाला. सहसा राजा दहावा किंवा पंधरावा हिस्सा घेत असे.

"होय.'' सर जेम्स सहज स्वरात म्हणाला, "हिज मॅजेस्टी पाचवा हिस्सा घेणार असून हे मी तुला औपचारिकरित्या बजावतो आहे की, जर माझ्यापर्यंत तुझ्या वाईट वागणुकीचा एखादा जरी पुरावा आला तर तुझ्यावर लुटारू असल्याचा आणि खुनांचा खटला चालवण्यात येईल.''

"सरे... मी शपथेवर सांगतो की....''

"पुरे.''

सर जेम्सने त्याचा हात उंचावला.

"तू आता जाऊ शकतोस. पण माझे शब्द चांगले ध्यानात ठेव.''

ल'ओलोनेने सर जेम्सला वाकून अभिवादन केलं आणि मागच्या पावलांनी खोलीतून बाहेर पडला. ल'ओलोने बाहेर पडताच सर जेम्सने घंटा वाजवली. त्याचा रक्षक आत आला.

"जॉन... ल'ओलोनेच्या काही खलाशांना गाठ. त्यांच्या जिभांना वाईन पाजून चांगलं वळवळू दे. हे जहाज त्याच्या ताब्यात कसं आलं याची मला माहिती हवी आहे. मला त्याच्याविरुद्ध भक्कम पुरावा पाहिजे.''

"ठीक आहे, युवर एक्सलन्सी.''

"आणि जॉन, राजासाठी दहावा भाग ठेव आणि गव्हर्नरसाठी दहावा.''

"होय, युवर एक्सलन्सी.''

"आत्ता एवढंच.''

"युवर एक्सलन्सी, कॅप्टन हंटर कागदपत्र घेण्यासाठी आले आहेत.'' जॉन कंबरेत वाकून अभिवादन करत म्हणाला.

"त्याला आत पाठव.''

काही सेकंदांनी हंटर आत शिरला. अलमॉन्ट उठून उभा राहिला आणि त्याने हंटरशी हस्तांदोलन केलं.

"तू झकास दिसतो आहेस, कॅप्टन.''

"होय, सर जेम्स.''

"तयारी व्यवस्थित चालू आहे ना?''

"होय, सर जेम्स.''

"खर्च किती आला?''

"पाचशे डब्ल्यून, सर जेम्स.''

अलमॉन्टने अगोदरच अंदाज केला होता. त्याने टेबलाखालून नाण्यांची एक थैली बाहेर काढली, "हे एवढे पुरतील.''

हंटरने कंबरेत वाकून थैलीचा स्वीकार केला.

"हं आता ऐक,'' अलमॉन्ट म्हणाला, "मी तुझ्यासाठी सहीशिक्क्याची कागदपत्रं तयार करायला सांगितली आहेत. तुला हव्या त्या जागी तू लाकूड कापू शकतोस, असं मी त्यात नमूद केलं आहे.'' असं म्हणून त्याने हंटरच्या हातात पत्र ठेवलं.

सन १६६५ मध्ये लाकूड कापणं आणि ओंडक्यांचा व्यापार करणं हा इंग्लिश कायद्यानुसार मान्यताप्राप्त व्यवसाय होता. स्पॅनिश लोक आपली लॉगवूड या प्रकारच्या लाकडाच्या बाबतीत मक्तेदारी आहे असं मानत असत. 'हेमॅटॉक्सिलीन कॅम्पाचियम' या नावाने ओळखल्या जाणाऱ्या झाडाचा उपयोग लाल रंग बनवण्यासाठी केला जाई. या रंगाला तंबाखू एवढाच भाव मिळत असे.

"मी तुला एक सल्ला देतो कॅप्टन हंटर,'' अलमॉन्ट म्हणाला. "स्पॅनिशांनी काही कुरापत काढली नसताना त्यांच्या वसाहतीवर हल्ला करण्याचं समर्थन करता येणार नाही.''

"मला कल्पना आहे.''

"ते काही कुरापत काढतील, असं तुला वाटतं का?''

"मला त्याबद्दल शंका वाटते, सर जेम्स.''

"तसं असेल, तर तू मातानकेरॉसवर केलेला हल्ला लुटारूंचाच मानला जाईल."

"सर जेम्स, माझ्या छोट्या कॅसान्ड्रा नौकेवर फारशी शस्त्र नाहीत. तुमच्या कागदपत्रानुसार मी व्यापार करत असताना मातानकेरॉसवरच्या तोफांनी माझ्या नौकेवर मारा होण्याची शक्यता आहे. अशा वेळी आम्ही प्रतिकार करणं अपेक्षित नाही का? निरुपद्रवी नौकेवर तोफांचा मारा करणं कोणीच सहन करणार नाही. होय ना?"

"नक्कीच नाही," सर जेम्स म्हणाला, "एक सभ्य गृहस्थ आणि सैनिक जसा वागतो तसाच तू वागशील, याची मला खात्री आहे."

"सर जेम्स, मी या विश्वासाला तडा जाऊ देणार नाही."

हंटर जाण्यासाठी वळला.

"आणखी एक गोष्ट," सर जेम्स म्हणाला, "कझाला हा फिलिपच्या जवळचा आहे. फिलिपच्या व्हाईस चॅन्सेलरशी कझालाच्या मुलीचं लग्न झालं आहे. मातानकेरॉसला काय घडलं याबद्दल तुझ्या कहाणीपेक्षा वेगळं काही जर कझालाने फिलिपला कळवलं, तर हिज मॅजेस्टीची राजकीय पंचाईत होऊ शकते, हे लक्षात घे."

"कझालाकडून असं काही कळवलं जाईल की नाही, याबद्दल मला शंका आहे, सर जेम्स."

"तर मग, तसं न होणंच महत्त्वाचं आहे."

"होय सर जेम्स, समुद्राच्या तळातून कोणी पत्र लिहिणं शक्य नाही."

"ते बरोबरच आहे." सर जेम्सने हसतहसत हंटरशी हस्तांदोलन केल्यावर हंटर बाहेर पडला.

हंटर गव्हर्नरच्या निवासस्थानातून बाहेर पडत असताना एका काळ्या मोलकरीणीने त्याच्या हातात एक पत्र ठेवलं आणि एकही शब्द न बोलता ती निघून गेली. हंटरने पायऱ्या उतरता-उतरता पत्र वाचलं.

प्रिय कॅप्टन,

अलीकडेच माझ्या कानावर आलंय की, जमैका बेटावर क्रॉफर्ड व्हॅली या ठिकाणी एक अतिशय सुंदर असा झरा आहे. मी इथं नव्याने आले असल्याने माहिती करून घेण्यासाठी म्हणून मी आज दुपार उलटल्यानंतर जाणार आहे. माझ्या कानावर आलं आहे तेवढी ती जागा रम्य असेल अशी आशा वाटते.

प्रेमपूर्वक सादर,
एमिली हॅकलेट

हंटरने पत्र घाईघाईने खिशात सरकवलं. मिसेस हॅकलेटच्या पत्रात असणाऱ्या गर्भित आमंत्रणाकडे त्याने खरंतर लक्ष दिलं नसतं. कारण कॅसान्ड्रा निघण्यापूर्वीच्या त्या शेवटच्या दिवशी बऱ्याच गोष्टी करायच्या होत्या. पण त्या दिवशी ब्लॅक आयला भेटण्यासाठी त्याला बेटाच्या आतल्या भागात जायचं होतंच. तेव्हा... हंटरने स्वत:शी खांदे उडवले आणि तो आपला घोडा घेण्यासाठी तबेल्याकडे गेला.

९

ज्यू त्या वेळी सटर्स बे या भागात होता. बऱ्याच अंतरावर असूनही तो कुठे आहे, हे हंटरला समजलं. कारण हिरव्यागर्द झाडीमधून एका ठिकाणी दाट काळ्या रंगाचा धूर बाहेर पडताना त्याला दिसला. अधूनमधून स्फोटांचे आवाज ऐकू येत होते.

एका ठिकाणी थोडी झाडी साफ केलेली होती. त्या ठिकाणी हंटर आला. त्याला ज्यू दिसला. त्याच्या आजूबाजूचं दृश्य विलक्षण होतं. अनेक प्रकारचे प्राणी तिथे उन्हात सडत पडले होते. त्यांचा दुर्गंध सगळीकडे पसरला होता. सॉल्टपीटर, कोळसा आणि गंधकाची लाकडी पिंपं एका बाजूला पडली होती. गवतात काचांचे तुकडे चमकताना दिसले. ज्यू अतिशय वेगाने काम करत होता. त्याच्या अंगावर रक्त आणि स्फोट झालेल्या दारू भुकटीचे डाग पडले होते.

हंटर घोड्यावरून खाली उतरला.

"तू नेमकं काय करतो आहेस?" त्याने आश्चर्याने विचारलं.

"तू जे करायला सांगितलंस तेच," ज्यू हसतहसत म्हणाला, "तुझी निराशा होणार नाही. आता मी काय दाखवतो ते बघ. पहिली गोष्ट म्हणजे, तू मला एक सावकाश जळणारी लांबलचक वात बनवायला सांगितली होतीस. बरोबर?"

हंटरने मान डोलावली.

"नेहमीच्या वातींचा काहीही उपयोग नाही," ज्यू अधिकारवाणीने सांगू लागला, नुसती पावडर टाकून ती वातीसारखी वापरली जाऊ शकते. पण याचा काही उपयोग होत नाही. कारण पावडर फार वेगाने जळून जाते. या उलट आपण कमी वेगाने जळणारी वात वापरू शकतो. ही वात म्हणजे सॉल्टपीटरमध्ये बुडवलेली

सुतळी किंवा दोरा असू शकतो. पण ही वात फार फार सावकाश जळते. काही वेळा तर तिची शक्ती एवढी कमी असते की, त्यामुळे स्फोटक जळतच नाही. मी काय म्हणतोय ते लक्षात आलं ना?''

''होय.''

''हं... तर मग पुढे सांगतो. या दरम्यानचा जळण्याचा वेग मिळावा म्हणून दारू भुकटीत आपण गंधक मिसळू शकतो. पण असं मिश्रण वातीसाठी वापरणं घातक ठरू शकतं. कोणालाही वात पेटवताना तिचा स्फोट होणं आणि प्राण जाणं आवडणार नाही.''

''बरोबर.''

''मी दोरे आणि चिंध्या मिश्रणात बुडवून त्यांचा वापर करून पाहिला. पण एकही प्रकार भरवसा ठेवावा असा वाटला नाही. म्हणून मग मी वातीचं मिश्रण ज्यात बसू शकेल अशा वस्तूचा शोध घेतला. शोध घेता-घेता माझ्या हाती हे आलं,'' असं म्हणून ज्यूने हंटरसमोर एक पांढरी, चिकट आणि दोऱ्यासारखी वाटणारी वस्तू धरली.

''हे काय आहे?''

''उंदराची आतडी,'' ज्यू हसतहसत सांगू लागला, ''मी ती निखाऱ्यांवर अगदी थोडी वाळवली. आतला द्रव बाहेर पडावा; पण तरीही ती लवचिक राहावीत अशा बेतानं मी त्यांना धूर दिला. अशा आतड्यात पुरेशी पावडर भरली की उत्तम वात तयार होते. मी तुला ती दाखवतो.''

ज्यूने एक तुकडा घेतला. हा तुकडा बहुधा दहा फूट लांबीचा असावा. या आतड्याच्या आतली भुकटी काळसर करड्या रंगामुळे अस्पष्ट दिसत होती. त्याने आतड्याचा हा तुकडा जमिनीवर ठेवला आणि एका टोकाशी पेटवला.

आतड्याची ही वात हळूहळू जळू लागली. त्यामधून फारशा ठिणग्या आजूबाजूला उडत नव्हत्या. वात जळण्याचा वेग मिनिटाला एक दोन इंचापेक्षा जास्त नव्हता. ज्यू प्रशस्तपणाने हसला.

''पाहिलंस?''

''तुला अभिमान वाटणं स्वाभाविकच आहे,'' हंटर म्हणाला, ''ही वात इकडून तिकडं हलवता येते का?''

''अगदी सुरक्षितपणे,'' ज्यू म्हणाला, ''फक्त वेळेचा प्रश्न आहे. वात जर जास्त वाळली तर ती फुटून जायचा धोका आहे. हे एखाद्या दिवसाने होऊ शकतं.''

''तर मग आपण आपल्याबरोबर पुरेशा प्रमाणात उंदीर ठेवायला हवेत.''

''मला नेमकं तसंच वाटतं,'' ज्यू म्हणाला, ''आता तुला आणखी एक गोष्ट दाखवतो. पण ही गोष्ट तू मला करायला सांगितली नव्हतीस. कदाचित त्याचा

तुला फारसा उपयोग आहे असं वाटणार नाही. पण माझ्या दृष्टीने ही फारच अभिमानाची गोष्ट आहे... बरं, तू कधी 'ग्रेनाडो' या नावाचं फ्रेंच अस्त्र काय असतं ते ऐकलं आहेस का?''

''नाही.''

हंटरने मान हलवली.

''विषारी फळं की काय?''

'ग्रेनाडो' या फ्रेंच शब्दाचा अर्थ डाळिंब असा होता. अलीकडच्या काळात लुईच्या दरबारी राजकारणात विष घातलेल्या फळांना फार महत्त्व आलं होतं.

''एक प्रकारे तसं म्हणता येईल.'' ज्यू स्मितहास्य करत म्हणाला, ''या अस्त्राला असं म्हणण्याचं कारण त्यात डाळिंबाच्या दाण्याप्रमाणे काहीतरी असतं. पण हा प्रकार बनवायला अतिशय अवघड आहे. तरीही असं अस्त्र अस्तित्वात असल्याचं मला पक्कं माहीत आहे. मी हे अस्त्र धोकादायक असूनही बनवलं आहे. यात सॉल्टपीटरचं प्रमाण किती ठेवायचं हा सगळ्यात कळीचा मुद्दा आहे. मी तुला आता ते दाखवतो.''

ज्यूने हंटरसमोर एक अरुंद गळ्याची काचेची बाटली धरली. हंटर बघत असताना त्याने भराभरा त्यात धातूचे काही तुकडे आणि पक्ष्यांची थोडी विष्ठा भरली.

काम करत असताना ज्यू हंटरला म्हणाला, ''तुझं माझ्याबद्दलचं मत वाईट व्हावं अशी माझी इच्छा नाही, बरं... तुला *'कम्प्लिसिदाद ग्रांदे'* म्हणजे काय माहीत आहे का?

''फारच थोडं.''

''त्याची सुरुवात माझ्या मुलापासून झाली. १६३९ सालच्या ऑगस्ट महिन्यात माझ्या मुलाने ज्यू धर्माचा त्याग केला होता. तो स्पेनच्या पेरू या नवीन वसाहतीत लिमा इथे राहत होता. त्याच्या कुटुंबाची चांगली भरभराट झाली. पण त्याला शत्रूदेखील होते.'' ज्यू बाटलीत आणखी विष्ठा भरत म्हणाला, ''पण अकरा ऑगस्टला त्याला पकडण्यात आलं. तो अजूनही गुप्तपणाने ज्यू धर्मीयच राहिला असल्याचा आरोप त्याच्यावर ठेवण्यात आला होता. तो म्हणे शनिवारी विक्री करत नव्हता आणि नाश्ता करताना बेकन खात नव्हता. त्याच्यावर तो जुडासचा अनुयायी असण्याचा शिक्का मारण्यात आला. त्याचा फार छळ करण्यात आला. तापवून लाल केलेले लोखंडी बूट त्याच्या पायात चढवून त्याचं मांस जाळलं... माझ्या मुलाने अपराधाची कबुली दिली.'' ज्यूने बाटलीत भुकटी भरली आणि मेण वितळवून बाटलीचं तोंड बंद केलं.

''माझ्या मुलाला सहा महिने कैदेत सडत टाकलं होतं. मग १६४० च्या जानेवारी महिन्यात अकरा जणांना जाळून टाकलं. त्यातले सात जण तेव्हा जिवंत

राहिले होते. त्यामधला एक माझा मुलगा होता. त्या वेळी तिथला कमांडर असणाऱ्या कझालाने या मृत्युदंडाच्या शिक्षेची अंमलबजावणी केली. माझ्या मुलाची सगळी मालमत्ता लुटण्यात आली. त्याची बायको आणि मुलं... गायब झाली.''

ज्यूनं त्याच्या गालावर ओघळलेले अश्रू पुसून टाकले. हंटरकडे एक कटाक्ष टाकून तो म्हणाला, ''मी आता शोक करीत नाही... तुला कदाचित मी काय म्हणतोय ते कळेल.''

ज्यूने ग्रेनाडोत एक छोटी वात बसवली.

''तू त्या झुडपांमागे लप.''

हंटरने त्याप्रमाणे केलं आणि तो ज्यू काय करतोय ते पाहू लागला. ज्यूने एका खडकावर बाटली ठेवली. वात पेटवून तो वेड्याप्रमाणे धावत हंटरजवळ येऊन लपला.

''आता काय होईल?''

''बघत राहा.'' ज्यू बऱ्याच वेळाने पहिल्यांदाच हसला. काही क्षणानंतर बाटलीचा स्फोट झाला. काचा आणि धातूचे तुकडे सर्व बाजूंना उडाले. ज्यू आणि हंटर खाली जमिनीलगत पडले. त्यांना त्यांच्या डोक्यावरून हे तुकडे वेगाने पलीकडच्या झुडपांमध्ये पडत असल्याचा आवाज आला. हंटर उठून उभा राहिला. त्याच्या चेहऱ्याचा रंग उडाला होता.

''गुड गॉड!''

''ही काही सभ्य गृहस्थांची वस्तू नाही.'' ज्यू म्हणाला, ''यामुळे मांसापेक्षा जास्त कठीण अशा कोणत्याही वस्तूचा नाश होतो.''

हंटर ज्यूकडे बारकाईने बघत होता.

''तुझं या ग्रेनाडोबद्दल काय मत झालं?''

हंटर काही क्षण गप्प राहिला. एवढं अमानवी शस्त्र पाहून त्याचं मन डचमळू लागलं होतं. त्याचं मन त्याला या अस्त्राच्या विरोधात वागायला भाग पाडणार होतं. पण तरीही आपण काय करायला निघालो आहोत याची त्याला कल्पना होती. तीनशे सैनिकांची भक्कम शिबंदी असणाऱ्या किल्ल्यावर हल्ला करायला तो अवघे साठ जण नेत होता. ''माझ्यासाठी असे दहा-बारा बनव,'' हंटर म्हणाला, ''ते एका खोक्यात भरून जहाजावर आण. पण ते काय आहे हे तुझ्यामाझ्याखेरीज इतर कोणालाही कळता कामा नये.''

ज्यूने स्मितहास्य केलं.

''डॉन दिएगो... तुला तुझा सूड उगवता येईल,'' असं म्हणून हंटरने घोड्यावर मांड टाकली आणि तो तिथून निघून गेला.

१०

क्रॉफर्ड व्हॅली हा भाग उत्तर दिशेला साधारण अर्धा तासाच्या घोडदौडीच्या अंतरावर होता. ब्ल्यू माऊंटनच्या पायथ्याशी असणाऱ्या हिरव्यागच्च झाडीतून वर जाणारी वाट फारच छान अनुभव देणारी होती. हंटर एका उंचवट्यापाशी आला तेव्हा त्याला खालच्या दरीमधलं दृश्य दिसलं. त्याला खाली काही अंतरावर बांधलेले, मिसेस हॅकलेट आणि तिच्या दोन गुलामांचे घोडे दिसले. एका खडकाळ जागेतून खाली खळखळत येणाऱ्या झऱ्याच्या काठी ते बांधलेले होते. सहलीसाठी जाताना पसरायची चादर अंथरली आहे आणि काही खाद्यपदार्थ मांडून ठेवले आहेत, हे त्याला दिसलं.

हंटर खाली गेला आणि तिथल्या घोड्यांजवळच त्याने त्याचा घोडा झाडाला बांधला. मिसेस हॅकलेटबरोबर आलेल्या दोन्ही काळ्या बायकांना पटवायला त्याला एक मिनिटदेखील लागलं नाही. त्याने ओठांवर बोट ठेवून गप्प राहायची खूण केली आणि त्यांच्या दिशेने शिलींगचं एक नाणं उडवलं. दोघी जणी खिदळत तिथून पसार झाल्या. एखाद्या भेटीची गोष्ट गुप्त राखण्यासाठी लाच मिळण्याची त्या दोघींची ही काही पहिलीच वेळ नव्हती. पण हंटरला फारशी फिकीर होती, अशातला भाग नव्हता. त्या जे काही बघतील ते त्यांनी इतरांना सांगितलं तरी त्याला त्याची काही पर्वा नव्हती. दोन गोरी माणसं एकमेकांना कसे बिलगतील हे पाहण्याच्या उत्सुकतेपोटी त्या दोघी झुडपांमध्ये लपून राहणार, याबद्दल त्याच्या मनात जरादेखील शंका नव्हती. हंटर झऱ्याच्या काठाकाठानं खाली तयार झालेल्या डोहाकडे आवाज न करता जाऊ लागला. एका छोट्या आणि सावकाश पाणी पडणाऱ्या धबधब्याखाली उभी राहून मिसेस हॅकलेट पाण्यात हात मारून पाणी

उडवत होती. तिला अजून हंटरची चाहूल लागली नव्हती.

"सारा…" मिसेस हॅकलेटनं आपल्या मोलकरणीला अजूनही जवळ उभी आहे असं वाटून हाक मारली, "कॅप्टन हंटर अद्याप बंदरात आहे का?"

"अं… अं…" हंटर उंच बायकी स्वर काढत म्हणाला आणि मिसेस हॅकलेटच्या कपड्यांजवळ बसला.

"रॉबर्ट म्हणतो की, तो साधा गुंड प्रवृत्तीचा लुटारू आहे… पण रॉबर्टचं काय म्हणा. मी राजाची आवडती होते म्हणून रॉबर्ट माझ्याकडे साफ दुर्लक्ष करतो. पण हा कॅप्टन खरोखरच देखणा आहे. गावातल्या अनेक बायकांना तो प्रिय असणार. होय ना?"

हंटरने काही उत्तर दिलं नाही. तो फक्त पाणी उडवत खेळत बसलेल्या एमिली हॅकलेटकडे बघत उभा होता.

"हिज मॅजेस्टीची बोटं खूपच लांबसडक आहेत… झोपण्याच्या खोलीसाठी अगदी योग्य…" असं म्हणून हॅकलेट खिदळली, "मी हे असं बोलणं बरोबर नाही म्हणा. होय ना सारा?"

हंटर अजूनही गप्पच होता.

"सारा?" एमिली हॅकलेटने एकदम वळून पाहिलं आणि तिला हंटर दिसला. तो तिच्याकडे प्रसन्न हसत पाहत उभा होता.

"अशी अंघोळ करणं आरोग्याला अयोग्य असतं हे तुला माहीत नाही का?"

एमिली हॅकलेटने रागाने पाण्यावर आणखी दोन चार फटकारे मारले.

"तुझ्याबद्दल जे बोललं जातं ते सगळं खरंच आहे तर! तू एक अव्वल रांगडा, बेमुवर्तखोर, धसमुसळा आणि रानटी माणूस आहेस."

"मग तुला काय इथे एखादा सभ्य गृहस्थ येईल अशी अपेक्षा होती की, काय?"

एमिलीने आणखी पाणी उडवलं.

"निदान मला एखादा फालतू चोरटा तरी येणं अपेक्षित नव्हतं. आता इथून तत्काळ निघून जा म्हणजे मला कपडे चढवता येतील."

"मला ही जागा खूपच आवडली आहे."

"तर तू इथून जायला नकार देतो आहेस म्हणायचं."

एमिलीला आता खूपच राग आला. हंटर तिच्याकडे निरखून पाहत होता. हडकुळी असणाऱ्या एमिलीची छाती फारशी आकर्षक नव्हती. त्याला अशा बायका फारशा आवडत नसत. पण तिच्या रागाने धुमसण्यामुळे तो उत्तेजित झाला.

"होय. मी इथून जाणार नाही."

"तसं असेल तर माझी माणूस ओळखण्यात चूक झाली. मला वाटलं की,

एखाद्या स्त्रीशी वागण्याची जी सर्वसामान्य रीतभात आहे ती तरी तू पाळशील,'' एमिली म्हणाली, ''मी इथं अडचणीत सापडलेले असताना —''

''अडचण काय आहे?''

''मी पूर्णपणे उघडी आहे.''

''ते मला दिसतंच आहे.''

''आणि झऱ्याचं पाणी थंडगार आहे.''

''अस्सं होय?''

''होय. तसंच आहे.''

''पाणी थंड आहे, हे तुला आता कळलं का?''

''मी पुन्हा एकदा विनवणी करून सांगते. मला थोडा खासगीपणा मिळावा म्हणजे मला अंग कोरडं करून कपडे घालता येतील.''

यावर हंटर काहीही न बोलता पाण्याजवळ गेला आणि त्याने हाताला धरून तिला बाहेर खेचलं. ती खडकावर उभी राहिली. तिच्या अंगावरून पाणी निथळत होतं. सूर्यप्रकाश असूनही ती थंडीनं काकडत होती. एमिली त्याच्याकडे जळजळीत नजरेने बघत होती.

''तू अशी उभी राहिलीस तर थंडीनं गारठून मरशील,'' एमिलीची अवघडलेली अवस्था पाहून हंटर हसत होता.

''तर मग आपण समान पातळीवर यायला हवं,'' असं म्हणत एमिलीने हंटरला अचानक पाण्यात ढकललं.

पाण्यात धप्पकन पडताना हंटरला थंडगार पाण्याने एकदम चटका बसावा तसं झालं. नाकातोंडात पाणी शिरल्याने तो श्वास घेण्यासाठी धडपडू लागला. त्याची फजिती पाहून खडकावर उभी असलेली एमिली हसू लागली.

''मादाम... मादाम...'' हंटर अजूनही पाण्यात धडपडत म्हणाला.

एमिली खदाखदा हसतच होती.

''मादाम... मला पोहता येत नाही... प्लीज... मला वाचवा!...'' हंटरचं डोकं एक दोनदा पुन्हा पाण्याबाहेर आलं.

''सागरावर फिरणाऱ्या माणसाला पोहता येत नाही?'' एमिली पुन्हा मोठ्या आवाजात हसली.

''मादाम...'' हंटर एवढंच बोलू शकला. त्याचं डोकं पाण्याखाली गेलं. काही सेकंदांनी तो पाण्याबाहेर दिसला. हंटर हातपाय झाडत पाण्याबाहेर पडण्याची धडपड करत होता. त्याच्या हातापायांच्या हालचालीत काहीही सुसंगती नाही हे पाहून एमिली काळजीत पडली. तिने त्याच्या दिशेने हात पुढे केला. त्यानेही तिच्या दिशेने येण्याचा प्रयत्न सुरू केल्याचं तिच्या लक्षात आलं.

अचानक हंटरने तिचा हात धरला आणि तिला जोराने पाण्यात खेचलं. त्याने तिला एवढ्या जोरात खेचलं होतं की ती त्याच्या डोक्यावरून जाऊन पलीकडे पाण्यात धप्पकन पडली. एमिलीने जोराची किंकाळी फोडली आणि पाण्याखाली गेली. ती पुन्हा वर आली तेव्हा हंटर तिच्याकडे पाहून दात विचकत हसताना तिला दिसला. त्याने तिला खडकावर चढायला मदत केली.

"तू... तू... म्हणजे..." एमिली पुटपुटली, "तू महाबदमाश रांडेचा हलकट पोर यापेक्षा आणखी काही नाहीस!"

"तुमच्या सेवेत सादर आहे बाईसाहेब," असं म्हणून त्याने तिचं चुंबन घेतलं.

एमिलीने जरासं अंग चोरून घेतलं आणि म्हणाली, "शिवाय फार आगाऊ."

"फार आगाऊ देखील, होय." असं म्हणून हंटरने पुन्हा तिचं चुंबन घेतलं.

"तू आता रस्त्यावरल्या फालतू बायकांवर करतात तसा माझ्यावर बलात्कार करणार आहेस की काय?"

"मला तसं करावं लागेल असं जराही वाटत नाही," हंटर ओले कपडे काढत म्हणाला.

आणि खरोखरच तशी गरज पडलीच नाही.

"भर दिवसा? उघड्यावर?"

यानंतर एमिली हॅकलेटच्या तोंडून कळण्याजोगा एकही शब्द निघाला नाही.

११

भर दुपारी मिस्टर रॉबर्ट हॅकलेट सर जेम्स अलमॉन्टबरोबर वाद घालण्याच्या तयारीने उभा ठाकला होता.

"गावभर एक अफवा पसरली आहे. काल आपण ज्या माणसाबरोबर रात्री जेवण घेतलं तो कॅप्टन हंटर म्हणे हवाना किंवा कोणत्यातरी स्पॅनिश मुलखावर लुटीसाठी धाड घालायची तयारी करतो आहे."

"तुझा या गावगप्पांवर विश्वास बसला?" सर जेम्सने शांतपणाने विचारलं.

"युवर एक्सलन्सी," हॅकलेट मुद्दा पुढे रेटत म्हणाला, "यात गावगप्पा काहीच नाहीत. कॅप्टन हंटरने त्याच्या कॅसान्ड्रा नावाच्या नौकेवर सागरी प्रवासासाठी शिधासामग्री भरून घेतली आहे."

"शक्य आहे. पण हा काही गुन्हा होत नाही ना?"

"युवर एक्सलन्सी. तुमच्याविषयी पूर्ण आदर बाळगून सांगतो. मला हे सांगणंच भाग आहे की, या प्रवासासाठी तुम्ही मदत केली असल्याची अफवा माझ्या कानावर आली आहे. इतकंच नाही तर त्यासाठी लागणारी रक्कमही तुम्ही दिली असं बोललं जातंय."

"म्हणजे या प्रवासासाठी मी निधी पुरवला असं तुला म्हणायचं आहे?" अलमॉन्ट वैतागून म्हणाला.

"तसे शब्द वापरता येतील."

सर जेम्सने एक सुस्कारा टाकला, "मिस्टर हॅकलेट... तू इथे जरा जास्त काळ राहिलास... म्हणजे समज आणखी एखादा आठवडा की, तुला सगळं काही लक्षात येईल. अशी सागरी मोहीम निघाली की, तिला माझा पाठिंबा असून मीच

त्यासाठी निधी पुरवला, अशा अफवा पसरतील.''

''तर मग या अफवेला काहीही आधार नाही म्हणता?''

''अफवेला एवढाच आधार असू शकतो... त्याला ज्या ठिकाणी योग्य वाटेल त्या ठिकाणी लॉगवूड कापण्याची परवानगी मी कॅप्टन हंटर यांना दिली आहे. या सगळ्या प्रकारात माझा रस हा एवढ्यापुरताच आहे.''

''आणि हे लॉगवूड कापण्याचं काम तो कुठे करणार आहे?''

''मला त्याची जरादेखील कल्पना नाही. कदाचित होंडुरासच्या मॉस्क्विटो किनारपट्टीवर. सर्वसाधारणपणे हे काम तिथे केलं जातं.''

''युवर एक्सलन्सी...'' हॅकलेट आपला मुद्दा सोडायला तयार नव्हता, ''मी अत्यंत आदर राखून तुम्हाला आठवण करून देतो. सध्या आपल्या आणि स्पेनच्या राष्ट्रात शांततेचा कालखंड आहे. लॉगवूड कापण्यामुळे त्यात अडचण येण्याची शक्यता आहे आणि ही गोष्ट सहज टाळता येईल.''

''तू मला आठवण करून देऊ शकतोस. पण तुझं म्हणणं चुकीचं आहे असा निर्णय मी देतो. या भागात अनेक बेटांवर स्पेन आपला हक्क सांगत असले तरी तिथं वसाहत नाही. बऱ्याच ठिकाणी वसाहतवाले किंवा इतर कोणीही राहत नाही. जर कोणी राहत नसेल तर तिथे कोणाचा हक्क कसा शाबित करणार? म्हणून तिथे लॉगवूड कापणं मला काही अयोग्य वाटत नाही.''

''युवर एक्सलन्सी... तुमचे अनुभवाचे बोल जरी क्षणभर खरे मानले तरी लॉगवूड कापण्याच्या निमित्ताने सुरू झालेल्या मोहिमेचं रुपांतर लुटारू धाडीत सहज होऊ शकेल, असं तुम्हाला वाटत नाही का?''

''सहज?'' सर जेम्स म्हणाला, ''नाही, मिस्टर हॅकलेट. तसं होणार नाही.''

देवाची कृपा असणाऱ्या ग्रेट ब्रिटन आणि आयर्लंडच्या राजपदावर शोभणाऱ्या हिज मॅजेस्टी किंग चार्ल्स यांना.

हिज मॅजेस्टी किंग चार्ल्स यांच्या ताब्यातील जमैका वसाहतीचा डेप्युटी गव्हर्नर आणि हिज मॅजेस्टीच्या जमिनींच्या रक्षणाची जबाबदारी सांभाळणाऱ्या डेप्युटी गव्हर्नरकडून अत्यंत नम्रपणाने सादर अर्ज.

हिज मॅजेस्टीची कृपा लाभलेला अतिशय कनिष्ठ नागरिक आपल्या कानावर ही बाब घालू इच्छितो की, वेस्ट इंडिज भागात सुरू असलेल्या

लुटालुटीच्या प्रकारांची दखल घेऊन दरबाराने माझ्यावर जी जबाबदारी टाकली तिचे पालन करत मी हिज मॅजेस्टीच्या जमैका वसाहतीच्या गव्हर्नर पदावर असणाऱ्या सर जेम्स अलमॉन्ट यांना दरबाराला वाटणाऱ्या काळजीची आणि त्यांनी घेतलेल्या निर्णयांची माहिती दिली. पण मला हे कळवणं भाग पडत आहे की, या भागात चालणाऱ्या लुटालुटीच्या धाडींना आळा घालण्यासाठी आणि त्या थांबवण्यासाठी फारच कमी कृती केली जात आहे. उलट मला प्रामाणिकपणे परंतु खेदाने कळवावे लागत आहे की, सर जेम्स यांचा सर्व प्रकारच्या हिंसक आणि खलनायकी कृत्यांना संपूर्ण पाठिंबाच नाही तर मदतही आहे. ते स्पॅनिश मुलखावर रक्तरंजित, हिडीस आणि भयंकर धाडी घालायला उत्तेजन देतात. सर्व प्रकारच्या गळेकापू बदमाशांना एकत्र येण्यासाठी पोर्ट रॉयलचा ते वापर करू देतात. इतकंच नाही तर त्यांनी वाममार्गाने मिळवलेल्या संपत्तीची वाटणी करण्यासाठी सक्रिय मदत करतात. अशा कृत्यांबद्दल त्यांना जरादेखील पश्चात्ताप होत नाही. तसेच भविष्यकाळात असे प्रकार थांबावेत म्हणून ते काही करत नाहीत. म्हणूनच आरोग्याची समस्या असलेल्या या माणसाची नीतिनियमांची फारशी पर्वा न करण्याची वृत्ती पाहता हा माणूस हिज मॅजेस्टीच्या वसाहतीचा गव्हर्नर या उच्चपदावर काम करण्यास लायक नाही असं म्हणावं लागेल. या सर्व कारणांसाठी, युवर मॅजेस्टी, मी अत्यंत नम्रपणाने विनंती करत आहे की, या माणसाला पदावरून हटवावं. त्या जागी कोणाची नेमणूक करावी, हे ठरवायला आपण ज्ञानी आहात. राजसत्तेची दररोज चेष्टा करणाऱ्या माणसाच्या जागी आपण योग्य त्या माणसाची नेमणूक करावी, अशी विनंती करण्याचे धाडस मी करतो आहे. ही नम्र विनंती करणारा आपला विश्वासू सेवक.

रॉबर्ट हॅकलेट
गॉड सेव्ह द किंग.

हॅकलेटने सगळं पत्र परत एकदा वाचलं. त्याचं समाधान झाल्यावर त्याने नोकरांसाठीची घंटा वाजवली. ॲनी शार्प आत आली.

"हे बघ, हे पत्र पुढच्या जहाजावरून इंग्लंडकडे रवाना होईल असं तू पाहायचं आहे," असं म्हणून त्याने तिला एक नाणं दिलं.

"माय लॉर्ड..." असं ती थोड्या नम्रपणाने म्हणाली.

''याची नीट काळजी घे,'' हॅकलेट कपाळाला आठ्या घालत ॲनीला म्हणाला.

ॲनीने नाणं ब्लाऊजमध्ये सरकवलं, ''माय लॉर्ड, आणखी काही सेवा?''

''ॲ...'' हॅकलेट किंचित चकित होत म्हणाला.

ॲनी त्याच्याकडे पाहून स्मित करत ओठावरून जीभ फिरवत होती.

''नाही, निघ आता.''

ॲनी तिथून बाहेर पडली.

हॅकलेटने एक उसासा टाकला.

१२

मशालीच्या प्रकाशात हंटर धक्क्यावर उभा राहून त्याच्या नावेत भरल्या जाणाऱ्या सामग्रीवर देखरेख करत होता.

पोर्ट रॉयलमध्ये धक्क्यापाशी जहाज लावण्याची फी फार जास्त होती. सर्वसाधारण व्यापारी जहाजाला धक्क्यापाशी अवघे काही तासही थांबणं परवडत नसे. पण हंटरची 'कॅसान्ड्रा' ही छोटी नौका तब्बल बारा तास धक्क्यापाशी उभी होती. यासाठी हंटरला एका पेनीचाही खर्च आला नव्हता. उलट धक्क्याचा मालक असणाऱ्या सायरस पिटकीन याने आनंदाने हंटरला जागा उपलब्ध करून दिली तर होतीच, शिवाय हंटरला पाण्याच्या पाच बुधल्या भेट म्हणून दिल्या होत्या.

हंटरने नम्रपणाने पिटकीनची भेट स्वीकारली होती. मिस्टर पिटकीन दिलदार मनाने ही भेट देत नव्हता हे त्याला माहीत होतं. कॅसान्ड्रा परत आल्यावर त्याला काहीतरी 'परतभेट' म्हणून मिळण्याची अपेक्षा होती. अर्थातच हंटर त्याला ती देणार होता.

मिस्टर पिटकीनप्रमाणेच हंटरने मिस्टर ओट्स याच्याकडून खारवलेल्या डुकरांच्या मांसाचं एक पिंप स्वीकारलं होतं. मिस्टर ओट्स हा बेटावरचा शेतकरी होता. त्याचप्रमाणे हंटरने बंदुकीची दुरुस्ती करणाऱ्या मिस्टर रेनफ्रेव याच्याकडून बंदुकीच्या दारूची एक पिशवी स्वीकारली होती.

हे सगळे जण अतिशय उदारपणाचा आव आणून हे करत असले तरी त्यांचा एक डोळा हंटरला नंतर काय मिळेल यावर होता. लोक या अशा भेटी आणून देत असताना वेळ काढून हंटरने त्याच्या मोहिमेवर जाणाऱ्या प्रत्येकाशी बोलून घेतलं. मिस्टर एन्डर्सला सांगून त्याने कोणाला काही रोग नसल्याची खात्री करून घेतली.

सगळे जण निरोगी आहेत याची खात्री झाल्यावरच त्यांना जहाजावर चढू दिलं होतं. हंटरने मोहिमेसाठी जमा केलेली सगळी शिधासामग्री तपासली. त्याने डुकरांचं खारवलेलं मांस साठवलेली सगळी पिंप उघडली. हुंगून मांस चांगलं आहे ना ते त्याने बघितलं. मग प्रत्येक पिंपात खालपर्यंत हात घालून पिंपभर मांसच असल्याची खात्री करून घेतली. त्याने पाण्याच्या प्रत्येक बुधलीत असणाऱ्या पाण्याची चव घेऊन पाहिली. प्रवासासाठी घेतलेली बिस्किटं तपासून ती ताजी असल्याची आणि त्यात काही किडे किंवा अळ्या नसल्याची खात्री पटल्यावर त्याचं समाधान झालं.

सागरावर दीर्घकाळ प्रवासासाठी जाणाऱ्या जहाजांच्या कॅप्टनला असं करणं शक्य नसतं. कारण अशा जहाजांवर टनांच्या हिशेबात अन्नपाण्याचा साठा केला जातो. अशा जहाजांवर मांसदेखील जिवंत स्वरुपात नेलं जातं. जहाजांवर कोंबड्या आणि इतर प्राणी कलकलाट करताना आढळत असत. पण प्रायव्हटीर्स मोहिमांची गोष्ट वेगळी होती. प्रायव्हटीर्सच्या नौका छोट्या असल्याने त्यांच्यावर माणसांची एकच दाटी झालेली असायची. तसंच अन्नपाण्याचा साठादेखील खूपच मर्यादित प्रमाणावर असायचा. प्रायव्हटीर मोहिमेत भाग घेणाऱ्याला तिथे भरपेट खायला प्यायला मिळण्याची अपेक्षा नसायची. उलट काही वेळा तर अजिबात अन्न न घेता नौका मोहिमांसाठी जायच्या. दुसऱ्या जहाजांवर किंवा वसाहतींवर धाड घालून अन्नपाणी मिळवायची पद्धत होती.

प्रायव्हटीर्सच्या नौकांवर फारशी अवजड शस्त्रास्त्रंही नसायची. कॅसान्ड्राची लांबी सत्तर फूट होती. या एवढ्या नौकेवर अवघ्या चार अगदी छोट्या तोफा होत्या. त्या पुढच्या भागात बसवलेल्या होत्या. ही शस्त्रसामग्री एवढी हलकी होती की, पाचव्या किंवा सहाव्या दर्जाच्या लढाऊ जहाजापुढेही कॅसान्ड्राचा टिकाव लागला नसता. मुळात प्रायव्हटीर्स लढाईच्या फंदात पडतच नसत. त्यांचा भर वेगवान हालचाली करण्यावर असायचा. आपल्या सामर्थ्यशाली शत्रूंना टाळण्यासाठी ते मोठ्या लढाऊ जहाजापेक्षा वाऱ्याचा जास्त वापर करून वेगाने निसटून जायचा प्रयत्न करत किंवा मोठी जहाजं शिरणं शक्य नाही, अशा उथळ पाण्यात शिरून पाठलाग करणाऱ्यांना चकवत.

कॅरिबियन भागात एवढी बेटं होती की, बेटाभोवती प्रवाळांची कडी तयार न झालेलं बेट सापडणं अशक्य होतं. प्रायव्हटीर्स कायम त्यांच्याजवळ वावरत आणि गरज पडताच उथळ पाण्यात निसटून जात.

हंटर जवळजवळ पहाट होईपर्यंत कॅसान्ड्रा सज्ज होण्याच्या कामाची देखरेख करत होता. कोणी बघायला आलंच तर तो त्यांना तिथून लगेच पिटाळून लावत होता. पोर्ट रॉयलमध्ये हेरांचा सुळसुळाट होता. धाडीची आगाऊ बातमी देणाऱ्यांना स्पॅनिश वसाहतींकडून भरघोस बक्षीस मिळायचं. काहीही करून त्या दिवशी

कॅसान्ड्रावर चढवली जाणारी सामग्री कोणाच्याही दृष्टीस पडून नये अशीच हंटरची इच्छा होती. विशेषत: त्याच्या सामानातले दोरखंड, निरनिराळे आकडे आणि ज्यूनं खोक्यात ठेवलेल्या खास प्रकारच्या बाटल्या या गोष्टी लोकांना दिसून चालणार नव्हतं.

ज्यूने बनवलेली खोकी पाणी लागू नये म्हणून खास कातडी पिशव्यांमध्ये ठेवून ती खलाशांच्या नजरेस न पडतील अशा बेताने डेकच्या खाली सरकवून ठेवली होती. हंटरने डॉन दिएगोला सांगितल्याप्रमाणे ते त्या दोघांमधलं 'छोटं गुपित' होतं.

पहाट झाली तरीही अद्याप मिस्टर एन्डर्स एवढ्याच उत्साहाने धावपळ करत होता. तो घाईघाईने हंटरपाशी आला.

"माफ कर कॅप्टन, एक भिकारी धक्क्यापाशी रेंगाळताना आढळला आहे. त्याला एकच पाय आहे. तो रात्रभर धक्क्याजवळच होता असं माझ्या कानावर आलंय."

हंटरने धक्क्यावरच्या इमारतीकडे नजर टाकली. अद्याप थोडा अंधार असल्याने नीट दिसत नव्हतं. धक्का ही काही भीक मागण्याची योग्य जागा नव्हती.

हंटरने विचारलं, "तुला तो माहीत आहे का?"

"नाही, कॅप्टन."

हंटरच्या चेहऱ्यावर आठ्या दिसू लागल्या. इतर परिस्थितीत त्याने कोणाला तरी गव्हर्नरकडे पाठवून त्याला मार्शलसी तुरुंगात पुढचे काही आठवडे अडकवण्याची व्यवस्था केली असती. पण आता पहाटे गव्हर्नरला झोपेतून उठवणं त्याला योग्य वाटलं नाही. तसं करणं गव्हर्नरला नक्कीच आवडणार नाही, हे हंटरच्या लक्षात आलं.

हंटरने हाक मारली, "बस्सा."

मूरचा आडदांड आकार हलला आणि तो हंटरच्या बाजूला उभा राहिला.

"तुला तिथं एक पाय असणारा भिकारी दिसतोय का?"

बस्साने मान डोलावली.

"खलास कर."

बस्सा निघून गेला. हंटर मिस्टर एन्डर्सकडे वळला. एन्डर्सने एक सुस्कारा टाकला.

"कॅप्टन, मला वाटतं..." असं म्हणून त्याने एक जुनी म्हण सांगितली, "एखादी मोहीम रक्तरंजितपणे संपण्यापेक्षा सुरुवात तशी होणं केव्हाही चांगलं."

"मला दोन्ही होणार अशी शंका वाटते," असं म्हणून हंटर पुन्हा त्याच्या कामाला लागला.

अर्ध्या तासाने कॅसान्ड्राने शिड उभारलं आणि नौका बाहेर पडून लागली. पेलिकन पॉइन्टपाशी असणाऱ्या उथळ किनाऱ्यापासून योग्य अंतर राहातंय की नाही, हे लझ्झू बघत होती. हंटरने वळून धक्क्याकडे पाहिलं. पोर्ट रॉयल अद्याप शांतपणे झोपलं होतं. दिवे मालवणारे रस्त्यांवरचे दिवे मालवण्याचं काम करत होते. हंटरच्या मोहिमेसाठी मदत करणारे काही शुभचिंतक निरोप घेतल्यानंतर परतताना दिसत होते. मग हंटरला पाण्यात वरखाली होणारा एक मृतदेह दिसला. त्याचा एक लाकडी पाय पाण्यावर तरंगत होता.

१३

"सर्व प्रकारच्या गळेकापू बदमाशांना... वाममार्गानं मिळवलेल्या संपत्तीची वाटणी करण्यासाठी सक्रिय मदत..." सर जेम्स पुटपुटत वाचत होता. "स्पॅनिश मुलखावर रक्तरंजित, हिडीस आणि भयंकर धाडी... रक्तरंजित आणि हिडीस! माय गॉड! गव्हर्नर या उच्चपदावर काम करण्यास लायक नाही... डॅम!"

सर जेम्सच्या अंगावर अद्याप रात्री घालण्याचा पोशाख होता. तो हातातलं पत्र फडकवत म्हणाला, "सर्व प्रकारचे भ्रष्टाचार करणारा, अं! हे पत्र त्यानं तुला कधी दिलं?"

"काल, युवर एक्सलन्सी," ॲनी शार्पने उत्तर दिलं, "तुम्हाला हे कळून घेणं आवडेल असं मला वाटलं, युवर एक्सलन्सी."

"नक्कीच," अलमॉन्ट म्हणाला आणि त्याने तिला एक नाणं दिलं, "आणि जर असंच काही हाती लागलं तर तुला आणखी बक्षीस मिळेल." सर जेम्स बोलताबोलता विचार करत म्हणाला.

ॲनी फारच चलाख आहे हे त्याच्या लक्षात आलं.

"बरं, त्याने काही *तसा* प्रयत्न केला का?"

"नाही, युवर एक्सलन्सी."

"मला तसंच वाटलं होतं," अलमॉन्ट म्हणाला, "ठीक आहे. मिस्टर हॅकलेटच्या या चमत्कारिक खेळाचा एकदाच काय तो निकाल लावायची व्यवस्था मी आता करतोच."

सर अलमॉन्ट खिडकीपाशी गेला. त्याला कॅसान्ड्रा दिसली. हंटरची ही नौका

लाईम के या जागी वळसा घालून पुढे गेली. कॅसान्ड्राची शिडं उभारली आणि ती वेगाने पूर्वेकडे निघून गेली.

इतर कोणत्याही प्रायव्हटीर नौकेप्रमाणे कॅसान्ड्रा बुल बे नावाच्या एका छोट्या नदीमुखात गेली. हा भाग पोर्ट रॉयलच्या पूर्वेला काही मैल अंतरावर होता. तिथं आल्यावर मिस्टर एन्डर्सने नौका एका जागी उभी केली. वारा हलका असल्याने कॅसान्ड्रा पाण्यावर मागेपुढे होत डोलत उभी राहिली. या जागी कॅप्टन हंटरने एक भाषण केलं.

कॅसान्ड्रावरच्या प्रत्येकाला या औपचारिक रिवाजाची कल्पना होती. पहिल्यांदा हंटरने तो या मोहिमेचा कॅप्टन म्हणून मान्य आहे का याबद्दल मतदान घेतलं. सर्वांनी एकमुखाने 'आय' असं म्हणून त्याला मान्यता दिली. मग त्याने या प्रवासासाठीच्या नियमांची माहिती दिली. प्रवासाच्या दरम्यान दारू पिणं, जुगार खेळणं आणि त्याच्या परवानगीशिवाय लुटालूट करणं याला पूर्ण मज्जाव होता. हे नियम मोडले तर मृत्युदंडाची शिक्षा दिली जाणार होती. हे सगळे नियम सर्वसामान्य स्वरुपाचे असल्याने मान्यता मिळणं ही औपचारिकताच होती.

त्यानंतर हंटरने धाडीत जी लूट मिळेल त्याच्या वाटणीचे नियम सांगितले. कॅप्टन म्हणून हंटर तेरा भाग घेणार होता. सॅन्सनला सात भाग मिळणार होते. या आकड्याच्या बाबतीत थोडीफार कुरबुर ऐकू आली. मिस्टर एन्डर्सला दीड, लझूला सव्वा आणि ब्लॅक आयलाही सव्वा भाग मिळणार होता. उरलेली लूट इतर सर्वांमध्ये समान वाटली जाणार होती.

एक खलाशी उठून उभा राहिला, ''कॅप्टन, तू आम्हाला मातानकेरॉस इथे नेतो आहेस का? ते फार धोकादायक आहे.''

''नक्कीच आहे,'' हंटर म्हणाला, ''पण मिळणारं घबाडही मोठं आहे. प्रत्येक माणसाला खूप काही मिळणार आहे. ज्या माणसाला धोका जास्त वाटतो त्याला या ठिकाणी खाली उतरवण्यात येईल. हे सर्वांत योग्य ठरेल. पण घबाड नेमकं काय आहे, हे मी सांगण्याआधी ज्याला जायचं आहे त्यानं येथून जावं.''

हंटर सगळ्यांकडे बघत उभा राहिला. पण कोणीही काही बोललं नाही. ''ठीक आहे,'' हंटर पुढे बोलू लागला, ''मातानकेरॉसमध्ये खजिना असणारी नाव उभी आहे. आपण तिला आपली करणार आहोत.''

हंटरचे हे शब्द ऐकताच सगळ्यांनी एकदम आनंदाने गर्जना केली. त्यामुळे हंटरला

काहीवेळ बोलणं अशक्य झालं. त्याला सगळ्यांच्या डोळ्यांत एक चमक दिसली. सर्वांनाच घबाडातलं सोनं डोळ्यांसमोर दिसत होतं. "तुम्ही माझ्याबरोबर आहात ना?"

हंटरच्या बोलण्यावर एकदम गलका केला.

"चला तर मग... मातानकेरॉस!"

भाग दुसरा

काळं जहाज

१४

दूर अंतरावरून कॅसान्ड्रा फारच विलोभनीय दिसत होती. सकाळच्या वाऱ्यावर नौकेची शिडं तटतटून फुगली होती. किंचित कललेल्या अवस्थेत नौका हिस्सऽ हिस्सऽ असा लयबद्ध आवाज करत स्वच्छ निळ्या पाण्यात वेगाने पुढे जात होती.

नौकेवरची परिस्थिती मात्र फारशी आकर्षक नव्हती. छोट्या नौकेत माणसं खच्चून भरलेली असल्याने घामाचा उग्र दर्प येणाऱ्यांची एकच गर्दी झाली होती. सगळे जण बसण्यासाठी, झोपण्यासाठी किंवा थोडेफार खेळ खेळण्यासाठी धडपडत होते. ते फारशी पर्वा न करता त्यांचे देहविधी एका बाजूला करत होते. कॅसान्ड्राच्या कॅप्टनला अनेक वेळा पाच-सात उघडी ढुंगणं पाहावी लागत.

पहिल्या दिवशी अन्नच काय पण पाणीदेखील बाहेर काढण्यात आलं नाही. हंटरच्या माणसांना याची कल्पना असल्याने फारसं काही बिघडलं नाही. या लोकांनी सवयीनुसार आदल्या रात्री पोर्ट रॉयलमध्ये भरपूर खाणंपिणं उरकून घेतलं होतं.

त्या दिवशी संध्याकाळी हंटरने नांगर टाकला नाही. खरंतर एखाद्या सुरक्षित ठिकाणी उभं राहून आपल्या माणसांना किनाऱ्यावर जाऊन झोप घेण्यासाठी थांबायची प्रायव्हटीर कॅप्टनची पद्धत होती. पण हंटरने पूर्ण रात्र शिडं उभारलेलीच ठेवून रात्रभर प्रवास केला. तो दोन कारणांसाठी घाई करत होता. काही हेर वेगाने पुढे जाऊन मातानकेरॉसमधल्या सैनिकतुकडीला सावध करण्याची शक्यता होती. दुसरी महत्त्वाची गोष्ट म्हणजे उशीर झाला तर मातानकेरॉसच्या बंदरात असणारं खजिन्याचं जहाज तिथून रवाना होण्याची शक्यता होती.

दुसऱ्या दिवशी संध्याकाळपर्यंत हिस्पानोला आणि क्यूबाच्या दरम्यान असणाऱ्या

अत्यंत धोकादायकपट्टीमधून ईशान्य दिशेला कॅसान्ड्राचा प्रवास सुरू राहिला. हंटच्या माणसांना हा भाग चांगला परिचित होता. दीर्घकाळ लुटारूंचा भरभक्कम अड्डा असणाऱ्या टॉर्ट्युगापासून ते एक दिवसाच्या अंतरावर असल्याचं त्यांना माहीत होतं.

हंटरने तिसरा संपूर्ण दिवस प्रवास चालूच ठेवला. त्या दिवशी रात्रीसाठी त्याने एका किनाऱ्यापाशी संध्याकाळी नौका थांबवली. सगळे जण दमले होते. दुसऱ्या दिवशी हंटर इनाग्वापासून पुढे थेट मातानकेरॉसपर्यंत जाण्याचा मोठा प्रवास सुरू करणार होता. यानंतर कुठंही सुरक्षित किनारा मिळणार नाही याची हंटरला कल्पना होती. विसाव्या अक्षांशाची रेषा ओलांडली की, हंटरची नौका स्पॅनिश मालकीच्या पाण्यात शिरणार होती.

हंटरच्या लोकांची तयारी एकदम जोरात होती. ते आनंदात भट्टीभोवती नाचत गात मजा करत होते. अनेकदा रम मिळाली नाही की, डोळ्यांसमोर सरपटणाऱ्या राक्षसांची दृश्यं येत असत. पण गेल्या तीन दिवसांत फक्त एकाच माणसाच्या बाबतीत असं घडलं होतं. हा माणूसही आता शांत झाला होता. आता त्याच्या शरीराची थरथर थांबली होती.

हंटर समाधानाने जाळाकडे बघत उभा होता. सॅन्सन त्याच्याजवळ येऊन बसला.

"तुझ्या मनात काय विचार चालू आहेत?"

"खास काही नाही."

"तुझ्या मनात कझालाचे विचार तर नाहीत ना?"

"नाही," हंटरने नकारार्थी मान हलवली.

"त्यानं तुझ्या भावाला ठार केलं हे मला माहीत आहे."

"होय, त्यानं माझ्या भावाला ठार करवलं हे खरं आहे."

"आणि त्यामुळे तुला राग येत नाही?"

हंटरने उसासा टाकला, "आता येत नाही."

ज्वाळांच्या थरथरणाऱ्या प्रकाशात सॅन्सनने हंटरकडे रोखून पाहिलं, "त्याला कसं ठार केलं गेलं?"

"ते महत्त्वाचं नाही." हंटर विषय टाळण्याचा प्रयत्न करत म्हणाला.

सॅन्सन काही मिनिटं गप्प बसला. नंतर म्हणाला, "तुझ्या भावाला एका व्यापारी जहाजावर पकडण्यात आलं, असं मी ऐकलं. कझालाने त्याला पकडल्यावर त्याचे हातपाय बांधले. त्याच्या अंडुकळ्या कापल्या आणि त्या त्याच्या तोंडात कोंबून त्याला गुदमरवून ठार मारलं."

हंटर यावर बराच वेळ काही बोलला नाही. मग म्हणाला, "अशी कहाणी

कानावर आली हे खरं.''

''आणि तुझा त्यावर विश्वास आहे का?''

''होय.''

सॅन्सनने हंटरच्या चेहऱ्याकडे निरखून पाहिलं, ''हे कावेबाज इंग्लिश माणसा, तुझ्यातला संतापाचा अंगार कुठं गेला?''

''तो माझ्यात आहे.''

सॅन्सनने मान डोलावली आणि तो उठून उभा राहिला, ''तुला कझाला सापडला की, त्याला शक्य तितक्या वेगाने ठार कर. रागामुळे तुझ्या मेंदूवर सावट येऊ देऊ नको.''

''माझ्या मेंदूवर कसलंही सावट नाही.''

''नाही, मला तसं वाटत नाही.'' सॅन्सन असं म्हणून निघून गेला.

सॅन्सन निघून गेल्यावर हंटर बराच वेळ ज्वाळांकडे बघत बसला.

दुसऱ्या दिवशी सकाळी त्यांनी हिस्पानोला आणि क्यूबा यांच्यामधल्या चिंचोळ्या पट्टीत प्रवेश केला. या पट्टीला 'विंडवर्ड पॅसेज' असं नाव होतं. या भागात वारे अतिशय बेभरवशाचे होते आणि पाणी धोकादायक होतं. पण तरीही कॅसान्ड्राने योग्य वेळेत हा प्रवास पार पाडला. त्या रात्री त्यांनी हिस्पानोलाचं 'ले मोल' नावाचं पश्चिमेकडचं टोक असणाऱ्या भागाला वळसा घातला. सकाळ उजाडत असताना त्यांना टॉर्ट्युगाच्या जमिनीचा आकार दिसला.

कॅसान्ड्राचा प्रवास पुढे सुरू राहिला.

चौथ्या दिवशी आता कॅसान्ड्रा सगळा दिवस खुल्या समुद्रावर पाणी कापत जात होती. हवा चांगली होती. पाणी अगदी हलकेच नौकेवर आपटत होतं. संध्याकाळ होत आली असताना त्यांना इनाग्वा बेटाचा किनारा दिसला. थोड्याच वेळाने क्षितिजावर लझूला जरासा उंचवटा दिसला. याचा अर्थ 'ले सैक्वे' बेटाचा किनारा त्यांच्या थेट समोर होता. हे कळणं फार महत्त्वाचं होतं. कारण आता त्याच्यापुढच्या भागात अतिशय धोकादायक अशा उथळ पाण्याचा सामना त्यांना कित्येक मैलांपर्यंत करावा लागणार होता.

हंटरने कॅसान्ड्राला पूर्व दिशेला वळवण्याचा हुकूम सोडला. पूर्वेकडे त्याने अद्याप न पाहिलेली टर्क आयसल्स नावाची बेटं होती. हंटरची माणसं उन्हात गात बसली होती. तर काही जण डुलक्या काढत होते. सूर्य अस्ताला जात होता.

अशावेळी अचानक लझ्रू ओरडली.

हंटर एकदम उडी मारून उभा राहिला. त्याने डोळे किलकिले करून दूर क्षितिजावर काय दिसतंय ते बघायचा प्रयत्न केला. पण त्याला काहीच दिसलं नाही. मिस्टर एन्डर्सने दुर्बीण डोळ्याला लावली आणि सगळीकडे फिरवून काही दिसतंय का त्याचा अंदाज घेतला.

"डॅम!" असं म्हणून एन्डर्सने दुर्बीण हंटरच्या हातात दिली. अर्धवर्तुळाकारात असणाऱ्या इंद्रधनुष्याच्या रंगांच्यामध्ये त्याला क्षितिजावर चौकोनी आकार दिसला. हंटर बघत असतानाच त्याला आणखी एक चौकोन दिसला. हे दोन्ही चौकोनी आकार एकमेकांवर आले.

"तुला काय दिसतंय?" एन्डर्सने विचारलं.

हंटरने नकारार्थी मान हलवली.

"तुला जेवढं दिसलं तेवढंच."

इतक्या दूर अंतरावरून समोरून येणाऱ्या जहाजाची ओळख पटवणं अवघड होतं. ते जहाज कोणत्या राष्ट्राचं आहे हे कळायला काही मार्ग नव्हता. पण ते आता स्पॅनिश मालकीच्या भागात होते हे नक्की. हंटरने क्षितिजावर चौफेर नजर फिरवली. इनाग्वा बेट आता खूप मागे पडलं होतं. तिथं जायला पाच तास लागले असते. शिवाय त्या बेटावर फारशा सुरक्षित जागा नव्हत्या. उत्तरेला ले सैक्वेकडे जावं असं त्या वेळी कोणालाही वाटलं असतं. पण वाऱ्याची दिशा अनुकूल नसल्याने कॅसान्ड्राला पुरेसा वेग गाठण्यासाठी फार कठीण कसरत करावी लागली असती. पूर्व दिशेला टर्क आयसल्स अद्याप दिसतही नव्हती. शिवाय त्याच्याकडे येणारं ते अज्ञात जहाज त्याच दिशेने पुढे येत होतं.

हंटरला काहीतरी निर्णय घ्यावा लागणार होता. कोणताही पर्याय चांगला वाटत नसतानाही ताबडतोब काहीतरी ठरवावं लागणारच होतं.

"दिशा बदला... ले सैक्वेकडे चला."

एन्डर्सने खालचा ओठ चावला आणि मान डोलावली.

"सगळे तय्यार!"

त्याने असं ओरडून सांगताच सगळ्या खलाशांनी एकदम वेगाने काम सुरू केलं. कॅसान्ड्रा वाऱ्याच्या प्रभावातून बाहेर पडली आणि उत्तर दिशेला वळली.

"भराभरा चालायचं आहे." ...शिडांकडे बघत हंटर म्हणाला, "वेग वाढवा."

"होय कॅप्टन," एन्डर्स म्हणाला. त्याच्या कपाळावर आठ्या दिसू लागल्या होत्या. कारण आता क्षितिजावर शिडांचा आकार साध्या डोळ्यांनाही स्पष्ट दिसू लागला होता. येणाऱ्या जहाजामधलं आणि कॅसान्ड्रातलं अंतर कमी झालं होतं. त्या जहाजाचा पुढचा भाग पाण्यापासून उंचावर आहे, हे दिसत होतं आणि आता

पुढचं शीड स्पष्ट दिसलं. दुर्बिणीमधून हंटरला जहाजाचा आकार आता अगदी स्पष्ट दिसला. तीन डोलकाठ्या असणारं जहाज कोणत्या तरी देशाचं लढाऊ जहाज होतं, यात काही शंका नव्हती.

"डॅम!" हंटर म्हणाला.

तो बघत असताना तिन्ही शिडांचा एकच आकार तयार झाला आणि मग ती पुन्हा निरनिराळी दिसू लागली.

"ते जहाज आता वळलं आहे, आपल्या पाठलागासाठी," हंटर म्हणाला.

एन्डर्स अस्वस्थपणाने पाय आपटत उभा होता.

"आपण त्या जहाजाला या जागी चुकवून निसटू शकणार नाही, कॅप्टन."

"याच जागी काय पण कुठेही नाही," हंटर म्हणाला, "वारा पडावा अशी प्रार्थना कर."

ते जहाज आता पाच मैलांपेक्षा कमी अंतरावर आलं होतं. वाऱ्याचा वेग जर समान राहिला तर ते कॅसान्ड्राला गाठणार हे स्पष्ट दिसत होतं. आता वारा पडावा एवढीच काय ती आशा हंटरला उरली होती. तसं झालं तर वजन कमी असल्याने कॅसान्ड्रा निसटून जाऊ शकणार होती. काही वेळा असं व्हायचं की, सूर्यास्ताच्या सुमारास वारा पडायचा. पण काहीच वेळात तो पुन्हा जोर पकडायचा. त्या वेळीही तसंच झालं. हंटरला वाऱ्याचा वेग वाढल्याचं जाणवलं.

"आज आपलं दैव चांगलं दिसत नाही," एन्डर्स म्हणाला.

आता त्यांना पाठलाग करणाऱ्या जहाजाचं मुख्य शीड दिसू लागलं. वाऱ्याचा जोर चांगला असल्याने ते तट्ट फुगलं होतं. मावळत्या सूर्यप्रकाशात ते लालसर गुलाबी रंगाने चमकत होतं. ले सैक्वे अजूनही खूप दूर होतं. ती सुरक्षित जागा त्यांच्या आवाक्यात नाही, हे त्यांना कळलं होतं.

"आपण मागे फिरून पळ काढायचा का कॅप्टन?"

हंटरने नकारार्थी मान हलवली. वाऱ्याचा जोर वाढला नव्हता. तेव्हा कॅसान्ड्राला निसटून जाण्याची संधी होती. पण आता ते शक्य नव्हतं. त्यामुळे फक्त घडणारी गोष्ट आणखी थोडी लांबली असती इतकंच. काहीही करणं शक्य नाही हे समजल्याने हंटर स्वत:वर चडफडत उभा होता. आता जहाजाचा पुढचा भाग ही स्पष्ट दिसला.

"हे जहाज कोणतं आहे ते मात्र मला अजून लक्षात येत नाही," एन्डर्स म्हणाला.

जहाजाचा पुढचा भाग कसा आहे यावर ते कोणाचं आहे हे सांगता येत असे. इंग्लिश किंवा डच लढाऊ जहाजांपेक्षा स्पॅनिश लढाऊ जहाजांचा पुढचा भाग बोथट गोलाकारासारखा असायचा.

सॅन्सन हंटरपाशी आला.

"तुझा लढायचा विचार आहे का?"

उत्तरादाखल हंटरने फक्त पाठलाग करणाऱ्या जहाजाकडे बोट दाखवलं. जहाजाचा पुढचा भाग आता पाण्याच्या रेषेच्या कितीतरी वर आला होता. जहाजाची लांबी किमान एकशेतीस फूट होती आणि त्याच्यावर तोफांसाठी दोन जागा होत्या. तोफांसाठी असणारी भोकं उघडलेली असून त्यामधून नळकांडी बाहेर डोकावताना दिसत होती. हंटरने त्या मोजायचा प्रयत्न केला नाही. त्या वीस-तीस तरी असाव्यात, हे त्याला समजलं होतं.

"मला हे जहाज डोनिश वाटतंय." सॅन्सन म्हणाला.

"ते बरोबरच आहे."

"लढायचं का?"

"लढायचं? त्या जहाजाशी?" हंटर म्हणाला.

तो हे बोलत असताना जहाजाने किंचित कोन बदलला आणि कॅसान्ड्राच्या दिशेने पहिली फैर झाडली. पण तोफा अजून खूप अंतरावर असल्याने गोळे पाण्यात पडले. पण हा इशारा स्पष्ट होता. आणखी हजार यार्ड जहाज पुढे आलं तर गोळे सरळ कॅसान्ड्रावर येणार, हे उघड होतं.

हंटरने उसासा टाकला.

"वाऱ्याची दिशा घ्या." तो हलक्या स्वरात म्हणाला.

"माफ कर कॅप्टन –" एन्डर्स म्हणाला.

"मी सांगितलं, वाऱ्याची दिशा घ्या."

"होय कॅप्टन," एन्डर्सने उत्तर दिलं.

सॅन्सन हंटरकडे जळजळीत नजरेने बघत होता. तो पाय आपटत तिथून निघून गेला. पण हंटरने त्याच्याकडे दुर्लक्ष केलं. कॅसान्ड्राने आता वाऱ्याची दिशा धरल्याने ती पुढे झेपावली आणि मग दोर सैल सोडल्यानंतर शिडं हळूहळू फडफडत राहिली. आता कॅसान्ड्रा जागीच उभी राहिली. हंटर आणि त्याची माणसं एका बाजूला उभी राहिली. सगळे जण त्यांच्या दिशेने येणाऱ्या जहाजाकडे हताशपणे पाहत उभे होते. जहाजाला पूर्णपणे काळा रंग दिला होता आणि त्याच्यावर 'उड्या मारणारे सिंह' हे फिलिप राजाचं राजचिन्ह रंगवलेलं दिसत होतं. याचा अर्थ जहाज स्पॅनिश होतं, हे नक्की.

"आपण अजूनही काही करू शकतो," एन्डर्स म्हणाला, "कॅप्टन, तू फक्त तसं म्हण."

"नाही." हंटर म्हणाला.

त्या आकाराच्या जहाजावर किमान दोनशे खलाशी असणार आणि कदाचित

तितकेच सैनिक. साठ माणसं विरूद्ध चारशे जण? जरा जरी प्रतिकार होतो आहे असं वाटलं तर स्पॅनिश जहाज थोडं बाजूला गेलं असतं आणि मग कॅसान्ड्रा बुडेपर्यंत तोफांचा धडाका सुरू राहिला असता.

''गळ्याभोवती फाशीचा दोर असण्यापेक्षा मरताना हातात तलवार असलेली बरी, कॅप्टन,'' एन्डर्स म्हणाला.

''आपण जरा वाट पाहू या.''

''कशाची?''

हंटरजवळ उत्तर नव्हतं. तो पाठलागावरच्या जहाजाकडे बघत उभा होता. ते आता इतक्या जवळ आलं होतं की, कॅसान्ड्राच्या मुख्य शिडाची सावली त्याच्यावर पडली होती. जागच्याजागी थांबा अशा आशयाचे हुकूम स्पॅनिश भाषेत ओरडून दिले जात होते.

हंटरने आपल्या नौकेवर नजर फिरवली. सॅन्सन घाईघाईने पिस्तुलं तयार करून ती पट्ट्यात खोचताना त्याला दिसला. हंटर त्याच्याजवळ गेला.

''मी लढणार आहे,'' सॅन्सन म्हणाला, ''तू एखाद्या मुळमुळीत बाईप्रमाणे शरण जा हवं तर, पण मी नाही.''

हंटरला एकदम काहीतरी सुचलं.

''तर मग तू असं कर,'' असं म्हणून त्याने सॅन्सनच्या कानात काहीतरी सांगितलं. काही वेळाने सॅन्सन तिथून हलकेच मागे निसटला.

स्पॅनिशांचा आरडाओरडा सुरूच होता. त्यांनी आता दोर फेकले होते. हातातल्या मस्केट उंचावत उभ्या असणाऱ्या सैनिकांची भली-मोठी रांग हंटरला उंचावर दिसत होती. काही जणांनी खाली कॅसान्ड्रावर मस्केट रोखला होत्या. आता स्पॅनिश सैनिकांची पहिली तुकडी कॅसान्ड्रावर उतरली. एकेक करून मस्केटच्या टोकांच्या धाकावर हंटर आणि त्याच्या सगळ्या माणसांना दोराच्या शिडीवरून स्पॅनिश जहाजाकडे नेण्यात आलं.

१५

कॅसान्ड्रावर बरेच दिवस दाटीवाटीने घालवल्यानंतर हंटरची माणसं आता स्पॅनिश जहाजावर उभी होती. त्यामुळे त्यांना हे जहाज फारच भव्य आकाराचं वाटलं. त्याचं मुख्य डेक तर एखाद्या मैदानासारखं भासलं. स्पॅनिश सैनिकांनी हंटरच्या माणसांना मुख्य शिडाजवळ ढोसूनढोसून एकत्र ठेवलं होतं. काही सैनिक कॅसान्ड्रावर उतरले होते. हंटरची नौका जहाजापुढे फारच किरकोळ वाटत होती. हंटरने आपल्या माणसांकडे नजर फिरवली. सगळ्यांनी त्याची नजर चुकवली. ते हताश आणि चिडलेले दिसत होते.

हंटरने वर पाहिलं. जहाजाचं मुख्य शीड वाऱ्यावर फडफडत होतं. त्याचा आवाज एवढा मोठा होता की, त्याच्याशी बोलायला आलेला अधिकाऱ्याला ओरडूनच बोलावं लागत होतं.

"तू कॅप्टन आहेस का?"

हंटरने मान डोलावली.

"नाव काय?"

"हंटर." हंटरनं ओरडून उत्तर दिलं.

"इंग्लिश?"

"होय."

"याला घेऊन कॅप्टनकडे जा," त्या अधिकाऱ्याने असा हुकूम देताच दोन सैनिकांनी पुढे होऊन हंटरला धरून डेकच्या खाली नेलं. त्याला बहुधा आता या लढाऊ जहाजाच्या कॅप्टनकडे नेणार होते. हंटरने जाता-जाता मागे नजर टाकली. मुख्य डोलकाठीपाशी जमा केलेली त्याची माणसं त्याला दिसली. त्यांचे हात

पाठीमागे बांधलेले होते. लढाऊ जहाजावरचे सैनिक त्यांच्या कामात तत्पर दिसत होते.

हंटर ठेचकाळत तोफा ठेवलेल्या डेकवरच्या चिंचोळ्या पॅसेजमधून जाऊ लागला. त्याच्या नजरेस तोफांची रांग ओझरती दिसली. तोफांपाशी त्यांचे गोलंदाज तयारीत उभे होते. तो किंचित रेंगाळला आहे, हे पाहून त्याला लगेच धसमुसळेपणाने पुढे ढकलण्यात आलं. ज्या ठिकाणी तोफांच्या जागा उघड्या होत्या तिथून त्याला त्याची छोटी नौका ओझरती दिसली. ती लढाऊ जहाजाला बांधून टाकलेली होती. त्याच्यावर बरेच स्पॅनिश सैनिक फिरताना दिसले. काही स्पॅनिश खलाशी तिचे दोर वगैरे तपासत होते. ती हाकारता येईल का, हे ते बहुधा पाहत होते.

हंटरला क्षणभरही रेंगाळणं शक्य नव्हतं. त्याच्या पाठीत खुपसलेली मस्केट लगेच त्याला पुढे ढोसून तशी जाणीव करून देत होती. हंटरला आता एका दरवाजापाशी आणलं. तिथे दोन आडदांड माणसं पहारा देत उभी होती. त्यांच्या अंगावर कसलाही गणवेश नव्हता, हे त्याला दिसलं. हे दोन्ही पहारेकरी त्याच्याकडे किंचित करुणा वाटल्याप्रमाणे तिरस्काराने पाहत होते. पण दोघांच्याही चेहऱ्यावर उद्दामपणा स्पष्ट दिसत होता. त्यांच्यामधल्या एकाने दरवाजावर टकटक केलं आणि तो स्पॅनिशमध्ये काहीतरी भराभरा बोलला. उत्तरादाखल कसलातरी गुरकावण्याचा आवाज आला. पहारेकऱ्याने दरवाजा उघडला आणि हंटरला आत ढकललं. एक पहारेकरी स्वत:ही आत आला आणि त्याने दार बंद करून घेतलं.

कॅप्टनची केबिन चांगलीच प्रशस्त आणि भरपूर सजवलेली होती. सगळीकडे चैनीच्या वस्तू वापरलेल्या दिसल्या. डायनिंग टेबलावर उत्तम कापड अंथरलेलं होतं. रात्रीच्या जेवणासाठी तिथे सोन्याच्या प्लेट मांडून ठेवलेल्या दिसल्या. एका बाजूला चांगला पलंगपोस अंथरलेला भलामोठा पलंग होता. पलंगपोसाला सोनेरी जरीकिनार होती. एका कोपऱ्यात क्रुसावर चढवलेल्या अवस्थेतलं येशूचं उत्कृष्ट चित्र टांगलेलं होतं. दुसऱ्या कोपऱ्यात ठेवलेल्या कंदिलामधून केबिनमध्ये मंद सोनेरी प्रकाश पसरत होता.

केबिनच्या मागच्या बाजूला आणखी एक टेबल ठेवलेलं दिसलं. त्याच्यावर अनेक नकाशे पसरून ठेवलेले दिसले. त्याच्याशेजारी असणाऱ्या, उत्तम लाल मखमलीचं आवरण घातलेल्या खुर्चीत स्वत: कॅप्टन बसलेला दिसला. एका उत्कृष्ट काचेच्या भांड्यातून वाईन ओतणाऱ्या कॅप्टनची हंटरकडे पाठ होती. हंटरला फक्त त्याची पाठ दिसली. ती एखाद्या बैलाच्या पाठीसारखी रुंद होती.

"हं... तर आता..." कॅप्टन मागे न वळता उत्तम इंग्लिशमध्ये म्हणाला, "अतिउत्तम अशा क्लॅरेटचा एखादा ग्लास माझ्याबरोबर घेण्यासाठी मी तुझं मन वळवू शकतो का?"

हंटरने काही उत्तर देण्याच्या आतच कॅप्टन मागे वळला. हंटरला कॅप्टनचा भलामोठा चेहरा दिसला. धारदार नाक आणि काळी दाढी असणारा, कॅप्टन त्याच्याकडे जळजळीत नजरेने बघत होता. हंटरच्या तोंडून एकदम शब्द निसटला, ''कझाला!''

स्पॅनिश कॅप्टन गडगडाटी हसला, ''मग काय तुला किंग चार्ल्सची अपेक्षा होती की काय?''

हंटरच्या तोंडातून शब्द बाहेर पडेना. हंटरच्या मनात एकाचवेळी हजारो प्रश्नांनी गर्दी केली होती. पण आपले फक्त ओठ हलत आहेत हे हंटरला जाणवलं. कझाला मातानकेरॉसच्या बाहेर कसा काय? याचा अर्थ खजिना असणारं जहाज तिथून निघून गेलं की काय? की त्याने तिथली व्यवस्था त्याच्या एखाद्या उत्तम मदतनीसाकडे सोपवली आहे? किंवा त्याला एखाद्या वेगळ्या कामासाठी त्याच्यावरच्या अधिकाऱ्यांनी पाठवलं असावं. तसं असेल तर हे स्पॅनिश लढाऊ जहाज हवानाच्या दिशेने निघालं असण्याची शक्यता होती. हे सगळे प्रश्न मनात येत असताना त्याच्या अंगात भीतीची थंड लहर चमकून गेली. त्याने प्रयत्नपूर्वक आपलं शरीर थरथरू दिलं नव्हतं. तो काही न बोलता कझालाकडे बघत उभा होता.

''इंग्लिश माणसा, तुला होणारा त्रास पाहून मला माझा अभिमानच वाटतोय. पण तुझं नाव अद्याप मला कळू नये, ही काही बरी गोष्ट नाही. निवांतपणाने खाली बस.''

हंटर जागचा हलला नाही, हे पाहून केबिनमध्ये आलेल्या सैनिकाने हंटरला खुर्चीत ढकलून बसवलं.

''हे जास्त योग्य झालं,'' कझाला म्हणाला, ''बरं, आता क्लॅरेट घेणार का?'' असं म्हणून त्याने हंटरसमोर क्लॅरेटचा ग्लास धरला.

सगळं बळ एकवटून हंटरने आपला हात थरथरू नये याची काळजी घेत समोर धरलेला ग्लास हातात घेतला. पण त्याने घोट घेतला नाही. त्याने ग्लास लगेच टेबलावर ठेवला. ते पाहून कझाला हसला.

''तुझ्या आरोग्यासाठी!'' कझालाने हसत ग्लास तोंडाला लावला, ''इंग्लिश माणसा, तुझ्या आरोग्यासाठी... कारण अजून अशा शुभेच्छा देणं शक्य आहे. बरं, तू मला साथ देणार नाहीस? नक्की नाही? हे काय इंग्लिश माणसा, हवानाच्या कमांडरला देखील इतकी उत्कृष्ट क्लॅरेट मिळत नाही. ही फ्रेंच आहे. तिला हॉ-ब्रिऑं म्हणतात. चल पी.'' कझाला जरासा थांबून पुन्हा म्हणाला, ''पी.''

हंटरने ग्लास उचलून तोंडाला लावला आणि छोटा घोट घेतला. तो खरंतर या सगळ्या प्रकारामुळे स्तिमित होऊन गेला होता. पण क्लॅरेटच्या एका घोटाने त्याला पुन्हा भान आलं होतं. त्याला बसलेला धक्का आता ओसरल्यामुळे त्याला आता तिथल्या हजारो छोट्या-मोठ्या तपशीलांची जाणीव होऊ लागली. त्याला पाठीमागे उभ्या असलेल्या सैनिकाचा श्वासोच्छ्वास ऐकू आला. हा सैनिक बहुधा

दोन पावलांवरच आहे, हे त्याच्या लक्षात आलं. कझालाची दाढी अस्ताव्यस्त वाढलेली आहे हे पाहिल्यानंतर तो बरेच दिवस समुद्रावरच आहे, हे त्याला समजलं. कझाला पुढे झुकून बोलू लागताच त्याच्या तोंडाला येणारा लसणीचा दर्प त्याला जाणवला.

"हं तर आता बोल इंग्लिश माणसा, तुझं नाव काय आहे?"

"चार्ल्स हंटर," हंटरने उत्तर दिलं.

त्याच्या आवाजात आता चांगला आत्मविश्वास भासत होता. हंटरला स्वत:ला याचं आश्चर्य वाटलं.

"होय का? तर मग मी तुझं नाव ऐकलेलं आहे. एक वर्षापूर्वी मी कोणा हंटरने कन्सेप्शन ताब्यात घेतल्याचं ऐकलं होतं. तोच तू आहेस का?"

"होय."

"हिस्पानोलात मॉन्ते क्रिस्तो इथे धाड घालून तिथल्या रमोना नावाच्या मळेवाल्याला खंडणीसाठी पकडून ठेवणारा हंटर तूच आहेस की काय?"

"होय."

"हा रॅमोना म्हणजे निव्वळ डुक्कर आहे. तुला काय वाटतं?" असं म्हणून कझाला हसला. "डी रॉयटर्सचं एक जहाज ग्वादलूपमध्ये नांगर टाकून पडलेलं असताना ते लुटणारा हंटरदेखील तूच आहेस तर?"

"होय."

"तसं असेल तर इंग्लिश माणसा, तुला भेटून मला अत्यानंद झाला आहे. तुला तुझी स्वत:ची किंमत ठाऊक आहे का? नाही? ठीक आहे. दरवर्षी तुझी किंमत वाढतच गेलेली आहे. मी शेवटची जी बातमी ऐकली होती त्यानुसार किंग फिलिपने तुझ्यासाठी सोन्याच्या दोनशे डब्लून नाण्यांचं बक्षीस लावलं होतं. शिवाय तुझी माणसं पकडून दिली तर आणखी आठशे डब्लून. कदाचित या बक्षिसात आता वाढदेखील झाली असेल. पण हुकुमांमध्ये सतत बदल होतच असतात. पूर्वी आम्ही लुटारूंना सेव्हीलेला पाठवत असू. तिथे इन्क्विझिशन* दरम्यान लुटारूंना

---

*इन्क्विझिशन (Inquisition) : रोमन कॅथॉलिक चर्चच्या धार्मिक कायद्यांचा भंग करणाऱ्या अथवा धर्मभ्रष्ट आणि पाखंडी लोकांवर खटले चालवून त्यांना शिक्षा करणे यासाठी मध्ययुगात चर्चने उभारलेल्या संस्थांना 'इन्क्विझिशन' असे म्हणतात. १३ व्या शतकात नवव्या ग्रेगरी पोपने या पद्धतीची सुरुवात केली, ती अगदी विसाव्या शतकाच्या सुरुवातीपर्यंत सुरू होती. स्पेन आणि पोर्तुगाल या देशांमधल्या या संस्था इतिहासात गाजलेल्या आहेत. दोषी व्यक्तींना जाहीरपणाने जाळून टाकले जात असे आणि अनेकदा या लवादासारख्या संस्थांचा उपयोग राजकीय हिशेब चुकते करण्यासाठी किंवा धर्मसंस्थेला आव्हान देणाऱ्या विचारवंत-वैज्ञानिकांचा काटा काढण्यासाठी केला जात असे.

एकाच वेळी पापांपासून आणि धर्मभ्रष्टतेच्या कलंकातून मुक्त होण्याची संधी मिळत असे. पण हे काम फार कष्टाचं होतं. आता आम्ही फक्त मुंडकी पाठवतो आणि त्यामुळे जहाजांवरची जागा आम्हाला जास्त मौल्यवान वस्तूंसाठी वापरता येते.''

हंटर काहीच बोलला नाही.

''कदाचित तुला असं वाटत असेल की, दोनशे डब्लून ही किंमत तशी किरकोळ आहे. मी या क्षणी तुझ्याशी सहमत आहे. पण या इथल्या सागरात संचार करणाऱ्या सर्व लुटारूंमध्ये तुझी किंमत सर्वांत जास्त आहे हे मी तुला सांगितलं तर तुला नक्कीच आनंद होईल. होय ना?''

''मी तसं करण्यामागची भूमिका समजू शकतो.'' हंटर म्हणाला.

कझालानं स्मित केलं.

''तू एक सभ्य गृहस्थ म्हणून जन्माला आला असणार, हे मला दिसतंय. मी तुला वचन देतो की, एखाद्या सभ्य गृहस्थाला कमीपणा वाटणार नाही अशा तऱ्हेनेच तुला फासावर लटकवण्यात येईल. मी तुला माझा शब्द देतो, बघ.''

हंटरने बसल्याजागी मान किंचित हलवली.

कझालाने टेबलावर ठेवलेलं एक छोटं काचेचं भांडं त्याच्याकडे ओढलं. वरचं झाकण उघडून त्याने त्यामधलं एक रुंद हिरवं पान बाहेर काढलं. ते तोंडात टाकून तो चघळत विचार करू लागला.

''तुझा गोंधळ उडालेला दिसतोय. इंग्लिश माणसा तुला याचा परिचय नाही की काय? न्यू स्पेनमधले इंडियन याला 'कोका' म्हणतात. हे फक्त उंचावरच्या भागात उगवतं. हे पान चघळलं की शक्ती येते. बायकांनी हे चघळलं तर त्यांच्यामध्ये दांडगी कामवासना जागृत होते.'' पान चघळत तोंडाने च्यॅक्ऽ असा आवाज काढत कझाला पुढे बोलू लागला, ''तुला याची चव घेऊन पाहायची आहे का? नाही म्हणतोस? इंग्लिश माणसा, तू मी केलेलं आदरातिथ्य नाकारतो आहेस.'' कझाला काही वेळ पान चघळत हंटरकडे एकटक बघत होता, मग तो म्हणाला, ''आपली या अगोदर कधी भेट झाली आहे का?''

''नाही.''

''पण तुझा चेहरा मला ओळखीचा वाटतोय. कदाचित तू लहान असताना तर आपली भेट झालेली नाही ना?''

हंटरचं हृदय जोरानं धडधडू लागलं, ''मला तसं वाटत नाही.''

''तुझं म्हणणं बरोबर असणार,'' कझाला भिंतीवरच्या चित्राकडे बघत म्हणाला, ''तसंच असणार. कारण सगळीच इंग्लिश माणसं मला सारखी दिसतात. मला त्यांच्यातला फरक कळत नाही.'' कझालाने पुन्हा हंटरकडे रोखून पाहिलं, ''बरं, तू मला ओळखलंस... ते कसं काय?''

"तुझे हावभाव आणि इतर सगळ्या गोष्टी सर्वच इंग्लिश वसाहतीमध्ये माहिती आहेत."

कझ्झालाने पानाबरोबर थोडा चुना घेऊन तो चघळला. मग तो हसला, "नक्कीच तसं असणार... नक्कीच." हे म्हटल्यानंतर तो एकदम भर्रकन वळला आणि टेबलावर मूठ आदळत म्हणाला, "पुरे झालं! आता आपण कामाचं बोलू. तुझ्या नौकेचं नाव काय आहे?"

"कॅसान्ड्रा."

"आणि तिचा मालक कोण आहे?"

"मीच. मीच मालक आणि कॅप्टन आहे."

"आणि तू ती कुठून हाकारलीस?"

"पोर्ट रॉयल."

"तू ह्या सफरीवर निघण्याचं कारण काय?"

हंटर थबकला. त्याला जर एखादं पटण्याजोगं कारण सुचलं असतं, तर ते त्याने लगेच सांगायचं ठरवलं होतं. पण त्या ठिकाणी आपण काय करतो आहोत, हे सांगण्याजोगं कोणतंही सयुक्तिक कारण त्याला सुचेना.

अखेर तो म्हणाला, "इथे गिनीमधलं गुलामांना नेणारं जहाज सापडेल, असा सल्ला आम्हाला मिळाला होता."

"इंग्लिश... इंग्लिश माणसं!" असं म्हणत कझ्झालाने डोकं हलवलं.

हंटरने आपण अगदी सहज सांगतोय असा आविर्भाव दाखवला. "आम्ही ऑगस्टीनच्या दिशेने जात होतो."

स्पॅनिश फ्लोरिडाच्या वसाहतीमधलं ऑगस्टीन हे एक चांगली वसाहत असणारं गाव होतं. पण ते काही फार श्रीमंत नसल्यानं एखादा इंग्लिश प्रायव्हटीरवर तिथे धाड घालायला जाण्याचा संभव फार कमी होता.

"तसं असेल तर तू खूप चमत्कारिक मार्ग घेतलास. शिवाय फार वेळ खाणारा देखील." कझ्झालाने बोटांनी टेबलावर ताल धरला, "तू क्यूबाच्या पश्चिमेला बहामा पॅसेजमधून नाव का हाकारली नाहीस?"

हंटरने खांदे उडवले.

"पॅसेजमध्ये स्पॅनिश लढाऊ जहाजं असतील, असा आमचा अंदाज होता."

"आणि इथे नसतील असं वाटलं की काय?"

"इथे तो धोका पत्करावा, असं वाटलं,"

कझ्झालाने या बोलण्यावर बराच वेळ विचार केला. त्याने वाईनचा एक घोट घेतला, मग म्हणाला, "ऑगस्टीनमध्ये दलदल आणि साप याखेरीज काहीही नाही आणि या परिसरात...."

कझालाने खांदे उडवले.

"या इथे तुझ्या या नावेतल्या फालतू माणसांपासून वाचू शकणार नाही अशी एकही वसाहत नाही... इंग्लिश माणसा, तू इथे काय करतो आहेस?"

"मी मघाशीच खरं कारण सांगितलं. आम्ही ऑगस्टीनकडे निघालो होतो."

"मला हे खरं कारण पटलेलं नाही," कझाला म्हणाला.

त्याच वेळी दरवाजावर टकटक केल्याचा आवाज आला. एका माणसाने आत डोकं घातलं आणि तो स्पॅनिशमध्ये काहीतरी भराभरा बोलला. हंटरला फ्रेंच कळत असलं तरी त्याला स्पॅनिश भाषा येत नव्हती.

कझालाने मान डोलावली आणि मग तो हंटरकडे वळला, "तू माझ्याबरोबर डेकवर चल. आपण आता निघणार आहोत. मुख्य म्हणजे तुझी माणसं तुझ्याएवढी बोलायला टाळाटाळ करणारी नाहीत असं दिसतंय."

१६

हंटरच्या सगळ्या माणसांना दोन रांगांमध्ये दाटीवाटीने उभं केलं होतं. या रांगांसमोर कझाला येरझाऱ्या घालत होता. त्याच्या हातात एक सुरी होती. सुरीचं पातं तो दुसऱ्या हातावर आपटत फिरत होता. या आवाजाखेरीज तिथे पूर्ण शांतता होती. कोणीच काही बोलत नव्हतं.

हंटरने दूरवर नजर टाकली. कझालाचं जहाज पूर्व दिशेला जात होतं. टर्क आयसलेच्या दक्षिणेला असणाऱ्या हॉक्स नेस्ट या सुरक्षित जागी नांगर टाकण्यासाठी जहाज निघालं असावं, असा कयास हंटरने बांधला. संधीप्रकाशात त्याला थोड्या अंतरावरून पाठोपाठ येणारी त्याची कॅसान्ड्रा नौका दिसली.

हंटरच्या मनातली विचारांची मालिका कझालाच्या बोलण्याने तुटली.

''तुम्ही नेमके कुठे जात होतात हे काही तुमचा कॅप्टन सांगत नाही,'' कझाला मोठ्या आवाजात म्हणाला. त्याच्या आवाजात भरपूर उपहास होता. ''तो म्हणतो की तुम्ही ऑगस्टीनकडे जात होता. ऑगस्टीन! यापेक्षा एखादं पोरदेखील जास्त चांगलं खोटं बोलू शकेल, पण तुमचा खरा उद्देश काय ते मी शोधून काढणार, हे नक्की. तुमच्यापैकी कोण पुढे होऊन सांगायला तयार आहे?''

कझालाने दोन्ही रांगांकडे पाहिलं. सगळे जण त्याच्याकडे कोऱ्या चेहऱ्यांनी पाहत उभे होते.

''तुम्हा लोकांना मी प्रोत्साहन द्यायला हवं की काय? अं?'' असं म्हणून कझाला एका खलाशाजवळ उभा राहिला, ''तू. तू तोंड उघडणार का?''

तो खलाशी जराही न हलता उभा होता. तो अगदी पापणीदेखील न लववता स्तब्ध उभा राहिला. कझाला पुन्हा येरझाऱ्या घालू लागला.

"तुम्ही गप्प बसणं याला काहीच अर्थ नाही. त्याने काही फरक पडत नाही. तुम्ही सगळे जण पाखंडी आणि बंडखोर आहात. तेव्हा योग्य वेळ येताच तुम्ही फासावर लटकणार आहातच म्हणा. मग तो दिवस येईपर्यंत एखाद्याने नीट जगायचं की नाही, हे ठरवायला हवं. जो कोणी आत्ता तोंड उघडेल तो ठरलेल्या दिवसापर्यंत आरामात जगेल. मी तसं वचन देतो."

अजून कोणीच काही बोलेना. कझाला आता एका जागी उभा राहिला.

"तुम्ही सगळे मूर्ख आहात. माझ्या निश्चयाची तुम्हाला कल्पना नाही, असं दिसतंय."

कझाला आता ट्रेन्चर नावाच्या एका माणसासमोर उभा होता. हंटरच्या या प्रायव्हटीर मोहिमेमधला तो सर्वांत तरुण खलाशी होता हे उघड दिसत होतं. ट्रेन्चर थरथर कापत असला तरी त्याने मान ताठ ठेवली होती.

"हं... तू, पोरा..." कझाला ट्रेन्चरला म्हणाला, "तू या दांडगटांमधला वाटत नाहीस. बोल. तुमच्या या सफरीचा खरा उद्देश काय होता ते मला सांग."

ट्रेन्चरने तोंड उघडलं. त्याचे ओठ जरासे हलले. पण तो काहीच बोलला मात्र नाही.

"बोल," कझाला अजूनही मृदू आवाजात बोलत होता, "बोल..." पण आता तो क्षण निघून गेला होता. ट्रेन्चरने ओठ घट्ट आवळून घेतले होते.

कझालाने त्याच्याकडे क्षणभर नजर टाकली. मग त्याने एकाच सफाईदार हालचालीत ट्रेन्चरचा गळा कापला. त्याचा वेग एवढा होता की हंटरला ते दिसलंच नाही. त्या पोरसवदा असणाऱ्या ट्रेन्चरच्या शर्टवरून रक्ताचा पाट वाहू लागला. ट्रेन्चरचे डोळे विस्फारले होते. तो अविश्वासाने मान हलवत होता. तो आता गुडघ्यांवर बसला. काही क्षण तसेच गेले. ट्रेन्चर त्याचं रक्त खालच्या लाकडी फळ्यांवर वाहत जाताना बघत होता. रक्त कझालाच्या बुटांवर उडत होतं. ते पाहून शिवी हासडत कझाला एक पाऊल मागे सरकून उभा राहिला. ट्रेन्चर अजून गुडघ्यांवर कोलमडून पडल्याप्रमाणे बसला होता. मग त्याने वर पाहिलं. त्याची नजर हंटरच्या नजरेला भिडली. त्याच्या नजरेत गोंधळ, भीती आणि विनवणी याचं चमत्कारिक मिश्रण होतं. क्षणभरानंतर ट्रेन्चरचे डोळे वर गेले आणि तो खालच्या फळीवर पडला. आणि तो आचके देऊ लागला.

सगळे जण जरादेखील हालचाल न करता ट्रेन्चरला मरताना बघत होते. कोणी काही बोलणं शक्यच नव्हतं. ट्रेन्चर आचके देत असताना त्याचे बूट खालच्या लाकडी फळ्यांवर खडखड वाजत होते. त्याच्याभोवती रक्ताचं थारोळं मोठं होत जात होतं. अखेर त्याची हालचाल थांबली.

कझाला हे सगळं अगदी मन लावून पाहत होता. ट्रेन्चरची हालचाल थांबल्यावर

तो पुढे झाला. त्याने त्या पोराच्या मानेवर पाय ठेवला आणि तो जोराने दाबला. हाडं मोडल्याचा कडकड असा आवाज आला.

कझालाने दोन्ही रांगांवर नजर फिरवली, "मी खरं काय आहे ते जाणून घेणार, हे नक्की. अगदी नक्की." मग तो त्याच्या हाताखाली काम करणाऱ्या फर्स्ट मेटकडे वळला, "या सगळ्यांना खाली नेऊन बंद करा." त्यानंतर तो हंटरकडे आला, "आणि यालादेखील त्यांच्याच बरोबर ठेव."

हा हुकूम दिल्यानंतर कझाला तिथून निघून गेला. हंटरचे हात बांधून त्याला इतरांबरोबर नेण्यात आलं.

त्या स्पॅनिश लढाऊ जहाजाला पाच डेक होते. वरच्या दोन डेकवर तोफा होत्या. तिथं जहाज चालवणाऱ्यांपैकी काही जण झोपत असत. त्यासाठी त्यांनी तोफांच्यामध्ये हॅमॉक टांगलेले होते. त्यानंतर तिथे सैनिकांना राहायच्या जागा होत्या. हे तिसरं डेक होतं. चौथ्या डेकचा वापर तोफगोळे, अन्नपदार्थ, दोऱ्या, इतर साधनसामुग्री आणि जिवंत प्राणी ठेवण्यासाठी केला जात होता. पाचवं डेक एवढं छोटं होतं की, त्याला डेक म्हणणंही अवघड झालं असतं. त्याची उंची तळापासून तक्तपोशीपर्यंत जेमतेम चार फूट होती. हे डेक पाण्याच्या पातळीच्या खाली असल्याने तिथे पुरेशी हवा खेळत नव्हती. त्या ठिकाणी मलमूत्राचा घाण वास असल्याने हवा कुंद झाली होती.

कॅसान्ड्रावरच्या सगळ्यांना या डेकमध्ये एकमेकांपासून थोडं अंतर ठेवून बसवण्यात आलं. तिथे वीस सैनिकांना पहारा देण्यासाठी ठेवलं होतं. हातात कंदील घेऊन अधूनमधून सैनिक दोरांच्या गाठी व्यवस्थित आहेत का नाहीत, हे पाहण्यासाठी येत होते. बोलायला किंवा झोपायला परवानगी नव्हती. जर कोणी असा प्रयत्न केला की, लगेच त्याच्या पेकाटात लाथ बसायची. कोणालाही जागचं हलू दिलं जात नव्हतं. जर कोणाला नैसर्गिक विधी करायचे असतील तर ते त्यांना बसल्याजागीच करावे लागत होते. त्या चिंचोळ्या जागेत कॅसान्ड्राचे साठ जण आणि वीस पहारेकरी असल्याने बघता-बघता हवा आणखीनच कुंद आणि दमट होऊन गेली. आता पहारेकरीही घामाने निथळू लागले होते.

किती वेळ उलटला आहे हे कळायला तिथे काहीच मार्ग नव्हता. वरच्या डेकवर असलेल्या जनावरांच्या खुरांचा आवाज आणि जहाज पुढे जाताना पाण्याचा येणारा एकसुरी हिस्स्ऽ हिस्स्ऽ असा आवाज हे वगळता सर्वत्र शांतता होती. हंटर एका कोपऱ्यात बसला होता. त्याचं लक्ष पाण्याच्या आवाजाकडे होतं. हा आवाज कधी थांबतो हे तो पाहत होता. त्याच्या त्या वेळच्या खऱ्या परिस्थितीकडे तो दुर्लक्ष करत होता. परिस्थिती अवघड होती. तो आणि त्याची सगळी माणसं एका राक्षसी आकाराच्या लढाऊ जहाजाच्या पोटात खोलवर कैदेत पडली होती. जहाजावर

असणाऱ्या शेकडो सैनिकांच्या दयेवरच त्यांना जगावं लागणार होतं. कझालाने रात्रीसाठी कुठे नांगर टाकला नाही तर काही खरं नव्हतं. कझाला रात्रीच्या मुक्कामाला थांबला तरच आपल्याला जगायची एखादी संधी आहे हे हंटरला कळत होतं.

किती तास उलटले याचा काहीच अंदाज हंटरला नव्हता. पण अखेर पाण्याच्या आवाजात बदल झाला आहे, हे त्याला जाणवलं. हंटर सावधपणे कानोसा घेऊ लागला. होय. पाण्याचा आवाजात बदल झाला होता. जहाजाचा वेग कमी होतो आहे, याबद्दल त्याच्या मनात काही शंका उरली नाही.

पहाऱ्यावर उभ्या असणाऱ्या सैनिकांनादेखील जहाजाचा वेग कमी झाल्याचं जाणवलं. त्यांनी त्याबद्दल आपापसात चर्चाही केली. काही वेळानंतर पाण्याच्या आवाज संपूर्ण थांबला. आता नांगर खाली सोडला जात असल्याचा आवाज हंटरला ऐकू आला. मग नांगर पाण्यात पडल्याचं हंटरला कळलं. आपण जहाजाच्या टोकापाशी आहोत, हे त्याच्या लक्षात आलं. नाहीतर नांगराचा आवाज एवढा स्पष्ट ऐकू येणार नाही, हे त्याला कळत होतं.

आणखी काही वेळ गेला. जहाज आता नांगर टाकलेल्या अवस्थेत हळूहळू डोलत होतं. पाणी एवढं शांत आहे, हे पाहून आपण एखाद्या सुरक्षित ठिकाणी किनाऱ्यावर असणार, हे हंटरच्या लक्षात आलं. जहाज तरीदेखील बऱ्याच खोल पाण्यात आहे, हे देखील त्याच्या लक्षात आलं. बंदराची पूर्ण माहिती असल्याशिवाय कझाला जहाज मुक्कामासाठी उभं करणं शक्यच नव्हतं.

आपण नेमके कुठे आहोत, हे हंटरला कळत नव्हतं. तो अंदाज बांधत होता. टर्क आयसलपाशी आपण एखाद्या सुरक्षित खाडीत असणार, असा त्याने अंदाज बांधला. कझालाचं ते जहाज बसू शकेल अशा आकाराच्या अनेक जागा टर्क आयसलपाशी होत्या. तिथे वाऱ्याच्या माऱ्यापासून आडोसा मिळण्याची सोय होती.

नांगर टाकलेल्या अवस्थेत जहाज हळूहळू डोलत होतं. त्या लयबद्ध हालचालींमुळे हंटरला अधूनमधून डुलक्या येत होत्या. तर सैनिक झोपणाऱ्या माणसांना लाथा घालून सतत जागं ठेवत होते. लाथ बसल्यानंतर विव्हळण्याच्या आवाजाने तिथल्या शांततेचा अधूनमधून भंग होत होता.

कझालाचा बेत काय आहे, हे हंटरला कळत नव्हतं. आणखी काही वेळ उलटल्यानंतर एक स्पॅनिश सैनिक खाली आला. त्याने भुंकल्यासारखा आवाज काढत हुकूम दिला. प्रत्येकाने उभं राहायचं असा कझालाचा हुकूम होता. पहारेकरी आता पुढे होऊन बुटांनी डिवचू लागल्यावर हंटरची माणसं एक-एक करून उठून उभी राहिली. त्या एवढ्या कमी जागेत उभं राहणं ही फार वेदनादायक गोष्ट होती.

आणखी काही तास उलटले. पहारा बदलला. नवीन सैनिक खाली आले. खाली येताच त्यांनी नाकाला रुमाल लावले आणि काहीतरी बोलून फिदीफिदी

हसले. हे नवीन पहारेकरी जास्त तरुण होते आणि त्यांच्या कामाबद्दल त्यांना फारशी फिकीर दिसत नव्हती. हंटरची माणसं त्यांना फारसा त्रास देण्याच्या परिस्थितीत नाहीत अशी बहुधा स्पॅनिशांची खात्री झाली होती. नवीन पहारेकरी लगेचच पत्ते खेळू लागले. हंटरने नजर दुसरीकडे वळवली. त्याच्या मनात दुर्दैवी ट्रेन्चरचे विचार येत होते खरे. पण त्याला काहीच भावना जाणवत नव्हती. त्याचं डोकं सुन्न होऊन गेलं होतं.

आता आणखी एक स्पॅनिश माणूस खाली आला. तो बहुधा अधिकारी होता. तरुण सैनिक सैलावलेले पाहून तो रागावला असावा. कारण त्याने कडक आवाजात काहीतरी हुकूम दिला. त्याबरोबर पहारेकऱ्यांनी गडबडीने हातातले पत्ते टाकून दिले.

तो अधिकारी हंटरच्या माणसांमध्ये फिरला. तो सगळ्यांना नीट निरखून पाहत होता. अखेर त्याने एका माणसाला खूण केली आणि हंटरच्या एकाला मान पकडून मागे खेचलं. पहारेकरी पुढे झाले. त्यांनी त्या माणसाला इतरांपासून वेगळं काढलं. त्या माणसाच्या पायात त्राणच उरलं नव्हतं. तो खाली कोसळला. ते पाहून पहारेकरी त्याला फरफटत घेऊन गेले.

दरवाजा बंद झाला. पहारेकऱ्यांनी जरा वेळ तल्लखपणाने लक्ष दिलं. पण नंतर ते परत सैलावले. मात्र आता ते पत्ते खेळत नव्हते. जरावेळाने त्यांच्यामधल्या एकाने नवीनच खेळ सुरू केला. कोणाची तुतारी सगळ्यात लांब जाते, याची त्यांनी स्पर्धा लावली. त्यांनी कोपऱ्यात बसलेल्या हंटरच्या एका माणसाला लक्ष्य केलं होतं. फिदीफिदी हसत पहारेकरी या खेळावर पैजाही लावताना हंटर बघत होता.

हंटर जरी हे सगळं पाहत असला तरी सगळं त्याच्या मनापर्यंत पोहोचत नव्हतं. तो अतिशय थकला होता. पाय आणि पाठ ठसठसत होती. आपण कझालापासून सफरीचा उद्देश दडवला हे आता त्याला निरर्थक वाटू लागलं होतं.

हंटरची तंद्री मोडली. कारण आता आणखी एक अधिकारी खाली आला होता. त्याने गुरकावल्यासारखा आवाज काढला, ''कॅप्टन हंटर!'' हा हुकूम ऐकताच पहारेकऱ्यांनी हंटरला धरून वरच्या डेककडे नेलं. तोफांमधल्या जागेत अडकवलेल्या हॅमॉकना चुकवत हंटरला नेलं जात असताना त्याच्या कानावर एक आर्त असा चमत्कारिक आवाज आला.

कोणीतरी बाई रडत होती.

१७

कानावर पडलेल्या त्या चमत्कारिक आवाजाबद्दल आणखी काही विचार करायला हंटरला वेळ मिळाला नाही. कारण सैनिक त्याला डेकवरच्या तोफांमधल्या हॅमॉकमधून ढकलत पुढे नेत होते. मुख्य डेकवरून जाताना त्याला गुंडाळून ठेवलेलं शीड दिसलं. आकाशात तारे चमकत होते आणि चंद्र क्षितिजाच्या जवळ दिसत होता. याचा अर्थ पहाट व्हायला फार तास उरलेले नाहीत, हे हंटरच्या लक्षात आलं.

"इंग्लिश माणसा! इकडं ये."

हंटरने आवाजाच्या दिशेने पाहिलं. त्याला कझाला मुख्य डोलकाठीपाशी उभा असलेला दिसला. त्याच्या भोवती बऱ्याच मशाली पेटवलेल्या दिसल्या. मशालींच्या प्रकाशात हंटरला दिसलं की, त्याच्या थोड्या वेळापूर्वी नेलेल्या माणसाला जमिनीवर उताणं पाडलेलं होतं. त्याचे हातपाय डेकवर घट्ट बांधून ठेवलेले दिसले. तिथे बरेच स्पॅनिश सैनिक उभे होते. सगळे हसत खिदळत बघत होते.

कझाला उत्तेजित झाल्यासारखा दिसत होता. त्याचा श्वासोच्छ्वास जोरानं चालू होता. तो कोकाचं पान चघळतो आहे, हे हंटरला दिसलं. "इंग्लिश माणसा... इंग्लिश माणसा, तू एक खेळ बघायला अगदी वेळेवर आलास बघ. आम्ही तुझ्या नावेची झडती घेतली हे तुला माहीत आहे ना? नाही? बरं ते राहू दे. आम्ही झडती घेतली. आणि आम्हाला कितीतरी मनोरंजक गोष्टी सापडल्या."

"ओह गॉड!" हंटर मनोमन चरकून म्हणाला.

"इंग्लिश माणसा, तुझ्याजवळ भरपूर दोऱ्या आहेत. शिवाय घडी घालता येतील असे लोखंडी आकडेदेखील. ते फारच गमतीशीर आहेत. तसंच कॅनव्हासच्या

काही चमत्कारिक वस्तू आहेत. पण त्या काय आहेत, हे आम्हाला कळलं नाही. पण इंग्लिश माणसा, त्यापेक्षा महत्त्वाचं म्हणजे आम्हाला याचा अर्थ अजिबातच लागत नाही.''

हंटरच्या हृदयाची जोराने धडधड सुरू झाली. जर कझालाला ग्रेनाडो मिळाले असले तर सगळं संपल्यातच जमा होतं.

पण कझालाच्या हातात उंदराचा पिंजरा होता. त्याला चार उंदीर एकसारखे इकडून तिकडे पळत चिरकत होते.

''इंग्लिश माणसा, तुझ्या नावेत उंदीर ठेवलेले पाहून आमची किती करमणूक झाली याची तुला कल्पना येणार नाही. उंदीर! कशासाठी असावेत असं आम्ही एकमेकांना विचारलं. इंग्लिश माणूस ऑगस्टीनकडे उंदीर कशासाठी नेत असावा? ऑगस्टीनवर तिथले उंदीर आहेतच की. तिथले उंदीर चांगलेच आहेत. होय ना? मग हे उंदीर कशासाठी नेतो आहेस तू? याचा अर्थ मी कसा लावायचा?'' हंटर काही बोलला नाही. एका स्पॅनिश सैनिकाने पुढे होऊन बांधून ठेवलेल्या त्याच्या माणसाच्या तोंडाजवळ काहीतरी केल्याचं त्याला दिसलं. सुरुवातीला तो काय करतोय हे हंटरला कळलं नाही. पण नंतर त्याच्या लक्षात आलं की, तो सैनिक माणसाच्या तोंडावर चीज माखत होता.

''हं तर मग...'' हातातला उंदराचा पिंजरा हलवत कझाला म्हणाला, ''मग मला असंही दिसतंय की, इंग्लिश माणसा तू तुझ्या या मित्रांना नीट वागवलेलं नाहीस. ते उपाशी आहेत. बिचाऱ्यांना खायला हवं आहे. पाहा, त्यांना अन्नाचा वास आलाय, त्यामुळेच ते आता उतावळे झाले आहेत. मला वाटतं की, आपण त्यांना खायला घालायला हवं. होय ना?''

कझालाने बांधून ठेवलेल्या माणसाच्या डोक्याजवळ पिंजरा अवघ्या काही इंचांवर ठेवला. चीजच्या वासाने खवळलेले उंदीर पिंजऱ्यावर जोरजोराने धडका मारू लागले.

''मी काय म्हणतोय ते समजतंय ना? इंग्लिश माणसा, तुझे उंदीर उपाशी आहेत. कारण त्यांना खाऊ घातलं पाहिजे असं तुला वाटत नाही का?''

हंटरने त्या उंदराच्या पिंजऱ्याकडे आणि पिंजऱ्याकडे भेदरून बघणाऱ्या त्याच्या खलाशाकडे पाहिलं.

''तुझा हा मित्र बोलेल की नाही, असा विचार मी करतोय,'' त्या खलाशाची नजर उंदरांच्या पिंजऱ्यावर खिळली होती.

''हं, कदाचित त्याच्याऐवजी तू बोलशील. इंग्लिश माणसा, तू बोलतोस का?''

''नाही,'' हंटर कसाबसा म्हणाला.

कझालाने झुकून खलाशाच्या छातीवर बोटांनी टकटक केली.

"आणि तुझं काय? तू बोलतोस का?" असं म्हणून कझालाने दुसऱ्या हाताचं बोट पिंजऱ्याच्या कडीवर ठेवलं.

कझाला अगदी हलकेच कडी वर सरकवत असताना खलाशी गोठून गेलेला नजरेने त्याच्या बोटाकडे एकटक पाहत होता. अखेर कझालाने कडी पूर्णपणे सरकवली. पण पिंजऱ्याची झडप त्याने एका बोटाने पकडून धरली होती.

"तुझ्यासाठी ही शेवटची संधी आहे...."

"*नोन!*" खलाशी किंचाळला, "*या पार्ले! या पार्ले!*"

"उत्तम," कझाला सफाईदार फ्रेंचमध्ये म्हणाला.

"मातानकेरॉस...."

कझालाचा चेहरा रागाने काळानिळा झाला. "मातानकेरॉस! मूर्खा, मी याच्यावर विश्वास ठेवीन असं तुला वाटलं तरी कसं? मातानकेरॉसवर हल्ला!" असं म्हणत कझालाने एकदम बोट काढून घेतलं.

उंदरांची उडी तोंडावर पडताच हंटरचा खलाशी भेसूर आवाजात किंचाळला. त्याने डोकं हलवून त्याच्या गालांवर चिकटलेल्या उंदरांना झटकून टाकण्याचा निष्फळ प्रयत्न केला. उंदीर चिरकत होते. एक उंदीर जरासा दूर उडाला खरा, पण लगेचच तो पुन्हा दुप्पट वेगाने त्या माणसाच्या छातीवर झेपावला आणि त्याने मानेपाशी कडकडून चावा घेतला. हंटरचा माणूस विलक्षण वेदनांनी करुण स्वरात जरा वेळ किंचाळत होता. पण मग धक्का बसल्याने त्याची शुद्ध हरपली. चिरके आवाज काढत उंदीर त्याच्या मासांवर ताव मारतच राहिले.

कझाला हे पाहत उभा होता. तो हंटरकडे वळला, "तुम्हा सर्वांना मी मूर्ख वाटलो की काय? इंग्लिश माणसा, मी सत्य काय ते शोधून काढणार. मी शपथेवर सांगतो, मी सत्य शोधणार म्हणजे शोधणार."

मग कझाला पहारेकऱ्यांकडे वळला, "याला घेऊन जा."

१८

कॅसान्ड्रा ही तशी साधी एकच डेक असणारी उघडी नाव होती. सामान ठेवण्यासाठी पुढच्या आणि मागच्या बाजूला काही लॉकर्स तेवढे होते. स्पॅनिश लढाऊ जहाजावरच्या लोकांनी या लॉकरची झडती दुपारीच घेतली होती. त्यांना हंटरच्या मोहिमेसाठी त्याने जमवलेली सगळी सामग्री मिळाली होती. त्यामधल्या काही चमत्कारिक वाटणाऱ्या वस्तूंचा काय उपयोग असावा हे कझालाला कळत नव्हतं.

कझालाच्या सैनिकांनी अतिशय काळजीपूर्वक सगळ्या नावेत शोध घेतला होता. त्यांनी नावेच्या पुढच्या आणि मागच्या भागात असणाऱ्या झडपा उघडून कंदील लावून तळापाशी असणाऱ्या पाण्यात डोकावून पाहिलं होतं. तळापाशी साठलेल्या घाणेरड्या पाण्याची पातळी जवळपास डेकपर्यंत आलेली होती. ते पाहून कॅसान्ड्राच्या खलाशांच्या आळशीपणाबद्दल त्यांनी ताशेरे मारले होते.

प्रचंड आकाराच्या स्पॅनिश लढाऊ जहाजाच्या बाजूने कॅसान्ड्रादेखील सुरक्षित खाडीत शिरली होती. ती चालवण्यासाठी कझालाने पाठवलेले दहा जण आरामात खातपित आणि खिदळत बसले होते. अखेर ते रात्री उशिरा डेकवर ब्लँकेट पसरून झोपले. हवा गरम होती. त्यामुळे त्यांना मोकळ्या जागेत चांगली झोप लागली. शिवाय रमचा अंमल होताच. त्यांना खरंतर जागता पहारा ठेवायचा हुकूम दिला गेला होता. पण शेजारी एवढं मोठं लढाऊ जहाज असल्याने ते बहुधा निर्धास्त होऊन झोपी गेले होते.

म्हणूनच त्या दहा जणांपैकी एकालाही डेकखालच्या पाण्यात झालेली हालचाल जाणवली नाही. कारण ते गाढ झोपेत होते. थंडीने काकडत भिजलेला सॅन्सन

कित्येक तास पाण्याखाली तोंडात पोकळ नळी धरून वाट पाहत थांबला होता. त्याच्याजवळ ग्रेनाडो असणारी मेणकापडाची पिशवी होती. तो किंवा मेणकापडाची पिशवी हे दोन्ही सैनिकांच्या नजरेस पडले नव्हते. सॅन्सनने हलकेच डोकं पाण्याच्या वर काढलं. त्याचं डोकं वरच्या फळ्यांना आपटलं. सभोवताली गडद अंधार होता. आपण नेमके कुठं आहोत, हे त्याला समजायला काही मार्ग नव्हता. सॅन्सनने पाय ताणून पाहिले. त्याला आपण नावेच्या मध्यभागापासून दूर असल्याचं जाणवलं. मग अगदी सावकाश तो मागच्या बाजूला जाऊ लागला. जरा वेळाने त्याचं डोकं चौकोनी आकाराच्या झडपेला हलकेच आपटलं. त्याने वर बघितलं तर त्याला तारे दिसले. मागची झडप उघडी होती. पण कसलेही आवाज मात्र वरच्या डेकवरून येत नव्हते.

सॅन्सनने एक खोल श्वास घेतला आणि डोकं हलकेच वर सरकवलं. डोकं जरा वर येताच आपण डेकवरच्या झोपलेल्या माणसाकडे पाहतोय हे सॅन्सनच्या लक्षात आलं. झोपलेला तो खलाशी जेमतेम एक फूट अंतरावर होता. सॅन्सनने डोकं लगेच खाली घेतलं. झडप हलकेच बंद केली आणि मग तो डेकच्या खालच्या घाण पाणी साचलेल्या जागेमधून हळूहळू सरकत पुढे जाऊ लागला. कॅसान्ड्राचा पुढच्या भागात असणाऱ्या झडपेपर्यंतचं पन्नास फुटांचं अंतर पार करायला त्याला चांगली पंधरा मिनिटं लागली.

सॅन्सनने हलक्या हाताने झडप उघडली आणि डोकं वर काढलं. त्या जागी डेकवर कोणीही नव्हतं. निदान दहा फुटांच्या अंतरात कोणीही नाही हे पाहून सॅन्सनने झडपेची फळी अलगद उचलून डेकवर ठेवली. मग तो उभा राहिला. वारा लागल्याने आणि तो अगोदरच भिजून चिंब झाला असल्याने त्याला थंडी वाजत होती. पण त्याला त्याची पर्वा नव्हती. त्याचं सगळं लक्ष नावेत मागच्या बाजूला झोपलेल्या माणसांकडे होतं.

सॅन्सनने डेकवर झोपलेली माणसं मोजली. एकूण दहा जण होते. हे एवढे लोक अगदी नेमके आहेत हे त्याच्या लक्षात आलं. कॅसान्ड्राचं शीड फडकवण्यासाठी तीन आणि ती चालवण्यासाठी पाच माणसांची गरज होती. म्हणजे दहा जण भरपूर ठरणार होते.

सॅन्सनने डेकवर झोपलेली माणसं नेमकी कुठं आहेत याचा अंदाज घेतला. त्यांना कोणत्या क्रमाने ठार करावं याचा विचार तो करत होता. त्याने कंबरेला बांधलेली पातळ दोरी सोडली. ती त्याने दोन्ही हातात घट्ट पकडली. जराशी हलवून पाहिल्यावर त्याचं समाधान झालं. मग त्याने बाजूला पडलेलं एक दांडकं उचललं आणि तो हलक्या पावलांनी पुढे सरकला. पहिला सैनिक घोरत नव्हता, पण गाढ झोपेत होता. सॅन्सनने त्याला पाठीखाली हात घालून बसतं केलं. झोपेत व्यत्यय

आला म्हणून तो सैनिक काहीतरी चुळबुळ करत असतानाच सॅन्सनने दांडक्याचा फटका त्याच्या डोक्यावर हाणला. त्याचा बद्द असा आवाज आला. तो सैनिक पुन्हा डेकवर पडला. पडताना आवाज होऊ नये म्हणून सॅन्सनने त्याला धरून ठेवलं होतं.

अंधार असल्याने सॅन्सनने त्या सैनिकाच्या डोक्यावरून हात फिरवून खात्री करून घेतली. जखम खोलवर होती. तरी देखील सॅन्सनने त्या सैनिकाच्या गळ्याभोवती दोरी गुंडाळली आणि ती करकचून ओढली. मग त्याने एक हात छातीवर ठेवून त्याच्या हृदयाचे ठोके पाहिले. एक मिनिट उलटल्यावर सैनिकांत जराही धुगधुगी राहिली नव्हती.

सॅन्सन एखादी सावली सरकावी तसा दुसऱ्या सैनिकापाशी सरकला. त्याने पहिल्याला ठार करताना जी पद्धत वापरली तीच पुन्हा वापरली. अशा तऱ्हेने सगळ्यांना खलास करायला सॅन्सनला अवघी दहा मिनिटं लागली. सैनिक जसे झोपले होते तशाच स्थितीत त्यांना सॅन्सनने अलगद ठार केलं होतं.

शेवटचा माणूस पहारेकरी होता. तो पिऊन बेभान अवस्थेत जागीच वेडावाकडा पसरला होता. सॅन्सनने त्याचा गळा चिरला आणि त्याला डेकवरून मागच्यामागे पाण्यात ढकलून दिलं. तो पाण्यात पडला तेव्हा झालेला आवाज लढाऊ जहाजावरच्या एका पहारेकऱ्याने ऐकला होता. तो डेकवरून वाकून कॅसान्ड्राकडे पाहू लागला.

"क्वेस्ता स्ता बेने?"

पहारेकऱ्याने आवाज देताच सॅन्सनने चपळाईने मारून टाकलेल्या पहारेकऱ्याची जागा घेतली आणि हात हलवून प्रतिसाद दिला. अंधार असल्याने लढाऊ जहाजावरच्या पहारेकऱ्याच्या लक्षात काहीही येणार नाही याची त्याला कल्पना होती.

"स्ता बेने," सॅन्सनने झोपाळलेल्या आवाजात उत्तर दिलं.

"बस्सेरा," लढाऊ जहाजावरच्या पहारेकऱ्याने आवाज दिला आणि तो मागे वळला.

सॅन्सन एक मिनिटभर थांबला आणि मग त्याने आपलं लक्ष लढाऊ जहाजाकडे वळवलं. जहाज कॅसान्ड्रापासून शंभर यार्ड अंतरावर होतं. स्पॅनिश सैनिकांनी तोफांची भोकं बंद करून घेण्यात ढिलाई केलेली आहे, हे सॅन्सनच्या लक्षात आलं. आपण जर यामधल्या एखाद्या भोकामधून आत शिरलो तर आपण मुख्य डेकवरच्या पहाऱ्याला चुकवू शकतो, हे त्याच्या लक्षात आलं.

सॅन्सन पाण्यात उतरला आणि झपाट्याने लढाऊ जहाजाच्या दिशेने पोहत निघाला. रात्री लढाऊ जहाजावरून कचरा पाण्यात फेकला नसला तर बरं, असा विचार त्याच्या मनात आला. कचरा फेकला असला, तर तिथं शार्क येण्याची

शक्यता होती. सॅन्सन ज्या फार थोड्या प्राण्यांना घाबरत असे, त्यात शार्क मुख्य होते. मनात असे विचार येईपर्यंत सॅन्सन जहाजापाशी पोहोचलादेखील होता.

त्याने डोकं पाण्याबाहेर काढलं. तोफेचं सर्वांत खालचं भोक तो होता त्यापासून साधारण बारा फूट उंचीवर होतं. त्याला मुख्य डेकवर असणाऱ्या पहोरकऱ्यांमधले हास्यविनोद ऐकू येत होते. डेकवरून टाकलेली दोरीची शिडी अजून तिथंच लोंबकळत होती. पण ती वापरणं शक्य नव्हतं. कारण एकदा तिच्यावर पाय ठेवला की, ती हलणार होती आणि मग तो आवाज वरच्या पहारेकऱ्यांना नक्कीच कळणार होता.

सॅन्सन आणखी पुढे सरकला आणि नाळेपासून जवळच असणाऱ्या नांगराच्या साखळीला धरून हळूहळू वर चढत गेला. ते पृष्ठभागापासून जेमतेम चार इंच बाहेर आले होते. तरीदेखील सॅन्सनने ते पकडून वर चढण्यात यश मिळवलं. मग तिथून तोफेसाठी ठेवलेल्या एखाद्या भोकापाशी जाणं सोपं होतं.

सॅन्सन एका जागी स्तब्ध राहून कानोसा घेऊ लागला. पावलांच्या आवाजावरून तिथे एकच पहारेकरी आहे, हे त्याच्या लक्षात यायला वेळ लागला नाही. हा पहारेकरी डेकवर सतत गोलगोल फिरत होता. तो पुढे गेल्याबरोबर सॅन्सन तोफेसाठी असणाऱ्या भोकामधून आत शिरला आणि अलगद तोफेच्या शेजारी उतरला. श्रम आणि किंचित भीतीमुळे त्याच्या हृदयाची धडधड होत होती. सॅन्सन निधड्या छातीचा असला तरी त्या वेळी तो शत्रूच्या चारशे सैनिकांत एकटा होता.

हंटर स्पॅनिश जहाजाच्या सगळ्यात खालच्या डेकमधला कमी उंचीच्या जागेत अंग अवघडून उभा होता. तो स्वत: विलक्षण थकला होता. सॅन्सन जर वेळेत पोहोचला नाही तर सुटका करून घेणं दूरच, पण आपले लोक धड उभेही राहू शकणार नाहीत, याची त्याला कल्पना होती. पहारेकऱ्यांनी आता पुन्हा पत्ते खेळायला सुरुवात केली होती. अधूनमधून जांभया देणाऱ्या या पहारेकऱ्यांनी कैद्यांकडे साफ दुर्लक्ष केलं होतं. ही गोष्ट हंटरला एकाच वेळी अपमानास्पद आणि तरीही आपल्या पथ्यावर पडणारी आहे, असं वाटत होतं. जर त्याची माणसं मोकळी होऊ शकली तरच काहीतरी करून निसटण्याची संधी मिळणार होती. हे सगळं पहारा बदलण्याच्या आत व्हायला हवं होतं. कारण पहारा बदलला तर त्या वेळी जहाजावरचे लोक जागे झालेले असणार, हे उघड होतं आणि कोणत्याही क्षणी पहारा बदलणार हे त्याला जाणवत होतं.

एक स्पॅनिश सैनिक आत आला हे पाहून हंटरला आपण आता काहीही करू शकणार नाही, ही हताशपणाची जाणीव झाली. हाच आपल्या पराभवाचा क्षण आहे, असं त्याला वाटलं. पहारा बदलत होता असं त्याला वाटलं खरं, पण पुढच्याच क्षणी त्याला आपली भीती निराधार असल्याचं जाणवलं. एकच माणूस

आत आला होता आणि तो अधिकारी नसावा असं वाटत होतं. आत शिरलेला माणूस लगेचच कैद्यांमध्ये फिरून त्यांच्या दोऱ्यांच्या गाठी तपासू लागला. तो हंटरजवळ आल्यानंतर आपल्या पाठीला धातूचा थंड स्पर्श झाला आहे हे जाणवून हंटर चकित झाला. पुढच्याच क्षणी त्याच्या हाताला बांधलेली दोरी कापलेली आहे हे त्याच्या लक्षात आलं.

"यासाठी तुला आणखी दोन भाग द्यावे लागतील." पाठीमागचा माणूस दबक्या आवाजात म्हणाला. "तशी शपथ घेतोस?"

हंटरने मान डोलावली. एकाचवेळी त्याला आनंद आणि राग दोन्ही वाटत होते. तो काहीच न बोलता सॅन्सन काय करतो आहे हे पाहू लागला. सॅन्सन भराभरा सगळ्यांमध्ये फिरून दरवाज्यापाशी आला आणि दरवाजा अडवून उभा राहिला.

"आवाज होऊ देऊ नका," असं सॅन्सनने इंग्लिशमध्ये म्हणताच स्पॅनिश पहारेकऱ्यांनी गोंधळून पाहिलं. पण त्यांना काही कळायच्या आतच हंटरच्या माणसांनी त्यांच्यावर झेप घेतली होती. काही क्षणातच काम संपवून हंटरच्या माणसांनी पहारेकऱ्यांचे गणवेश उतरवायला सुरुवात केली होती.

सॅन्सन हंटरजवळ आला.

"मी शपथ ऐकली नाही."

हंटरने पुन्हा मान डोलावली, "तुला दोन भाग मिळतील, मी तशी शपथ घेतो."

"उत्तम," असं म्हणून सॅन्सनने दरवाजा उघडला. तोंडावर बोट ठेवून त्याने आपल्या माणसांना गुपचूप बाहेर पडण्यासाठी इशारा केला.

११

कझाला वाईनचे घुटके घेत प्रभू येशूच्या चित्राकडे बघत विचारात गढला होता. वेदना सहन करणाऱ्या प्रभू येशूचं चित्र बघताना नेहमी कझालाला त्या माणसाने किती सहन केलं असावं, हे जाणवत असे. हे चित्र स्वत: राजा फिलिपने कझालाला दिलं होतं. नुकताच दिवंगत झालेला दरबारी चित्रकार वेलेझक्वेझ याने ते काढलेलं होतं. आपल्या आवडत्या चित्रकाराने काढलेलं चित्र त्याने कझालाला द्यावं ही कझालाच्या दृष्टीने फार मोठी गोष्ट होती. कझालाला हे चित्र फार प्रिय होतं. तो ते चित्र जवळ असल्याखेरीज कुठेही प्रवासाला जात नसे. कझालासाठी हे चित्र म्हणजे फार बहुमोल खजिना असल्यासारखंच होतं.

या वेलेझक्वेझनं प्रभू येशूच्या डोक्याभोवती प्रभावळ चितारलेली नव्हती. त्याने प्रभूच्या शरीराला करडा पांढुरका रंग दिला होता. चित्र पूर्णपणे वास्तववादी होतं. त्याचे लुळे पडलेले स्नायू, खिळे मारलेल्या ठिकाणांहून ठिबकणारं रक्त आणि भकास डोळे हे सगळं चित्रकाराने उत्तम चितारलं होतं खरं! पण त्याने प्रभावळ दाखवली नव्हती. ती असावी असं कझालाला नेहमी वाटायचं. कदाचित फिलिपला हे चित्र पसंत नसावं आणि म्हणूनच त्याने ते आपल्यासारख्या लष्करी अधिकाऱ्याला देऊन टाकलं की काय, असाही विचार त्याच्या मनात अनेकदा येत असे.

चित्राकडे बघत असताना कझालाच्या मनात नकारात्मक विचारांनी गर्दी केली होती. फिलिपच्या दरबारातलं सुखासीन आयुष्य आणि इथं नवीन जगातलं खडतर जीवन यांच्यामधला फरक त्याला प्रकर्षाने जाणवत असे. इथल्या खडतर जीवनाला सामोरे जाणारे कझालासारखे लोक भरपूर चांदी-सोनं राजाकडे पाठवत असल्यानेच

तिथे चैनीत जगता येत होतं. आपणही एक दिवस तिथे परत जाऊ आणि मग उरलेलं आयुष्य निवांतपणाने मजेत घालवू असा विचार त्याच्या मनात आला. आपण परत गेल्यानंतर दरबारातले लोक आपली टिंगल करतील की काय, असं त्याला वाटायचं. आपण द्वंद्वयुद्धात त्यांच्यातल्या कितीतरी जणांना ठार केलं आहे, अशी स्वप्नं त्याला अनेकदा पडायची.

जहाजाची एकदम एका बाजूला हालचाल झाल्याने कझ्झालाची तंद्री भंगली. भरती जोरात आली असणार असा विचार त्याच्या मनात आला. याचा अर्थ पहाट व्हायला आता फार वेळ उरलेला नाही आणि आता आणखी एक दिवस सुरू होणार असं तो मनाशी म्हणाला. आज आणखी एका इंग्लिश लुटारूला ठार करायचं, असं त्याने ठरवलं. कोणीतरी तोंड उघडेपर्यंत तो एकेका माणसाला ठार करणार होता.

जहाज जोराने हलत होतं आणि अचानक काहीतरी गडबड आहे हे त्याला जाणवलं. जहाज नांगरलेल्या अवस्थेत मागेपुढे हलणं अपेक्षित असताना ते बाजूला हलत होतं. काहीतरी मोठी गडबड आहे असा विचार त्याच्या मनात पुन्हा आला आणि त्याचक्षणी काहीतरी चिरडल्याचा हलका आवाज त्याला ऐकू आला. पाठोपाठ जहाज जोरात थडथडलं आणि मग सगळी हालचाल एकदम थंडावली.

शिव्या हासडत कझ्झाला मुख्य डेकवर धावत आला. आपण ज्या पाम झाडांच्या झावळ्या पाहतोय त्या आपल्या डोळयांपासून अवघ्या काही इंचावर आहेत, हे त्याला दिसलं. बेटावर असणाऱ्या पामच्या या झावळ्या होत्या. याचा अर्थ त्याच्या लक्षात येताच तो रागाने ओरडला. त्याचं जहाज किनाऱ्यावर रूतून बसलं होतं!

सगळीकडे एकच हलकल्लोळ उडाला होता. फर्स्ट मेट त्याच्याकडे धावत आला. तो थरथर कापत होता.

"कॅप्टन... त्यांनी नांगराची साखळी तोडली."

"त्यांनी?" कझ्झालाने संतापाने गर्जना केली. पण फार राग आला की, कझ्झालाचा आवाज चिरकायचा आणि तो एखाद्या बाईच्या आवाजासारखा वाटायचा. कझ्झाला डेकवरून पलीकडच्या कठड्यापाशी धावला. अनुकूल वाऱ्याचा फायदा घेऊन शीड उभारलेली कॅसान्ड्रा नाव त्याला समुद्राच्या दिशेने जाताना दिसली.

"त्यांनी!" कझ्झाला पुन्हा ओरडला.

"ते लुटारी पळून गेले," पांढराफटक पडलेल्या फर्स्ट मेटने सांगितलं.

"पळून गेले! पळून गेले म्हणजे काय? कसे?"

"मला माहीत नाही कॅप्टन. सगळे पहारेकरी ठार झाले आहेत."

कझ्झालाने फर्स्ट मेटला एवढ्या जोरात तडाखा मारला की, तो डेकवर

लांबपर्यंत कोलमडत गेला. कझ्झाला रागाने एवढा बेभान झाला होता की, त्याची विचारशक्ती खुंटली होती. त्याने दूरवर निघून जाणाऱ्या छोट्या नौकेकडे नजर टाकली आणि तो पुन्हा ओरडला, ''हे कसं शक्य आहे? गॉड, डॅम! ते निसटलेच कसे?''

पायदळातला कॅप्टन कझ्झालाकडे आला, ''सर, आपण फार अवघड जागी रूतून बसलो आहोत. मी काही सैनिकांना खाली उतरवून जहाज ढकलण्याचा प्रयत्न करू का?''

''आता ओहोटी सुरू झालीय.''

''होय सर.''

''मूर्खा! पुन्हा भरती येईपर्यंत आपण तरंगू शकणार नाही,'' कझ्झाला जोरात ओरडला.

आता किमान सहा तास तरी जहाज बाहेर काढायचा प्रयत्न करणं शक्य नव्हतं. इतकंच नाही तर कदाचित जहाज वर येईल याचीही खात्री देता येत नव्हती. ह्या दिवसात येणारी भरती सतत कमी-कमी ताकदीची होत जाणारी होती. जर पुढच्या किंवा फार फारतर त्याच्या पुढच्या भरतीच्या वेळी जहाज बाहेर निघालं नाही तर कदाचित किमान तीन आठवडे त्यांना तिथून निघणं अशक्य होतं.

''मूर्ख!'' कझ्झाला चिरक्या आवाजात किंचाळला.

तिकडे दूर अंतरावर कॅसान्ड्राने चपळपणाने दिशा बदलली आणि वाऱ्याचा फायदा घेऊन ती दक्षिण दिशेला वेगाने निघून जात दिसेनाशी झाली.

'दक्षिण दिशा?'

''ते मातानकेरॉसकडे चालले आहेत!'' कझ्झाला रागाने थरथरू लागला.

भाग तिसरा

मातानकेरॉस

२०

हंटर कॅसान्ड्राच्या पुढच्या भागात बसून पुढे काय मार्ग घ्यावा याचा विचार करत बसला होता. आपल्याला आता जरादेखील थकवा वाटत नाही हे बघून तो स्वत:च चकित झाला होता. गेले दोन दिवस झोप नसूनही त्याला ते जाणवत नव्हतं. पण त्याच्या आजूबाजूला त्याची माणसं जमेल तशी वेडीवाकडी पसरून झोपली होती.

"हे लोक तयारीचे आहेत," झोपलेल्या लोकांकडे पाहत सॅन्सन म्हणाला.

"अगदी बरोबर."

"त्यांच्यामधल्या कोणी तोंड उघडलं का?"

"एकाने उघडलं."

"आणि कझालाने त्याच्यावर विश्वास ठेवला?"

"आत्ता तरी नसावा," हंटर म्हणाला, "पण त्याचं मत नंतर तो बदलू शकतो."

"आपल्याजवळ त्यांना चकवण्यासाठी किमान सहा तास आहेत."

"आपलं सुदैव असेल तर अठरा." हंटरने मान डोलावली.

तिथून मातानकेरॉस दोन दिवसांच्या अंतरावर होतं. वारा अनुकूल असेल तर या लवकर निघण्याचा फायदा मिळून ते मातानकेरॉसपाशी लढाऊ जहाजाच्या अगोदर पोहोचू शकणार होते.

"आपण रात्रीही शिडं उभारलेली ठेवू या," हंटर म्हणाला. सॅन्सनने मान डोलावून होकार दिला.

"दोऱ्या ताणा," एन्डर्स खच्चून ओरडला.

कॅसान्ड्राची शिडं तटतटून फुगली आणि वाऱ्यावर स्वार होत ती दक्षिणेकडे निघाली.

दुपारी आकाशात तुरळक ढग दिसू लागले. सूर्यास्त व्हायच्या सुमारास त्यांचा रंग काळा करडा झाला. हवा अतिशय दमट होती आणि उकाडा असह्य होता. याच सुमारास संध्याकाळी लझूला पहिल्यांदा लाकडं दिसली.

कॅसान्ड्राच्या आवतीभोवती आता अनेक फळ्या आणि लाकडाचे तुकडे तरंगताना दिसू लागले. बहुधा ते एखाद्या बुडालेल्या जहाजाचे अवशेष असावेत. हंटरच्या माणसांनी गळ टाकून त्यामधले काही ओढून नौकेवर घेतले.

"हे इंग्लिश जहाजाचे वाटत आहेत," एक निळ्या-लाल रंगाने रंगवलेला तुकडा नौकेवर आणला जाताना सॅन्सन म्हणाला.

हंटरने मान डोलावली. एखादं मोठं जहाज बुडून फार वेळ झाला नसावा, असा त्याचा अंदाज होता. कोणी जिवंत आहे का हे बघण्यासाठी त्याने सगळीकडे नजर फिरवली. पण बहुधा एकही जण वाचला नव्हता.

"बुडून फार वेळ झाला नसावा, आपले डोनिश मित्र शिकार करत होते, असं दिसतंय," हंटर म्हणाला.

पुढची पंधरा मिनिटं लाकडाच्या फळ्या, वासे वगैरे गोष्टी कॅसान्ड्राला धडकत होत्या. कॅसान्ड्रावरचे हंटरचे खलाशी अस्वस्थ झाले होते. खलाशी लोकांना असं जहाज नष्ट झालेलं पाहवत नाही. काही जणांनी पाण्यात तरंगणारी एक तुळई वर ओढून घेतली, तिच्याकडे पाहिल्यावर हे एखादं व्यापारी जहाज असावं किंवा एखादी फ्रिगेट असावी, असा अंदाज एन्डर्सने केला. या जहाजाची लांबी दीडशे फुटांच्या आसपास असावी असंही त्याला वाटलं.

पण त्या जहाजावरच्या खलाशांपैकी कोणीही दिसलं नाही. रात्र पडू लागताच हवा अधिकच कुंद आणि भकास झाली. मग अचानक वावटळीला सुरुवात झाली आणि मग अंधारात गरम थेंबांचा मारा सुरू झाला. कॅसान्ड्राच्या डेकवरचे सगळे जण रात्रभर भिजून वैतागून गेले. पण रात्र अशी असली तरी पहाटे आभाळ निरभ्र झालं होतं. आकाश स्वच्छ झालेलं असल्याने कॅसान्ड्रावरच्या लोकांना समोरचं दृश्य अगदी स्पष्ट दिसू लागलं. लांबूनच त्यांना लेरेस रीजचा खडा भाग दिसू लागला. हा भाग मनावर एकदम निराशाजनक परिणाम करणारा होता.

पुढच्या भागातून तिकडं पाहणारा एन्डर्स म्हणाला, "हा सप्टेंबर महिना आहे आणि बेट नेहमीप्रमाणे हिरवंगार आहे."

"होय," हंटर म्हणाला, "पण वाटतो तसा हा स्वर्ग मात्र नाही. पूर्व

किनाऱ्यावर जंगल आहे खरं आणि भरपूर पाणीही.''

"आणि भरपूर बंदुका.''

"होय, पण भरपूर सोनंही आहे,'' हंटर म्हणाला, "किनाऱ्याला लागायला किती वेळ लागेल?''

"वारा अनुकूल आहे. तेव्हा साधारण दुपारी पोहोचू.''

"खाडीकडे लक्ष ठेव.'' हंटर बोटाने इशारा करत म्हणाला.

त्यांना पश्चिम किनाऱ्यावर असणारा आत गेलेला एकमेव भाग अगोदरच दिसू लागला होता. या आत शिरणाऱ्या चिंचोळ्या भागाला 'ब्लाईंड मॅन्स कोव्ह' असं नाव होतं.

हंटर त्याच्याबरोबर बेटावर उतरणाऱ्या तुकडीसाठी लागणाऱ्या वस्तू गोळा करायला गेला. अगोदरच डॉन दिएगोने कामाला सुरुवात केल्याचं त्याला दिसलं. तो त्याच्या वस्तू डेकवर मांडून ठेवत होता. त्याने त्याच्या अधू डोळ्याने हंटरकडे पाहिलं, "डॉन लोकांची कृपाच झाली म्हणायचं, त्यांनी शोध घेतला खरा, पण काही नेलं नाही.''

"उंदीर सोडून.''

"आपण पोसमसारख्या एखाद्या छोट्या प्राण्यावर काम भागवू शकू.''

"तसं करावंच लागेल,'' हंटर म्हणाला.

सॅन्सन कॅसान्ड्राच्या नाळेजवळ उभा राहून दूरवर दिसणाऱ्या माऊंट लेरेसकडे पाहत होता. अर्धवर्तुळाकार असणारा तो शिखराचा उघडा-बोडका भाग लाल दिसत होता. लाव्हा रसापासून बनलेले खडक धारदार होते.

"त्याला वळसा घालून जायला जागा नाही?'' सॅन्सनने विचारलं.

"वळसा घालून जायला जी एकमेव जागा आहे त्या जागी पहारा असणार. आपल्याला वर चढूनच पलीकडे जावं लागेल,'' हंटर म्हणाला.

सॅन्सन या बोलण्यावर फक्त किंचित हसला.

हंटर आता पुढच्या भागात असलेल्या एन्डर्सजवळ गेला. त्याची छोटी तुकडी किनाऱ्यावर उतरली की काय करायचं, याचा हुकूम त्याने दिला. हंटरची तुकडी किनाऱ्यावर उतरल्यानंतर कॅसान्ड्राने दक्षिण दिशेने रमोनास नावाच्या बेटाकडे जायचं होतं. तिथे गोड्या पाण्याचा पुरवठा होऊ शकणारी छोटी खाडी असल्याने कॅसान्ड्रा सुरक्षित राहणार होती.

"तुला ती जागा माहीत आहे का?'' हंटरने विचारलं.

"होय,'' एन्डर्स म्हणाला, "मी एकडोळ्या कॅप्टन लेविशॅमच्या हाताखाली असताना आम्ही इथे एक आठवडा दडून बसलो होतो. ही जागा ठीकच आहे. तिथे आम्ही किती वेळ वाट बघायची आहे?''

"चार दिवस. चौथ्या दिवशी तिथून बाहेर पडायचं आणि खोल पाण्यात नांगर टाकायचा. रात्री प्रवास सुरू करायचा आणि पाचव्या दिवशी पहाट होता होता तुम्ही मातानकेरॉसला पोहोचायचं आहे."

"मग पुढे?"

"सरळ बंदरात शिरायचं आणि त्या खजिन्याच्या जहाजापाशी जायचं, मग लोकांना त्याच्यावर उतरवायचं."

"किल्ल्यावरच्या तोफांसमोरून जाऊन?"

"पाचव्या दिवशी सकाळी तुम्हाला त्यांचा काहीच त्रास होणार नाही."

"मला देवाची प्रार्थना करायची सवय नाही," एन्डर्स म्हणाला, "पण तरी मी आशा बाळगेन इतकंच."

हंटरने एन्डर्सच्या खांद्यावर हलकेच थोपटलं, "घाबरून जायचं काही कारण नाही."

एन्डर्सने समोर दिसणाऱ्या बेटाकडे पाहिलं. त्याच्या चेहऱ्यावर जराही हास्य नव्हतं.

दुपारी टळटळीत उन्हात हंटर, सॅन्सन, लझ्झू, मूर आणि डॉन दिएगो बेटावरच्या वाळूच्या छोट्या दांड्यावर उतरले. त्यांना सोडून निघून जाणाऱ्या कॅसान्ड्राकडे ते पाहत होते. बघता-बघता कॅसान्ड्रा दिसेनाशी झाली. ते सगळे बराच वेळ काही न बोलता बघत उभे होते. जरा वेळाने हंटर वळला.

"चला, निघू या."

हंटरने असे म्हटल्यावर सगळे जण पाण्यापासून दूर किनाऱ्याच्या दिशेने आत निघाले.

वाळूचा छोटा भाग संपत होता तिथं पाम वृक्षांची रेषा दिसत होती. त्याच्याजवळ त्यांना खारफुटीच्या झुडपांची जणू अभेद्य वाटावी अशी भिंतच उभी असल्याचं दिसलं. या अडथळ्यातून वाट काढणं किती कष्टाचं आहे, हे त्यांना पूर्वीच्या अनुभवांवरून माहीत होतं. सगळी ताकद पणाला लावूनही अख्ख्या दिवसात फारफार तर काही शेकडा यार्ड एवढीच मजल मारता येणार होती. एखादा ओढा शोधून त्याच्या काठाने आत शिरणं ही नेहमी वापरली जाणारी पद्धत होती.

तिथे जवळपास एखादा ओढा किंवा प्रवाह असणार, याची त्यांना कल्पना होती. तिथे छोटी का होईना खाडी होती, याचा अर्थ गोड्या पाण्याचा प्रवाह कुठंतरी होताच. बाहेरच्या रीफमध्ये मोकळी जागा अशा पाण्याच्या प्रवाहामुळेच तयार होते. हंटरच्या तुकडीने किनाऱ्यावरून चालायला सुरुवात केली. साधारण तासाभराच्या

वाटचालीनंतर त्यांना एक जागा आढळली. त्यांना वरच्या झाडांच्या दाटीतून पाण्याची एक अगदी हलकी धार खाली येताना दिसली. पण वरची झुडपं एवढी दाट होती की, पाण्याचे थेंब फक्त खाली ठिपकत होते. या झऱ्याची रुंदी एवढी कमी होती की, त्यातून वर जाताना त्यांना आपण अरुंद हिरव्या बोगद्यातच चाललोय, असं वाटत होतं. हवा फारच गरम होती. साहजिकच त्यातून वाट काढत जाणं, ही गोष्ट सोपी नव्हती.

''आपण आणखी एखादी चांगली जागा बघू या का?'' सॅन्सनने विचारलं.

''इथं पाऊस फारसा पडत नाही,'' डॉन दिएगो नकारार्थी मान हलवत म्हणाला, ''यापेक्षा बरी जागा मिळेल, असं मला वाटत नाही.''

सर्वांना त्याचं म्हणणं पटलं. ते सगळे जण आता त्या अरुंद झऱ्यामधून वर जाऊ लागले. हवा एवढी गरम आणि कुंद होती की, पहिल्या काही मिनिटांतच ते थकून गेले. सगळे जण शक्ती वाचवण्यासाठी एकही शब्द न बोलता हातातल्या कोयत्याने झुडपाच्या फांद्या तोडत पुढे जात राहिले. पक्षी आणि त्यांच्या डोक्यावर असणाऱ्या वृक्षांमधल्या प्राण्यांचे चिरकण्याचे आवाज त्यांना ऐकू येत होते. त्यांची वाटचाल फारच हळूहळू चालू होती. दिवसभर चालून झाल्यावर त्यांनी मागे नजर टाकली तर त्यांना निळा सागर अगदी जवळ वाटला. आपण समुद्रापासून फार दूर आलो नाही, ही बाब जरी निरुत्साही करणारी असली तरी त्यांनी चालणं थांबवलेलं नाही. ते फक्त खाण्याजोग्या वस्तू पकडण्यासाठी थोडा वेळ थांबले इतकंच. सॅन्सन तीरकमठा वापरण्यात निष्णात होता. त्याने बाणाने एक माकड आणि काही पक्षी पाडले. त्यांना बऱ्याच जागी रानडुकराची विष्ठा पडलेली दिसली. ही गोष्ट त्यांचा उत्साह वाढवणारी होती. लझूने खाण्याजोगी काही पानं गोळा केली.

किनाऱ्याजवळ सुरू होणाऱ्या जंगलामधून त्यांनी माऊंट लेरेसचा चढ जिथं सुरू होत होता तिथवरचं निम्मं अंतर कापून जाईपर्यंत रात्र झाली होती. रात्री हवा जरी गार झाली असली तरी ते दाट पर्णराजीत असल्याने अद्याप गरम होतच होतं. शिवाय डास होतेच.

डासांचे थवे एवढे मोठे होते की, त्यांच्या घोंघावण्याचा आवाज हुंकार दिल्याप्रमाणे येत होता. भोवती डासांचा लहानसा ढगच पसरल्याने त्यांना नीट बसणं अवघड होऊन बसलं होतं. डासांपासून बचाव व्हावा म्हणून त्या सर्वांनी अंगाला चिखल फासला. पण त्याचाही फारसा उपयोग होत नव्हता. डास नाकातोंडात आणि कानात शिरतच होते.

जाळ पेटवणं अशक्य असल्याने त्यांनी शिकार कच्चीच खाल्ली आणि मग झाडांना टेकून ती रात्र कशीबशी घालवली. डासांचे थवे रात्रभर कानाशी पिंगा घालतच होते. अखेर एकदाची सकाळ झाली. जाग आल्यावर त्यांनी अंगावरचा

वाळलेला चिखल काढून टाकायला सुरुवात केली. मग एकमेकांकडे पाहून ते सगळे जण हसू लागले. डासांच्या चाव्यामुळे त्यांचे चेहरे लालभडक झाले होते.

हंटरने पाण्याचा साठा तपासला. त्यांच्या साठ्यामधला एक चतुर्थांश भाग संपलेला पाहून त्याने आता कमी पाणी पिण्याची सूचना केली. सर्व जण पुढे चालू लागले. त्यांना एखादं रानडुक्कर मिळावं असं वाटत होतं. कारण सगळ्यांना भूक लागली होती. वरच्या झाडांमध्ये दडून बसलेली माकडं किचकिच आवाज करीत जणू त्यांना टोमणे मारून खिजवत होती. त्यांना आवाज ऐकू येत असले तरी सॅन्सनला बाणाने उडवता येईल असं एकही माकड नीट दिसलं नाही.

त्या दिवशी दुपार उलटून गेल्यानंतर त्यांना पहिल्यांदाच आवाज जाणवला. तो सुरुवातीला अस्पष्ट होता. दूर अंतरावर कोणीतरी कण्हल्याप्रमाणे वाटत होतं, पण ते जंगलाच्या बाहेर पडू लागल्यानंतर मात्र आवाज स्पष्ट ऐकू येऊ लागला. आता झाडी विरळ होत चालली असल्याने त्यांची वाटचाल बऱ्यापैकी वेगाने होऊ लागली. त्यांना लवकरच वारा जाणवू लागला. सुरुवातीला वारा जरी सुखद वाटला तरी शिखराच्या दिशेने गेल्यावर त्याचा जोर वाढणार याची त्यांना कल्पना आली.

अखेर संध्याकाळ होत असताना ते कड्याच्या पायथ्यापाशी असणाऱ्या खडकाळ भागात पोहोचले. वारा आता एखाद्या पिसाट राक्षसाप्रमाणे त्यांच्यावर आदळत होता. वाऱ्याचा किंचाळल्यासारखा आवाज वाढतच चालला होता. एकमेकांना बोलणं ऐकू जावं म्हणून त्यांना ओरडावं लागत होतं.

हंटरने समोर दिसणाऱ्या खडकाच्या अवाढव्य भिंतीकडे पाहिलं. तो कडा दूरवरून वाटत होता त्यापेक्षा कितीतरी उंच आहे, हे त्याच्या लक्षात आलं. कडा सरळसोट किमान चारशे फूट उंच होता. वाऱ्याचा जोर एवढा होता की, वरून सतत खडकाचे लहान कपचे आणि छोटे खडे सतत त्यांच्या अंगावर पडत होते.

हंटरने मूरला खूण केली. तो त्याच्याजवळ आल्यावर हंटर त्याच्या अगदी कानाजवळ जाऊन ओरडला, "बस्सा... वाऱ्याचा जोर रात्री कमी होईल का?", बस्साने खांदे उडवले आणि जोर जरासा कमी होईल हे दाखवण्यासाठी चिमटीने खूण केली.

"रात्री चढून जाता येईल का?"

बस्साने नकारार्थी मान हलवली आणि डोक्याखाली हाताने उशी तयार केल्याप्रमाणे खूण केली.

"सकाळी चढावं असं म्हणतोस?"

बस्साने मान डोलावली.

"त्याचं म्हणणं बरोबर आहे," सॅन्सन म्हणाला, "आपण सकाळपर्यंत थांबू,

म्हणजे मग विश्रांतीदेखील होईल.''

''आपण थांबणं योग्य ठरेल की नाही, हे मला कळत नाही,'' हंटर म्हणाला.

तो उत्तर दिशेकडे बघत होता. खूप दूर अंतरावर पाण्याच्या वर एक करडी रेषा दिसत होती. त्याच्यावर वादळी ढगांची दाटी झालेली दिसली. याचा अर्थ वादळ येत होतं आणि तेदेखील जबरदस्त. त्याची रुंदी कित्येक मैल होती.

''म्हणूनच आपण थांबायला हवं आणि ते जाऊ द्यावं.'' सॅन्सन म्हणाला.

हंटर मागे वळून बघू लागला. ते कड्याच्या पायथ्याशी समुद्राच्या पातळीपासून साधारण पाचशे फूट उंचीवर उभे असल्याने त्यांना तिथून साधारणपणे तीस मैल अंतरावर असलेलं रमोनास बेट दिसत होतं. कॅसान्ड्रा दिसत नव्हती. याचा अर्थ नावेने खाडीत सुरक्षित आसरा घेतला आहे, हे हंटरच्या लक्षात आलं.

त्या रात्रीपुरतं थांबणं नक्कीच शक्य होतं. कदाचित रात्रभरात वादळ त्यांच्याजवळून दूर निघून जाणार होतं. पण तसं न होता ते हळूहळू जाईल किंवा त्याचा जोर अपेक्षेपेक्षा कितीतरी जास्त असेल, अशीही शक्यता होती. तसं झालं तर त्यांचा एक अख्खा दिवस वाया जाणार होता. तीन दिवसांनी कॅसान्ड्रा शिडं उभारून मातानकेरॉसकडे थेट जाणार होती. तसं झालं तर पन्नास माणसं सरळ मृत्यूच्या दाढेत जाणार होती.

''आपण आत्ताच चढणार आहोत,'' हंटर म्हणाला.

तो मूरकडे वळला. मूरने मान डोलावली आणि दोर उचलण्यासाठी पुढे झाला.

हातात दोर घऊन मूर वर चढू लागला. हंटरच्या हातातला दोर चांगला दीड इंच जाडीचा होता. पण मूर वर जाऊ लागताच तो अगदी लहान सूताप्रमाणे आहे की काय, असं हंटरला वाटलं. बघताबघता मूर एवढा वर गेला की, आडदांड बांध्याचा असूनही तो खालून एखाद्या ठिपक्यासारखा भासत होता.

सॅन्सन हंटरजवळ आला. तो हंटरच्या कानापाशी मोठ्या आवाजात ओरडला, ''तुझं डोकं फिरलंय! आपण कोणीच यातून वाचू शकणार नाही.''

''घाबरलास की काय?'' हंटरही ओरडून म्हणाला.

''मी कशालाही घाबरत नाही,'' सॅन्सन छाती ठोकत म्हणाला, ''पण जरा इतरांकडे बघ.''

हंटरने त्याच्या सहकाऱ्यांकडे नजर टाकली. लझू थरथर कापत होती. आणि डॉन दिएगोचा चेहरा पांढराफटक पडला होता.

''ते हे काम पूर्ण करू शकणारच नाहीत,'' सॅन्सन म्हणाला, ''ते नसतील तर तू काय करू शकशील?''

''त्यांना जमेल हे,'' हंटर म्हणाला, ''म्हणजे, त्यांना हे जमायलाच हवं.''

हंटरने वादळाकडे नजर टाकली. ते आता आणखी जवळ आलं होतं. ते एक-

दोन मैलांवर येऊन ठेपलं होतं. वाऱ्याचा ओलसरपणा आता स्पष्टपणाने जाणवू लागला होता.

हंटरच्या हातात असलेल्या दोराला एक दोराचा हेलकावा बसला. मग आणखी एक.

"त्याने त्याचं काम केलंय," हंटर म्हणाला.

त्याने वर निरखून पाहिलं. पण त्याला मूर दिसला नाही.

एक मिनिट उलटल्यानंतर वरून दुसरा दोर खाली आला.

"लवकर... सामान..." हंटर म्हणाला.

हंटरचा हुकूम ऐकताच त्यांनी भराभरा सामानाने भरलेल्या कॅनव्हासच्या थैल्या दोराला बांधल्या. हे काम पूर्ण होताच हंटरने दोर हलवून मूरला इशारा केला. आता थैल्या कड्याला आदळत-आपटत थप्प्ऽ थप्प्ऽ असा आवाज करत वर खेचल्या जाऊ लागल्या. वाऱ्याचा जोर एवढा होता की, एक-दोनदा थैल्या खडकापासून चांगल्या पाच-दहा फूट दूरपर्यंत हेलकावे खात परत आदळल्या.

"गॉडस् ब्लड!" सॅन्सन म्हणाला.

हंटरने लझ्झूकडे पाहिलं. तिच्या चेहऱ्यावर तणाव दिसत होता. हंटरने पुढे होऊन कॅनव्हासच्या पाळण्याची एक दोरी तिच्या खांद्यावर तर दुसरी कंबरेभोवती अडकवली.

"मदर ऑफ गॉड... मदर ऑफ गॉड... मदर ऑफ गॉड..." लझ्झू पुन्हा पुन्हा एवढंच म्हणत होती.

"हं. आता नीट ऐक," हंटर म्हणाला. आता पुन्हा दोर खाली आला.

"दोर नीट पकडून ठेव. बस्साला खेचू दे. तुझं तोंड खडकाच्या बाजूला ठेव आणि खाली पाहू नकोस."

"मदर ऑफ गॉड... मदर ऑफ गॉड...."

"मी काय सांगितलं ते कळलं का?" हंटर पुन्हा जोरात ओरडला, "खाली बघू नकोस!"

लझ्झूने पुटपुटतच मान डोलावली. एक-दोन क्षणानंतर ती वर जाऊ लागली. सुरुवातीला ती जरा वेडीवाकडी हेलकावे खात होती. पण एकदा दुसरा दोर नीट धरल्यानंतर ती व्यवस्थित, काहीही त्रास न होता वर जात राहिली.

यानंतर ज्यूची पाळी होती. हंटर त्याला सूचना देत असताना तो हंटरकडे भकास नजरेने बघत होता. हंटर जरी काही सांगत असला तरी बहुधा त्यामधलं काहीच त्याला समजत नसावं. झोपेत चालणाऱ्या एखाद्या माणसाप्रमाणे तो पाळण्यात बसला आणि मग वर खेचला जाऊ लागला.

आता पावसाचे थेंब पडायला सुरुवात झाली होती.

"आता तू," सॅन्सन ओरडला.

"नाही," हंटर म्हणाला, "मी शेवटी जाणार."

आता पाऊस एका लयीत पडू लागला होता. वाऱ्याचा जोरदेखील चांगलाच वाढला होता. पुढच्या खेपेस दोर खाली आला तेव्हा कॅनव्हास भिजून गेल्याचं हंटरच्या लक्षात आलं. सॅन्सनने पुढे होऊन पाळण्यात पाय अडकवले. मग त्याने दोर हलवून बस्साला इशारा केला. वर जाताना तो हंटरला म्हणाला, "तू मेलास तर तुझा वाटा मी घेईन," असं म्हणून तो जोरात हसला.

आता वादळ जवळ आलं असल्याने कड्याच्या वरच्या टोकापाशी करड्या रंगाचं धुकं पसरलं. बघता-बघता वर गेलेला सॅन्सन दिसेनासा झाला. हंटर वाट पाहत उभा होता. पुन्हा दोर खाली यायला जास्त वेळ लागला आहे, असं हंटरला वाटलं. बराच वेळ झाल्यानंतर हंटरला त्याच्या बाजूला ओला पाळणा आपटल्याचा आवाज आला. हंटरने पाळण्याचे दोर अंगाभोवती अडकवले. तो हळूहळू वर जात असताना पावसाचे थेंब जोराने तोंडावर आपटत होते.

कड्यावर जाण्याचा हा प्रसंग हंटर आयुष्यात कधीही विसरणार नव्हता. आपण नेमके कुठे आहोत, हे त्याला जरादेखील कळत नव्हतं. त्याच्या सभोवताली फक्त करड्या रंगाचं धुकं पसरलेलं होतं. त्याला फक्त त्याच्या नाकापासून अवघ्या काही इंचावर असणारा खडकाचा भाग दिसत होता. वारा गर्जना करत त्याच्या अंगावर आदळत होता. काही वेळा तो कड्यापासून दूर हेलकावत पुन्हा मागे आदळत-आपटत होता. दोर, खडक वगैरे सगळं काही भिजल्याने निसरडं झालं होतं. हंटरने दुसरा दोर गच्च धरून ठेवला होता. तो तरीदेखील अधूनमधून गिरक्या खात असल्याने त्याची पाठ आणि खांदे खडकाला आपटत होते.

आपण अनंतकाळ तिथे वर जातोय असं हंटरला वाटू लागलं. आपण अर्धं अंतर कापलं की अजून काहीच अंतर वर गेलो नाही की काय, हे कळायला त्याला काहीच मार्ग नव्हता. कदाचित आपण कड्याच्या माथ्याच्या जवळ असू असं वाटून त्याने वरून कोणाच्या बोलण्याचे आवाज येतात का याचा कानोसा घ्यायचा प्रयत्न केला. पण पिसाट वाऱ्याच्या गर्जनेखेरीज त्याला काहीच ऐकू आलं नाही.

कॅनव्हासचा पाळणा जोडलेल्या दोराला बसणारे हादरे नियमित स्वरुपाचे होते. तो काही फूट वर ओढला जात होता. मग काही वेळ दोर स्थिर राहायचा आणि मग पुन्हा काही फूट वर जायचा. हे असं चालू असताना अचानक या लयीत बदल झाला. आता तो वर जात नव्हता. दोराला बसणाऱ्या हादऱ्याच्या स्वरुपातही बदल झाला होता. मग जरा वेगळा धक्का बसला. हंटरला तो पाठीपर्यंत पोहोचल्यावर चांगलाच जाणवला. सुरुवातीला आपल्याला भास झाला की काय असंही त्याला वाटून गेलं. पण मग वस्तुस्थितीची जाणीव त्याला झाली. खडकावर पाच माणसं

चढत जाण्याने दोर विरला असणार हे त्याच्या लक्षात आलं, बहुधा दोर आता ताणला जात होता.

काय होत असावं याचं चित्र हंटरच्या डोळयासमोर येताच त्याने दुसरा दोर गच्च धरून ठेवला. त्याच क्षणी हंटर ज्या दोरावर लटकत होता तो तुटला आणि त्याची वेटोळी वरून त्याच्या डोक्यावर आणि खांद्यावर कोसळली. त्या वजनामुळे हंटरची दोरावरची पकड सैल झाली आणि तो काही फूट खाली घसरला. किती फूट ते त्याला कळलं नाही. पण पकड घट्ट केल्यानंतर त्याच्या लक्षात आलं की, आपण कड्याच्या अगदी जवळ लटकतो आहोत. कॅनव्हासचा पाळणा आणि दोराचं वेटोळं त्याच्या अंगावरच होतं. त्याला कड्यावर पाय रोवणं अशक्य असल्याने तो उरलेल्या दोराला धरून किंचित हेलकावे खात लटकत उभा असताना पुढं काय होणार हे त्याच्या लक्षात आलं. त्याच्या हातांना अगोदरच रग लागली होती. हातातली ताकद संपली की त्याची दोरावरची पकड निसटून तो खाली कोसळणार होता.

हंटरने पाय झाडला आणि वर जाता येतं का ते पाहिलं. पण अचानक सोसाट्याचा वारा आला आणि हंटर कड्यापासून दूर भेलकांडत गेला. कॅनव्हासचं कापड शिडासारखं काम करत असल्याने हंटर हेलकावे घेत मागेपुढे फिरत होता. एकदा तर तो चांगला दहा-वीस फूट दूर गेला असल्याने त्याला कडा दिसेनासा झाला होता.

हंटरने जीव खाऊन पाय झाडले आणि अचानक आपलं वजन कमी झाल्याचं त्याच्या लक्षात आलं. कॅनव्हासचा पाळणा आणि दोराचं वेटोळं खाली पडलं होतं. हंटर आता पुन्हा कड्याच्या दिशेने जाऊ लागला. आता आपण कड्यावर जोरात आदळणार याची कल्पना असल्याने हंटरने श्वास रोखून धरला. त्याच्या अपेक्षेप्रमाणेच झालं. कड्यावर छाती आदळताच त्याच्या तोंडातून हलकी किंकाळी निघाली. पण त्याचवेळी सगळा जोर लावून हंटरने दोर हातापायात पकडला. मग तो हळूहळू वर जाऊ लागला. जरा वेळ गेल्यावर तो पुन्हा थोडा घसरला. मग त्याने पाय कड्यावर रोवले आणि तो वर चढण्याचा प्रयत्न करू लागला.

तो थोडासा वर सरकला....

पुन्हा आणखी वर सरकला....

आणखी वर सरकला....

हंटरची बुद्धी काम करत नव्हती. त्याचं शरीर जणू आपोआप हळूहळू वर सरकत होतं. त्याला काहीच ऐकू येत नव्हतं. जणू सगळं जग नि:शब्द झालं होतं. त्याला त्याच्या श्वासाचा आवाजही ऐकू येत नव्हता. सगळं जग करडं धुरकट होतं आणि त्यात तो हरवून गेला होता.

हंटरला किती वेळ गेला याचं जरादेखील भान नव्हतं. कोणीतरी आपल्या खांद्यांना पकडून वर उचललं आणि आपण सपाट पृष्ठभागावर पालथे पडलो आहोत, हेदेखील त्याला कळलं नाही. त्याला काहीही ऐकू येत नव्हतं किंवा काही दिसतही नव्हतं. इतरांनी त्याला नंतर सांगितलं की, त्याला वर ओढून घेतल्यावरही त्याचं शरीर पुढे सरकण्याची धडपड करत होतं. त्याचा चेहरा रक्ताने माखला होता. इतरांनी जोर लावून धरून ठेवलं तेव्हा कुठं त्याची हालचाल थांबली होती.

पक्ष्यांच्या हलक्या आवाजाने हंटरला जाग आली. पण त्याने जराही हालचाल केली नाही. त्याने पडल्यापडल्याच नजर फिरवली. त्याला सगळीकडे खडकांच्या भिंती दिसल्या. तो एका गुहेत होता आणि गुहेच्या तोंडापाशीच झोपला होता. त्याला अन्न तयार होत असल्याचा खमंग वास आला. हंटरने उठून बसायचा प्रयत्न केला. पण सगळ्या अंगात वेदनेची एक जळजळीत रेषा उमटली. तो पुन्हा खाली पडला.

"हळू... मित्रा, जरा हळू." सॅन्सन त्याच्याजवळ आला. त्याने हळूच वाकून हंटरला बसतं केलं.

हंटरची नजर सगळयात अगोदर त्याच्या अंगावरच्या कपड्यांकडे गेली. ओळखता येणार नाही एवढी त्याची विजार फाटून गेली होती. फाटलेल्या भागातून दिसणाऱ्या त्याच्या त्वचेची परिस्थितीही फारशी वेगळी नव्हती. हंटरने सगळ्या अंगावर नजर फिरवली. पण आपण कुणा परक्याच्या शरीराकडे पाहतोय की काय, असं त्याला वाटलं.

"तुझ्या चेहऱ्याची परिस्थितीही फारशी निराळी नाही," सॅन्सन हसत म्हणाला, "तुला खाता येईल का?"

हंटरने बोलण्याचा प्रयत्न केला. पण जणू मुखवटा असावा असा त्याचा चेहरा कडक झाला होता. हंटरने बोटाने गाल चाचपडले. त्याला तिथं सुकलेलं रक्त जाणवलं. त्याने मान हलवून नकार दिला. "खाता येणार नाही म्हणतोस? बरं मग पाणी घेतोस का?" सॅन्सनने बुधली जवळ आणली आणि हंटरला पाणी प्यायला मदत केली. हंटरने पाण्याचा घोट घेतला. आपल्याला घोट गिळायला त्रास होत नाही, हे पाहून त्याला हायसं वाटलं. पण ओठापाशी बुधलीची कड मात्र त्याला जाणवत नव्हती.

"एकदम जास्त नको... जास्त नको."

इतर जण हंटरपाशी आले. ज्यू दात विचकत हसत होता.

"तू इथून दिसणारं दृश्य बघायलाच हवंस," ज्यू म्हणाला. हंटरला त्याच्या

बोलण्याने एकदम बरं वाटलं. दृश्य कसं दिसतंय ते पाहायची त्याची उत्सुकता जागी झाली. सॅन्सनने त्याला उभं राहायला मदत केली. पहिल्यांदा त्याचा जरा तोल गेला. त्याला डोकं हलल्यासारखं वाटत होतं. पण मग जरा वेळाने बरं वाटलं. सॅन्सनच्या आधाराने तो चालू लागताच पहिल्याच पावलाला पायात कळ आली. त्या क्षणी त्याला अचानक गव्हर्नर अलमॉन्टची आठवण आली. त्या संध्याकाळी गव्हर्नरबरोबर बोलताना या मातानकेरॉसवरच्या धाडीच्या बाबतीत आपल्यात केवढा आत्मविश्वास होता, हे त्याला आठवलं. त्या आठवणीमुळे त्याला हसू आलं. पण हसण्याचा प्रयत्न करताच चेहऱ्यावर वेदना तडकली.

पण अचानक त्याला समोरचं दृश्य दिसलं आणि त्याच्या डोक्यातून अलमॉन्टबद्दलचे विचार ताबडतोब निघून गेले.

ते माऊंट लेरेसच्या माथ्यापाशी असणाऱ्या एका छोट्या गुहेच्या तोंडापाशी उभे होते. खाली ज्वालामुखीच्या तोंडातून निघालेला लाव्हा थंड होऊन झालेला उतार होता. त्याच्या खाली साधारण हजार फूट अंतरावर घनदाट झाडी सुरू झाली होती. सगळ्यात खाली एक रुंद नदी दिसत होती. ती जिथं समुद्राला मिळत होती तिथं बंदर होतं आणि नदीच्या मुखापाशी मातानकेरॉसचा किल्ला होता. बंदरातलं स्थिर पाणी सूर्यप्रकाशात झगझगीत चमकत होतं. खजिना असणारी नौका त्याच पाण्यात किल्ल्याच्या आसऱ्याला उभी होती.

आपण याहून चांगलं दृश्य जगात कुठंही पाहू शकणार नाही, असं हंटरला वाटलं.

२१

सॅन्सनने हंटरला पाण्याचे आणखी काही घोट पाजल्यानंतर डॉन दिएगो म्हणाला, ''कॅप्टन, तुला आणखी काही दिसतंय का?'' सगळे जण कड्याच्या एका टोकापाशी असणाऱ्या छोट्या उंचवट्यापाशी गेले आणि हळूहळू चढून कडेपाशी आले. हंटरला चालताना वेदना होत असल्यानेच ते सगळे जण सावकाश जात होते. प्रत्येक पाऊल टाकताना हंटरला वेदना होत होत्या. त्यामुळे आपण गंभीर चूक केली आहे हे त्याला सारखं जाणवत होतं. आपण वाट बघत थांबून सकाळी कडा चढायला हवा होता, असं त्याला राहून राहून वाटलं. आपण एवढा मूर्खपणा करण्याएवढे उतावळे कसे झालो म्हणून तो मनोमन स्वतःला दोष देत होता.

कड्याच्या अगदी कडेजवळ येताच डॉन दिएगो खाली चवड्यांवर बसला आणि त्याने पश्चिमेकडे अत्यंत सावधपणाने डोकावून पाहिलं. इतरांनीही तसंच केलं. हे सगळे जण एवढी सावधगिरी कशासाठी बाळगत आहेत, हे हंटरला समजत नव्हतं. पण खालचं उतारावरचं जंगल आणि त्याच्या पलीकडची खाडी याकडे लक्ष वळताच हंटरही एकदम सावध झाला. खाडीमध्ये कझालाचं लढाऊ जहाज उभं होतं.

''डॅम...'' हंटर हलक्या आवाजात स्वतःशी पुटपुटला. सॅन्सन हंटरच्या जवळ खाली बसला.

''मित्रा, दैव आपल्या बाजूने आहे. ते जहाज पहाटेच खाडीत शिरलं. तेव्हापासून ते तिथेच आहे.''

हंटरला जहाजापाशी एक मोठी होडी दिसली. या होडीमधून सैनिक किनाऱ्यावर

उतरवले जात होते. कितीतरी सैनिक अगोदरच किनाऱ्यावर उतरले असणार, हे हंटरच्या लक्षात आलं. लाल कोट घातलेले स्पॅनिश सैनिक किनारा तपासत होते. पिवळा पोशाख घालून उभा असणारा कझाला जोरजोरात ओरडत हुकूम देताना स्पष्ट दिसत होता.

''ते किनाऱ्यावर शोध घेत आहेत,'' सॅन्सन म्हणाला, ''याचा अर्थ त्यांना आपल्या बेताचा अंदाज आला असावा.''

''पण ते वादळ झाल्यामुळे....''

''होय. वादळामुळे आपण तिथे उतरल्याची कोणतीही खूण शिल्लक राहिली नसणार,'' सॅन्सन म्हणाला.

सॅन्सन हे म्हणत असताना हंटरला कॅनव्हासचा पाळणा आठवला. तो आणि दोराचं वेटोळं कड्याच्या पायथ्याशी पडलेलं असणार, पण ते सैनिकांना सहजासहजी सापडण्याची शक्यता नव्हती. कारण किनाऱ्यापासून कड्याच्या पायथ्यापर्यंत पोहोचायला कष्टाची चढण पार करायला हवी होती. गर्द झाडीमधून तिथपर्यंत पोहोचायला एक दिवस लागणार होता. शिवाय जर किनाऱ्यावर कोणी उतरल्याचा पुरावा मिळाला नाहीतर सैनिक कड्याकडे येणार नाहीत, असं हंटरला वाटलं.

हंटर बघत असताना लढाऊ जहाजामधून सैनिकांनी भरलेली आणखी एक होडी खाली सोडली जात होती.

''सगळी सकाळ कझाला किनाऱ्यावर सैनिक उतरवतो आहे,'' डॉन दिएगो म्हणाला, ''एव्हाना किनाऱ्यावर किमान शंभरजण तरी फिरत असतील.''

''याचा अर्थ तो काही माणसं तिथेच ठेवणार आहे की काय?''

डॉन दिएगोने मान डोलावली.

''आपल्या दृष्टीने हे जास्तच चांगलं होईल,'' हंटर म्हणाला.

बेटाच्या या पश्चिम भागात सैनिक ठेवले तर ते मातानकेरॉस किल्ल्यापाशी लढायला येऊ शकणार नव्हते.

''कझालाने हजार जण ठेवावेत तिथे.''

गुहेत परत आल्यानंतर डॉन दिएगोने हंटरसाठी थोडी लापशी बनवली. मग सॅन्सनने जाळ विझवला. हंटर आणि लझ्यू गुहेच्या तोंडापाशी बसले. लझ्यूने दुर्बीण डोळ्यांना लावली. हंटरला तिथून फक्त लांबवरचे बाह्य आकार अंधूक दिसत होते. म्हणून तो लझ्यूच्या उत्तम निरीक्षणशक्तीवर विसंबून होता.

''मला अगोदर तोफांबद्दल सांग,'' हंटर म्हणाला. ''किल्ल्यात तोफा आहेत का?''

लझ्यू मनोमन मोजत असताना तिचे ओठ अगदी हलकेच हलत होते. ''बारा'' जरा वेळाने लझ्यू म्हणाली, ''तीन-तीन तोफांचे दोन गट आहेत. त्यांची तोंडं

पूर्वेकडे सागराच्या दिशेने आहेत. सहा तोफा एकत्र आहेत नि त्यांचा रोख बंदराच्या मुखाकडे आहे.''

''त्या कल्व्हेरिन प्रकारच्या आहेत का?''

''त्यांच्या नळ्या लांब दिसत आहेत. कल्व्हेरिनच असाव्यात.''

''त्या किती जुन्या आहेत ते सांगता येईल का?''

लझ्झू क्षणभर गप्प राहिली.

''आपण खूप लांब आहोत. एवढ्या अंतरावरून सांगणं अवघड आहे. कदाचित आपण खाली आणखी जवळ जाऊ, तेव्हा ते कळू शकेल.''

''त्या कशावर बसवलेल्या आहेत?''

''म्हणजे तोफांचे गाडे म्हणतोस? मला वाटतं ते लाकडी आहेत. त्यांची चार चाकं मला दिसत आहेत.''

हंटरने मान डोलावली. हे गाडे जहाजावरच्या सर्वसामान्य तोफगाड्यांप्रमाणे आहेत, हे त्याच्या लक्षात आलं. गरज पडली तर या तोफा किनाऱ्यावर उतरवता येतात. डॉन दिएगो लापशीचं भांडं घेऊन हंटरजवळ आला.

हंटरचं बोलणं ऐकल्यावर तो म्हणाला, ''तोफा लाकडी गाड्यांवर आहेत हे ऐकून बरं वाटलं. त्या जर दगडांमध्ये बसवलेल्या असत्या तर काम फार कठीण झालं असतं.''

''म्हणजे आपण गाडे उडवून द्यायचे की काय?''

''अर्थातच,'' डॉन दिएगो म्हणाला.

कल्व्हेरिन जातीच्या तोफांचं वजन दोन टनांपेक्षा जास्त होतं. जर त्यांचे गाडे उडवून दिले तर त्या कुचकामी ठरणार होत्या. गाड्यांअभावी त्या नेम धरू शकणार नव्हत्या. जरी मातानकेरॉस किल्ल्यात राखीव तोफगाडे आहेत असं गृहीत धरलं तरी एक-एक तोफ नवीन गाड्यावर बसवायला कित्येक डझन लोकांना तासन्‌तास खपावं लागणार होतं.

''पण त्या अगोदर आपण तोफाच निकामी करून टाकू,'' डॉन दिएगो हसत म्हणाला.

हंटर डॉन दिएगोकडे बघू लागला. ही कल्पना त्याला अगोदर सुचली नव्हती. पण त्याचं महत्त्व त्याच्या लगेच लक्षात आलं. कल्व्हेरिन या तोफा त्यांच्या तोंडामधून भरल्या जात असत. गोलंदाज अगोदर दारूची एक पिशवीभर भुकटी तोंडातून आत ठासत असत. मग त्यावर गोळा ठेवला जाई. मग तोफेच्या तळापाशी असणाऱ्या भोकातून एक टोकदार दाभण घुसवून दारूच्या पिशवीला भोक पाडलं जाई. त्या जागी मग पेटती वात खुपसली जात असे. या वातीमुळे दारू पेट घेई आणि गोळा उडत असे.

तोफ उडवण्याची ही पद्धत उत्तम प्रकारे काम करत असे. पण त्यासाठी तळाजवळ असणारं भोक अतिशय छोटंसं राहणं महत्त्वाचं होतं. बऱ्याच वेळा तोफ उडवण्यामुळे नंतर वात आणि दारूची भुकटी यामुळे हे भोक मोठं होत जात असे. तसं झालं की, दारू जळल्यानंतर आत तयार होणारा वायू बाहेर जायला जागा मिळायची. परिणामी तोफेची मारा करण्याची क्षमता कमीकमी होत जायची. अखेर भोक फारच मोठं झालं की, गोळा उडणंच थांबत असे.

अशी भोक मोठं झालेली तोफ गोलंदाजांच्या दृष्टीनं खतरनाक ठरायची. हे सगळं माहीत असल्याने तोफा बनवताना भोक असणारा भाग वेगळा बसवला जाई. त्या बदलण्याजोग्या भागाला 'ब्रीच' असं म्हणत. भोक मोठं झालं तर तोफेच्या आतून बसवलेला हा भाग नव्याने जोडला जाई. भोक मोठं झालं, तर तोफ पूर्णपणाने निकामी व्हायची. ती पुन्हा पूर्ववत करण्यासाठी हा भाग बसवायला कित्येक तास खर्ची पडत असत.

"माझ्यावर विश्वास ठेव," डॉन दिएगो म्हणाला, "आपलं त्या तोफाशी असणारं काम उरकलं की, त्या फक्त खांब म्हणून उपयोगी पडायला लायक ठरतील."

हंटर लझूकडे वळला, "तुला किल्ल्यात काय दिसतंय?"

"तंबू. खूपसे तंबू."

"हे रक्षकांचे असणार," हंटर म्हणाला.

नव्या जगात वर्षातले बरेच महिने हवामान इतकं उत्तम असायचं की, सैनिकांना भक्कम किंवा कायमस्वरूपी निवारा असण्याची गरजच नव्हती. विशेषत: लेरेससारख्या कमी पाऊस पडणाऱ्या भागात तर सैनिक उघड्यावर सहजच राहू शकत असत.

"बरं, दारूच्या कोठाराचं काय?"

"भिंतींच्या आत मला उत्तर बाजूला एक लाकडाची इमारत दिसते आहे. कदाचित तीच असावी."

"उत्तम," हंटर म्हणाला.

किल्ल्यात प्रवेश केल्यानंतर दारूचा साठा कुठं आहे हे शोधण्यात त्याला आता वेळ दवडावा लागणार नव्हता.

"बरं, किल्ल्याच्या बाहेर काही संरक्षक मोर्चे आहेत का?" लझूने सगळीकडे नजर फिरवली.

"मला तसं काही दिसत नाही."

"झकास. बरं, जहाजाचं काय?"

"अगदी कमी माणसं असावीत. किनाऱ्यापाशी बांधलेल्या होड्यांमध्ये मला पाच-सहाच माणसं दिसत आहेत. त्या होड्या गावाजवळ आहेत." हंटरलाही ती

वस्ती दिसली होतीच. ती पाहून त्याला थोडं आश्चर्यही वाटलं होतं. किल्ल्याजवळ काही अंतरावर ओबडधोबड बांधणीच्या काही इमारती होत्या. त्या खजिन्याच्या जहाजावर काम करणाऱ्या खलाशांसाठी असणार, हे उघड दिसत होतं. याचा अर्थ हे खलाशी मातानकेरॉसवर बराच काळ होते. कदाचित पुढच्या वर्षीच्या जहाजांच्या काफिल्यासोबत निघण्याएवढा त्यांचा मुक्काम लांबणार होता.

"त्या गावात कोणी सैनिक दिसत आहेत का?"

"मला काही लाल कोट घातलेले लोक दिसत आहेत."

"होड्यांपाशी कोणी पहारेकरी?"

"नाही."

"ते आपलं काम सोपं करत आहेत."

"निदान आत्तापर्यंत तरी," सॅन्सन म्हणाला.

सगळ्यांनी त्यांच्याजवळच्या वस्तू उचलल्या. गुहेत ते राहिले असल्याचा कोणताही पुरावा मागे राहणार नाही, याची त्यांनी काळजी घेतली. मग ते माऊंट लेरेसच्या पूर्वेकडच्या उतारावरून मातानकेरॉसच्या दिशेने उतरू लागले.

या प्रवासात त्यांच्यापुढे मागच्या दोन दिवसांपेक्षा निराळीच अडचण उभी होती. उतारावर वरच्या बाजूला फारशी झाडी नव्हती. त्यामुळे ते कोणाला तरी दिसण्याचा संभव होता. हा धोका टाळण्यासाठी ते एका काटेरी झुडपाच्या आडोशामधून वेगाने दुसऱ्या झुडपाकडे सरपटत जात होते. साहजिकच त्यांचा उतरण्याचा वेग फारच कमी होता.

दुपारी त्यांना चकित करणारी घटना घडली. कझालाचं लढाऊ जहाज खाडीच्या तोंडापाशी आलं. जहाजाने शिडं गुंडाळली आणि नांगर टाकला. मग एक होडी सोडण्यात आली. लझूने दुर्बिणीतून पाहिलं. कझाला स्वतः जहाजावर उभा आहे, असं तिने सांगितलं.

"सगळाच विचका झाला," हंटर लढाऊ जहाजाकडे बघत म्हणाला. ते किनाऱ्याला समांतर उभं असल्याने त्याच्यावरच्या तोफांचा मारा थेट खाडीच्या मुखापाशी होणार होता.

"जहाज जर तिथेच उभं राहिलं तर काय करायचं?" सॅन्सनने विचारलं. हंटर त्याच गोष्टींवर विचारात पडला होता. त्याला एकच उत्तर सुचत होतं. "आपल्याला त्याच्यावर मारा करावा लागेल. ते तिथंच राहिलं तर दुसरा काही पर्याय नाही."

"ते कसं उडवणार?" सॅन्सनने विचारलं, "किनाऱ्यावरून एक होडी पेटवून देऊन ती तिकडं जाईल असं बघायचं?"

हंटरने मान डोलावली.

"यात यशाची शक्यता फार कमी आहे."

लझू अजून दुर्बिणीमधून बघत होती.

ती म्हणाली, ''तिथे एक बाई आहे.''

''काय?''

''त्या होडीत कझालाबरोबर एक बाई बसलेली दिसते आहे.''

''मला बघू दे,'' हंटरने घाईघाईने तिच्याकडून दुर्बीण घेतली. पण त्याला नीट दिसलं नाही. कझाला होडीच्या टोकापाशी उभा असल्याने ओळखता आला. पण त्याच्याशेजारी त्याला फक्त पांढऱ्या रंगाचा धूसर आकार दिसला. त्याने दुर्बीण लझूला परत केली.

''तिचं वर्णन कर.''

''पांढरा पोशाख. डोक्यावर रुमाल किंवा मोठी टोपी किंवा तसलंच काहीतरी. चेहरा काळा. कदाचित निग्रो असावी.''

''त्याची रखेल की काय?''

लझूने मान हलवून नकार दिला. होडी आता किल्ल्याजवळ बांधली जात होती.

''नाही, ती धडपडते आहे.''

''तिला तोल सावरता येत नसेल.''

''नाही,'' लझू ठामपणाने म्हणाली, ''तिला तीन जणांनी धरून ठेवलं आहे. ते तिला बळजबरीने किल्ल्यात न्यायला बघत आहेत. ती त्यांना प्रतिकार करताना दिसते आहे.''

''ती काळी आहे म्हणालीस ना?'' हंटरने विचारलं. त्याचा गोंधळ उडाला होता. कझालाने एखाद्या बाईला खंडणीसाठी ओलीस ठेवलं असेल हे ठीक होतं. पण ती कोणत्याही परिस्थितीत गोरी असायला हवी होती. ''मला ती काळी वाटते आहे खरी. पण इथून पक्कं सांगता येईल असं नाही. मला आणखी काही नीट दिसत नाही.''

''ठीक आहे, पाहू,'' हंटर म्हणाला. मग सगळे जण पुन्हा उतारावरून खाली जाऊ लागले.

तीन तासानंतर भर दुपारी गरम होत असताना सगळे जण एका जागी पाणी पिण्यासाठी थांबले. इथे एका जागी खुरट्या काटेरी झुडपांचा एक पुंजका होता. लझूने खाली किल्ल्याकडे नजर टाकली. तिने सांगितलं की, आता किल्ल्याजवळून एक होडी आत निघते आहे. तिने होडीत बसलेल्या माणसाचं 'सडपातळ, ताठ बसलेला, अगदी व्यवस्थित आणि कडक वाटणारा', असं वर्णन केलं.

''बोस्क्वे,'' हंटर म्हणाला.

बोस्क्वे हा कझालाच्या हाताखालचा अधिकारी होता. हा फ्रेंच माणूस शांत डोक्याचा आणि उत्तम नेतृत्वगुण असणारा म्हणून प्रसिद्ध होता.

"कझालाही त्याच्याबरोबर आहे का?"

"नाही."

होडी आता लढाऊ जहाजाजवळ पोहोचली होती. ती जहाजाला बांधल्यावर बोस्को जहाजावर चढला. काही मिनिटांनी जहाजावरच्या खलाशांनी होडी वर उचलून घ्यायला सुरुवात केली. याचा अर्थ अगदी स्पष्ट होता.

"ते निघून जात आहेत," सॅन्सन म्हणाला, "दैव आपल्या बाजूनं आहे म्हणायचं...."

"नाही. अजून तसं खात्रीने म्हणता येणार नाही," हंटर म्हणाला, "ते आता रॅमोनासच्या दिशेने तर जात नाहीत ना, हे बघायला हवं."

हंटर असं म्हणाला, कारण त्याची नाव कॅसान्ड्रा आणि त्याचे लोक तिथे लपून बसले होते. कॅसान्ड्रा उथळ पाण्यात असल्याने तिच्यावर थेट हल्ला करता येईल एवढं लढाऊ जहाज जाणं शक्य नव्हतं. पण बोस्क्वे कॅसान्ड्राला तिथेच रोखून ठेवू शकत होता. कॅसान्ड्रा खाडीमधून बाहेर पडू शकली नाहीतर मातानकेरॉसवर हल्ला करून काही उपयोग होणार नव्हता. खजिन्याची नौका मातानकेरॉसमधून बाहेर काढण्यासाठी कॅसान्ड्राची गरज होती. लढाऊ जहाज दक्षिण दिशेने बंदरातून बाहेर पडू लागलं. अर्थात तसं होणं स्वाभाविकच होतं. खोल पाण्यात शिरण्यासाठी तोच मार्ग होता. बाहेर पडल्यानंतर त्याने दक्षिण दिशा धरली.

"डॅम!" सॅन्सन म्हणाला.

"थांब जरा. जहाज वेग वाढवतंय. जरा थांब नि बघ."

हंटर हे बोलत असताना कझालाच्या जहाजाने थांबून एकदम दिशा बदलली आणि ते उत्तर दिशेने जाऊ लागलं.

"आत्ताच मला माझ्या बोटांना होणारा सोन्याचा स्पर्श जाणवू लागला आहे." सॅन्सन म्हणाला.

एका तासानंतर कझालाचं लढाऊ जहाज दिसेनासं झालं.

रात्र जवळ येत असताना ते मातानकेरॉसच्या स्पॅनिश कॅम्पपाशी पोहोचले होते. कॅम्प आता जेमतेम पाव मैल अंतरावर होता. इथे बऱ्यापैकी दाट झाडंझुडपं होती. एका ठिकाणी मायाग्वानची बरीच झाडं गच्च वाढली होती. हंटरने रात्रीच्या मुक्कामासाठी ही जागा निवडली. त्यांनी विस्तव पेटवला नाही. फक्त काही कच्ची पानं वगैरे खाल्ली आणि ते खालच्या ओलसर जमिनीवर आडवे झाले.

२२

हंटर झोपेतच काहीतरी जाणवल्याप्रमाणे खडबडून जागा झाला. काहीतरी गडबड आहे, हे त्याला त्या क्षणी वाटून गेलं. त्याला स्पॅनिश भाषेत बोललेलं ऐकू आलं. पण या खेपेस आवाज अपेक्षेपेक्षा खूपच जवळ वाटत होते. इतकंच नाही तर त्याला पावलांचा आणि पानं हलल्याची खसफस असे आवाज ऐकू आले. तो उठून बसला आणि सगळ्या अंगातून चमक उठली. कालच्यापेक्षाही आज वेदना जास्त जाणवत होत्या.

हंटरने आपल्या सहकाऱ्यांकडे नजर टाकली. सॅन्सन अगोदरच उठून उभा राहिलेला दिसला. तो झुडपांमधून आवाजांच्या दिशेने बघत कानोसा घेत होता. मूर हळूहळू जागा होत होता. डॉन दिएगो कोपराचा आधार घेत उठत असताना हंटरकडे बघत होता.

फक्त लझ्झू अजून झोपलेली दिसली. ती उताणी पडलेली होती आणि अजिबात हालचाल करत नव्हती. हंटरने तिच्याकडे बघत अंगठा उडवून तिला उठण्यासाठी खूण केली. लझ्झूने डोकं अगदी किंचित हलवलं आणि ओठ हलवून फक्त 'नाही' म्हणाली. तिचं शरीर विचित्र प्रकारे ताठरल्यासारखं दिसत होतं. तिचा चेहरा घामानं डबडबून गेलेला दिसला. हंटर तिच्या दिशेने जाऊ लागताच तिने हलक्या आवाजात, "थांब!" असं म्हटल्यामुळे हंटर थबकला.

हंटरने तिच्याकडे निरखून पाहिलं. ती उताणी निजली होती आणि तिचे पाय एकमेकांपासून जरासे दूर होते. हंटरला आता लाल-काळे आणि पिवळे पट्टे असणारी शेपूट हळूहळू तिच्या पॅन्टमधून आत शिरताना दिसली. तो एक प्रवाळ साप होता. बहुधा तिच्या शरीराच्या उबेकडे तो आकृष्ट झाला होता. हंटरने पुन्हा

तिच्या चेहऱ्याकडे पाहिलं. काहीतरी विलक्षण वेदना होत असल्याप्रमाणे तिच्या चेहऱ्यावर ताण दिसत होता. पाठीमागून येणारे स्पॅनिश बोलण्याचे आवाज आता आणखी मोठे झाल्याचं त्याला जाणवलं. बरीच माणसं झुडपांमध्ये बडवत पुढे सरकत असल्याचं स्पष्ट कळत होतं. हंटरने लझूला जागीच पडून राहा अशी खूण केली आणि मग तो सॅन्सनजवळ आला.

"सहा जण आहेत," सॅन्सनने हलक्या स्वरात सांगितलं.

आता हंटरलाही ती सहा स्पॅनिश माणसं दिसली. या सैनिकांच्या जवळ मस्केट बंदुका होत्या आणि त्यांच्याजवळ खाण्यापिण्याचं सामान आणि अंथरुण-पांघरुणांची बोचकी होती. हे सैनिक टेकडीचा चढ चढून त्यांच्याच दिशेने येत होते. बहुधा सगळे जण तरुण होते. त्यांना याची गंमत वाटत होती. आणि म्हणून ते हसत-खिदळत वर चढत होते.

"हे पहारेकरी वाटत नाहीत," सॅन्सनने कुजबुजत म्हणाला.

"त्यांना जाऊ देत," हंटर म्हणाला.

त्याचं बोलणं ऐकताच सॅन्सनने त्याच्याकडे धारदार नजर टाकली. पण हंटरने लझूकडे बोट दाखवताच परिस्थिती त्याच्या लक्षात आली.

स्पॅनिश सैनिक त्यांच्याजवळून निघून वरच्या दिशेने गेल्यावर सॅन्सन आणि हंटर लझूजवळ आले.

"आता कुठं आहे?"

"गुडघ्याजवळ."

"वर जातोय का?"

"होय."

आता डॉन दिएगो बोलला.

"उंच झाडं... आपण उंच झाडांत शोधायला हवीत... तिथे!

त्याने मूरच्या खांद्यावर बोटांनी टकटक केली.

"चल. माझ्याबरोबर ये."

दोघं जण मायाग्वानाच्या झाडांकडे हलकेच गेले. हंटरने एकदा लझूकडे आणि मग स्पॅनिश सैनिकांच्या दिशेने नजर टाकली. सैनिक साधारण शंभर यार्ड अंतरावर उंचावर चढताना स्पष्ट दिसत होते. एखाद्या सैनिकाने सहज म्हणून वळून पाहिलं असतं तरी त्यांना हंटरचे लोक सहज दिसणार होते.

"आत्ता विणीचा हंगाम उलटून गेलाय," सॅन्सन म्हणाला.

त्याने लझूकडे काळजीने नजर टाकली.

"कदाचित या खेपेसही आपण सुदैवी ठरू."

त्याने मूरकडे पाहिलं. मूर एका झाडावर सरकत होता, तर डॉन दिएगो खालून

पाहत होता.

"आता कुठं आहे?" हंटरने विचारले.

"गुडघ्याच्या वर आलाय."

"शांत राहायचा प्रयत्न कर." लझूने डोळे फिरवले.

"डॅम... तू आणि तुझीही... धाड!" लझू दबक्या आवाजात म्हणाली.

हंटरने तिच्या पॅन्टकडे पाहिलं. साप तिच्या गुडघ्याजवळून अगदी हळूहळू वर सरकताना त्याला दिसला.

"मदर ऑफ गॉड... मदर ऑफ गॉड!" लझू डोळे बंद करून पुटपुटू लागली.

"त्यांना जर काही मिळालं नाही तर आपल्याला तिला उभं करून गदागदा हलवावं लागेल," सॅन्सन हलक्या आवाजात हंटरला म्हणाला.

"साप तिला चावेल."

हंटर असं म्हणाला. पण सॅन्सनलाही असं करण्यामधला धोका कळत होता. प्रायव्हटीर पेशा पत्करणाऱ्यांची सगळ्या गोष्टींना तयारी असायची. प्रायव्हटीर हे जात्याच टणक आणि दणकट असत. विंचवाचा किंवा 'ब्लॅक विडो' या विषारी कोळयाचा दंश किंवा पाण्यातला मोकॅसीनने मारलेली नांगी ही त्यांना फार त्रासदायक गोष्ट वाटायची. पण दोन विषारी प्राण्यांबद्दल त्यांना आदरयुक्त भीती आणि दरारा वाटायचा. फेर डी लान्स हा साप ही काही हसण्यावारी नेण्याजोगी गोष्ट नव्हती. पण त्यापेक्षाही भयंकर म्हणजे असा प्रवाळ साप. त्याच्या अगदी हलक्या दंशामधून कोणीच कधी वाचत नसे. लझूच्या मनात बसलेली भीती हंटरला समजत होती. कधीही पायाला हलका चिमटा काढल्यासारखं भासणार होतं. मग पुढे काय होईल ते सगळ्यांनाच ठाऊक होतं. प्रचंड घाम, मग शरीराची थरथर आणि शरीरभर पसरणारा बधीरपणा आणि मग सूर्यास्ताच्या आत गाठणारा मृत्यू.

"आता कुठं आलाय?"

"वर... खूप वर." लझू हलक्या स्वरात कष्टाने म्हणाली, "ओह गॉड!"

तिचा आवाज एवढा बारीक होता की, हंटरला जेमतेम तिचे शब्द कळले. मग त्याला बारीक स्वरातली चिवचिव ऐकू आली. हंटरने वळून पाहिलं. डॉन दिएगो आणि मूर परत परत येत होते. दोघंही चांगले हसत होते. मूरच्या दोन्ही तळव्यांमध्ये काहीतरी झाकलेलं होतं. हंटरने नीट पाहिल्यावर त्याच्या लक्षात आलं. मूरच्या हातात 'बॅन्डीबर्ड' नावाच्या पक्ष्याचं लहानसं पिल्लू होतं. ते त्याचे पंख फडफडवत चिरक्या आवाजात ओरडत होतं.

"लवकर... मला बांधायला काहीतरी दे," डॉन दिएगो म्हणाला.

हंटरने चटकन एक धागा त्याच्या हातात ठेवला. मग डॉनने पिल्लांच्या पायाला धागा गुंडाळला आणि त्याला लझूच्या पायापाशी ठेवलं. धाग्याचं दुसरं

टोक जमिनीवर जखडून टाकलं. सगळे जण वाट पाहू लागले.

"तुला काही फरक जाणवतोय का?" हंटरने विचारलं.

"नाही."

सगळयांनी पिल्लाकडे पाहिलं, ते बिचारं पिल्लू सुटायची धडपड करत चिवचिवाट करत होतं.

हंटरने पुन्हा लझूकडे प्रश्नार्थक नजर टाकली.

"नाही... अजून काहीही नाही," पण ती असं म्हणत असतानाच तिचे डोळे विस्फारले, "वळतोय..." लझूच्या मांडीपाशी एक फुगवटा आला आणि तो हळूहळू विरला.

"खाली सरकतोय." लझू म्हणाली.

सगळेजण श्वास रोखू बघत होते. अचानक पिल्लाची धडपड वाढली. ते आणखी जोराने चिवचिवाट करू लागलं. त्याला सापाचा वास आला होता.

डॉन दिएगोने पिस्तूल बाहेर काढलं. त्यातली गोळी काढून टाकली. मग पिस्तुलाची नळी पकडून तो तयारीत उभा राहिला. सापाची हालचाल अगदी हळूहळू होत होती. तो आता गुडघ्यापाशी आला होता आणि फार हळू खाली सरकत होता.

हे युगानुयुगे चालू आहे की काय, असं त्यांना वाटलं.

मग अचानक पॅन्टच्या पायामधून छोटं डोकं बाहेर येताना दिसलं. जीभ लवलवत साप पुढे सरकला. पिल्लू जीवाच्या आकांताने किंचाळत फडफडत होतं. सापाचं डोकं पुरेसं बाहेर येताच डॉन दिएगोने झेप टाकली आणि पिस्तुलाच्या दस्ताने त्याचं डोकं चेचलं. त्याच क्षणी लझू किंचाळत ताडकन उभी राहिली.

डॉन दिएगोने सापाचं डोकं पुन्हा पुन्हा ठेचलं. इकडे लझू मागे वळली होती. तिला भडभडून ओकारी झाली. पण हंटरचं लक्ष तिच्याकडे अजिबात नव्हतं. तिच्या किंचाळण्याचा आवाज वरच्या स्पॅनिश सैनिकांना ऐकू तर आला नाही ना याची चिंता त्याला वाटत होती. सॅन्सन आणि मूर यांचंही लक्ष तिकडेच होतं.

"त्यांना ऐकू गेलं की काय?" हंटरने विचारलं.

"आपण धोका पत्करू शकत नाही," सॅन्सन म्हणाला.

सगळे जण गप्प बसले. फक्त लझूला येणाऱ्या उमास्यांचा आवाज येत होता.

"त्यांच्याजवळ खाण्यापिण्याचं आणि झोपायचं सामान होतं, ते पाहिलंस ना?"

हंटरने मान डोलावली. त्याला सगळा अर्थ स्पष्ट कळत होता. कझालाने त्यांना मुद्दामच वरच्या बाजूला पाठवलं होतं. जमिनीवर कोणी दिसतं का, ते त्यांनी पाहायचे होतं आणि कॅसान्ड्रा जवळ येऊ लागताच इशारा द्यायचा होता. वर

असल्याने त्यांना कितीतरी मैल अंतरावर असणारी कॅसान्ड्रा दिसणार होती. त्यांनी बंदुकीचा एखादा बार काढला तरी कझालाला इशारा मिळणार होता.

"मी बघतो..." सॅन्सन किंचित हसत म्हणाला.

"मूरला बरोबर ने." हंटर म्हणाला.

मूर आणि सॅन्सन स्पॅनिश सैनिक ज्या दिशेने गेले होते तिकडं निघाले. हंटर लझूकडे वळला. तिचा चेहरा पांढराफटक पडला होता.

ती तोंड पुसत म्हणाली, "माझी निघायची तयारी झाली आहे."

हंटर, डॉन दिएगो आणि लझूने पिशव्या पाठीला लावल्या आणि तिघं जण उतारावरून खाली येऊ लागले.

आता ते नदीच्या काठाकाठाने खाली उतरत होते. ही नदी बंदरापाशी जाऊन समुद्राला मिळत होती. सुरुवातीला एका ढांगेत ओलांडता येईल एवढी छोटी असणारी नदी आता चांगलीच रुंद झाली होती. तिच्या काठावरचं जंगलही आता चांगलं दाट झालं होतं.

संध्याकाळी उशिरा त्यांना स्पॅनिशांचं पहिलं पथक भेटलं. आठ पहारेकऱ्यांचं हे पथक एका होडीमधून सावकाश वरच्या दिशेने नदीतून जात होतं. त्यांच्याजवळ भरपूर शस्त्रं होती. हे सैनिक तयारीचे दिसत होते. ते अतिशय गंभीरपणाने त्यांचं काम करत पुढे जात होते.

आता अंधार पडला. नदीकाठची झाडं काळवंडली. पाण्याचा पृष्ठभाग काळसर झाला. पाणी एकदम स्थिर होतं. अधूनमधून फक्त एखादी मगर डोकं वर काढत होती. आता गस्तीची पथकं सगळीकडे दिसत होती. सैनिक दिवट्यांच्या प्रकाशात सगळीकडे शोध घेत होते. आणखी तीन होड्यांमधून स्पॅनिश गस्ती पथकं नदीत वरच्या बाजूला जात होती. त्यांच्या दिवट्यांचा प्रकाश पाण्यावर वेडेवाकडे आकार निर्माण करत होता.

"कझाला मूर्ख नाही," सॅन्सन म्हणाला, "आपण येणार हे त्याला माहीत आहे."

"ते काहीही असो," हंटर म्हणाला, "आपण आपला बेत बदलणार नाही. आपण आज रात्री हल्ला चढवणार आहोत."

२३

कॅसान्ड्राचं नेतृत्व करणारा एन्डर्स कॅसान्ड्रावर उभा राहून हलक्या लाटांकडे बघत होता. बार्टन्स के जवळ असणाऱ्या रीफवर लाटा हलकेच धडकत होत्या. दूर अंतरावर असणारा मातानकेरॉसचा काळाकरडा आकार त्याला भव्य वाटत होता.

एक जण त्याच्यासमोर उभा राहिला.

''ग्लास उलटा झाला आहे.''

एन्डर्सने मान डोलावली. रात्र पडल्यापासून पंधरा वेळा ग्लास उलटला होता. याचा अर्थ मध्यरात्र उलटून दोन वाजले होते, हे त्याच्या लक्षात आलं. वारा पूर्वेकडून होता. त्याचा वेग दहा नॉट्स होता. कॅसान्ड्रा वाऱ्यावर उत्तम स्वार झालेली असल्याने तो एखाद्या तासात मातानकेरॉसवर पोहोचणार होता.

एन्डर्सने डोळे किलकिले करून माऊंट लेरेसच्या आकाराकडे पाहिलं. पण त्याला मातानकेरॉस बंदर नीट दिसू शकलं नाही. बेटाचं दक्षिण टोक ओलांडून त्याला वळसा घातल्यानंतर एन्डर्सला मातानकेरॉसचा किल्ला दिसणार होता. तिथल्या बंदरात अजूनही नौका असेल अशी त्याला मनोमन आशा होती.

पण त्याचबरोबर आपण मातानकेरॉस किल्ल्यामधल्या तोफांच्या माऱ्याच्या टप्प्यात येऊ, याची त्याला कल्पना होती. हंटरच्या तुकडीने तिथे जाऊन त्यांची तोंडं बंद पाडली नाहीत तर त्याचा त्रास आपल्याला होणार, हे त्याला समजत होतं.

एन्डर्सने कॅसान्ड्राच्या उघड्या डेकवर उभ्या असणाऱ्या आपल्या लोकांकडे नजर टाकली. कोणीही बोलत नव्हतं. समोरचा बेटाचा वाढत जाणारा आकार बघत ते गप्प उभे होते. आपण कोणता धोका पत्करतो आहोत, याची त्यांना पूर्ण जाणीव

होती. एका तासानंतर एकतर प्रत्येक जण कल्पना येणार नाही एवढा श्रीमंत होणार होता किंवा निश्चितच ठार होणार होता.

हंटर आणि त्याचे सहकारी मातानकेरॉस किल्ल्याच्या दगडी भिंतींच्या सावलीत उभे होते. सॅन्सनने डब्लूनचं एक नाणं घेतलं आणि त्यावर दात रोवले. मग त्याने ते सोन्याचं नाणं लझ्झूकडे दिलं. तिनेही तसंच करून नाणं मूरच्या हातात ठेवलं. हंटर हे शांतपणाने पाहत होता. सर्व प्रायव्हटीर्सचा असा विश्वास होता की, धाड घालण्यापूर्वी असं केल्यास दैव अनुकूल ठरतं. अखेर डब्लून हंटरच्याकडे आलं. त्याने नाण्याचा अगदी हलका चावा घेतला आणि मग ते त्याने उजव्या खांद्याच्या मागे टाकलं.

हा विधी पार पडल्यानंतर पाचही जण निरनिराळ्या दिशांना पांगले.

हंटर आणि डॉन दिएगो दोराची वेटोळी आणि आकडे घेऊन किल्ल्याच्या भिंतीच्या बाजूने उत्तर दिशेने चालू लागले. गस्ती पथकांना चुकवण्यासाठी ते अधूनमधून थांबत होते. हंटरने किल्ल्याच्या उंच भिंतीकडे नजर टाकली. भिंतीची वरची बाजू गुळगुळीत केली होती आणि ती गोलाकार असल्याने त्यावरून चढून जाणं अवघड होतं. जरी स्पॅनिश गवंड्यांनी ही अशी दक्षता घेतली असली तरी आपले आकडे अडकवायला आपल्याला कुठं ना कुठं जागा मिळेल, याबद्दल हंटरला खात्री वाटत होती.

ते आता किल्ल्याच्या उत्तरेकडच्या बाजूला भिंतीजवळ पोहोचले होते. ही भिंत समुद्रापासून दूर होती. तिथे ते जरा वेळ थांबले. दहा मिनिटांनी गस्ती पथक त्यांच्याजवळून गेलं. रात्रीच्या अंधारात त्यांच्या हत्यारांचे आणि चिलखतांचे आवाज ऐकू येत होते. गस्ती पथकामधले सैनिक लांब जाईपर्यंत हंटर थांबला.

सैनिक दृष्टीआड होताच हंटर पुढे धावला. त्याने लोखंडी आकडा भिंतीवर फेकला. आकडा आतल्या बाजूला आपटल्याचा हलका आवाज त्याला ऐकू आला. त्याने दोर खेचला तर आकडा झटक्याने निघून आला. खाली दगडावर पडताना त्याचा मोठा आवाज झाला. एक शिवी हासडून हंटर कानोसा घेत उभा राहिला.

कसलाही इतर आवाज त्याला ऐकू आला नाही. आकडा खाली आपटल्याचा आवाज कोणीही ऐकला नव्हता. हंटरने पुन्हा एकदा आकडा वर भिरकावला. तो भिंतीच्या वरून पलीकडे गेलेला दिसला आणि मग तो बहुधा पलीकडे अडकला असावा या अपेक्षेने हंटरने दोर ओढला. पण पुन्हा आकडा निघून आल्याने तो डोक्यात पडू नये म्हणून त्याला घाईघाईने बाजूला सरकावं लागलं.

तिसऱ्या खेपेस आकडा फेकल्यानंतर तो पलीकडे अडकला खरा. पण तो दोर खेचून खात्री करून घेत असतानाच गस्ती पथक येत असल्याचा आवाज त्याला

ऐकू आला. हंटर वेगाने पुढे झाला आणि दोर धरून तो जीव खाऊन वर चढला. वरून पलीकडे धापा टाकत उतरतानाच दोर वर खेचून घेतला. डॉन दिएगो हे पाहून एका झुडुपाच्या आड जाऊन दडला.

गस्तीपथक खालच्या बाजूने निघून गेलं. ते जाताच हंटरने दोर खाली सोडला. डॉन दिएगो भराभरा दोरावरून वर चढायची धडपड करू लागला. तो फारसा दणकट नव्हता. स्पॅनिश भाषेत स्वत:शी काहीतरी पुटपुटत तो वर चढायचा प्रयत्न करत होता. अखेर बऱ्याच वेळाने तो कसाबसा वरपर्यंत आल्यानंतर हंटरने त्याला भिंतीपलीकडे ओढून घेतलं. हंटरने दोर वर खेचून घेतला. मग थंड दगडी भिंतीला पाठ लावून दोघं बसले आणि आजूबाजूला पाहू लागले.

मातानकेरॉसमध्ये शांतता होती. तंबूंमध्ये सैनिक शांतपणाने झोपी गेलेले दिसले. तिथे शेकडो सैनिक आहेत, हे ठाऊक असल्याने हंटरला शत्रूच्या इतक्या जवळ असताना वेगळीच थरारक मजा वाटत होती.

"पहारेकरी?" डॉन दिएगोने विचारलं.

"मला दिसत नाहीत," हंटर म्हणाला, "फक्त तिथले वगळून."

त्याने दूर अंतरावर बोट दाखवलं. किल्ल्यात पलीकडच्या बाजूला तोफांजवळ दोन माणसं उभी होती. त्यांचं काम समुद्रावर नजर ठेवायची हे होतं. जर एखादं जहाज जवळ येताना दिसलं, तर त्यांनी इशारा द्यायचा होता. डॉन दिएगोने मान डोलावली.

"कदाचित दारू कोठारापाशी पहारेकरी असतील."

"शक्य आहे."

लझूला जी इमारत दारू कोठार वाटली होती त्याच्या अगदी थेट वर हंटर आणि दिएगो भिंतीपाशी उभे होते. पण त्यांना तिथून त्याचं दार मात्र दिसत नव्हतं.

"आपण अगोदर तिथे जायला हवं," डॉन दिएगो म्हणाला.

ते बरोबरच होतं. कारण त्यांनी बरोबर स्फोटकं आणली नव्हती. त्यांनी फक्त वाती आणल्या होत्या. स्फोटकं दारू कोठारातूनच घ्यायची, असं त्यांनी ठरवलं होतं.

अजिबात आवाज न करता हंटर जमिनीवर उतरला. तिथल्या मंद प्रकाशाचा सराव झाल्यानंतर डॉन दिएगो त्याच्या पाठोपाठ खाली उतरला. इमारतीला वळसा घालून दोघं दाराच्या दिशेने जाऊ लागले. तिथे पहारेकरी नव्हता.

"आत?" डॉनने कुजबुजत विचारलं.

हंटरने फक्त खांदे उडवले आणि तो दारापाशी गेला. क्षणभर थांबून त्याने आतला कानोसा घेतला. मग त्याने बूट काढून टाकले आणि दार अगदी हलकेच उघडलं. पाठीमागे उभा असणारा डॉन दिएगोही बूट काढू लागला.

हंटर दारातून अलगद आत शिरला.

दारूकोठाराच्या बाजूच्या सगळ्या भिंतींना तांब्याचे पत्रे लावलेले दिसले.

अतिशय सुरक्षित अशा जागी काळजीपूर्वक लावलेल्या थोड्या मेणबत्त्या मंद तेवत होत्या. त्यांचा लालसर प्रकाश सगळीकडे पसरला होता. दारूकोठारात दारू भुकटीच्या थैल्या आणि तोफगोळे व्यवस्थित मांडून ठेवलेले होते. त्यांना लाल रंग दिलेला दिसला. तांब्याच्या पत्र्याजवळून हंटर आवाज न करता हळूहळू पुढे सरकत गेला. पण त्याला कोणीच दिसलं नाही. पण कुठूनतरी कोणीतरी घोरत असल्याचा आवाज तेवढा त्याच्या कानावर आला.

चोरपावलांनी हंटर थैल्यांच्या रांगामधून वाट काढत त्या माणसाला शोधू लागला. जरा वेळाने त्याला सैनिक दिसला. दारूच्या एका पिंपाला टेकून एक जण घोरत पडलेला दिसला. हंटरने त्याच्या डोक्यावर एकच तडाखा हाणला. तो सैनिक कोलमडला आणि निश्चल झाला.

डॉन दिएगो आत आला. त्याने आत सगळीकडे नजर फिरवली, "उत्तम!" मग तो लगेच कामाला लागला.

किल्ल्यामध्ये जरी शांतता असली तरी खजिन्याच्या नौकेवरचे खलाशी राहत असलेल्या झोपड्यांसारख्या वाटणाऱ्या त्या वस्तीतलं वातावरण मात्र धूमधमालीचं होतं. सॅन्सन, लझ्झू आणि मूर वस्तीत फिरत असताना त्यांना खिडक्यांमधून आतली दृश्यं दिसत होती. कंदिलाच्या पिवळ्या प्रकाशात सैनिक दारू पित जुगार खेळत बसलेले दिसले. एक सैनिक धडपडत बाहेर आला आणि सॅन्सनच्या अंगावर धडकला. त्याने घाईघाईने क्षमा मागितली आणि तो जाऊन भिंतीजवळ भडाभडा ओकला.

तिघे जण घाईने पुढे निघाले. नदीच्या पात्रात जिथं होडी बांधली होती त्या दिशेने ते जाऊ लागले.

होडीच्या धक्क्यापाशी दिवसा पहारा नव्हता तरी रात्रीची परिस्थिती मात्र वेगळी होती. तिथं तिघे जण होते. हे सैनिक अंधारात हळूहळू बोलत दारू पित बसले होते. धक्क्याच्या अगदी टोकापाशी पाण्यात पाय सोडून ते आरामात बसलेले आढळले. त्यांचा आवाज पाण्याच्या आवाजात मिसळून जात होता. त्यांची पाठ जरी सॅन्सन आणि इतरांच्या बाजूला असली तरी धक्का लाकडी फळ्यांचा असल्याने आवाज होऊ न देता तिथपर्यंत पोहोचणं अवघड होतं.

"हे काम मी करते," लझ्झू म्हणाली. तिने अंगातला ब्लाऊज काढून टाकला. मागे कट्यार धरून ती हलकेच शीळ वाजवत सरळ धक्क्यावर चालत गेली.

तिघांपैकी एका सैनिकाने वळून विचारलं, *"क्वे पासा का?"* त्याने कंदील जरासा वर उचलून धरला. त्या प्रकाशात त्याला दिसलेलं दृश्य पाहून त्याचे डोळे

विस्फारले. छाती उघडी असलेली बाई त्याच्याच दिशेने येत होती.

"माद्रे दी दिओस!"

ती बाई त्याच्याकडे स्मित करताना पाहून तो हसला. पण क्षणभरच ते हसणं टिकलं. त्याच्या बरगडीत शिरलेली कट्यार हृदयात केव्हा घुसली, हे त्याला कळलंदेखील नाही. हातात रक्ताने माखलेली कट्यार घेतलेल्या बाईकडे पाहताना इतर दोघं एवढे चकित झाले होते की, तिने त्यांना केव्हा ठार केलं ते त्यांना समजलंच नाही.

सॅन्सन आणि मूर त्या मरून पडलेल्या सैनिकांच्या अंगावरून धावत आले. लझूने पुन्हा ब्लाऊज अंगात घातला. लगेचच सॅन्सन एका होडीत बसला आणि खजिन्याच्या नौकेच्या दिशेने निघाला. दरम्यान इकडे मूरने भराभरा इतर होड्यांना बांधलेल्या दोऱ्या तोडल्या होत्या. होड्या बंदरात पाण्याबरोबर अस्ताव्यस्त वाहून जाऊ लागल्या. मग मूर आणि लझू एका होडीत बसले आणि तेदेखील खजिन्याच्या नौकेकडे निघाले. हे सगळं घडत असताना कोणी एकमेकांशी एकदाही बोललं नव्हतं.

लझूने अंगावरचा ब्लाऊज अंगाशी घट्ट धरून ठेवला. सैनिकांच्या रक्तामुळे तो भिजला असल्याने तिला थंडी वाजू लागली होती. ती होडीत उभी राहून जवळ येणाऱ्या नौकेच्या आकाराकडे पाहत होती. मूर सफाईदारपणे वेगाने वल्ही मारत होता.

खजिन्याची नौका चांगली एकशेचाळीस फूट लांब होती. पण तिच्यावर बराचसा अंधार होता. फक्त काही ठिकाणी पेटत्या मशालींमुळे तिचा आकार समजून येत होता. लझूने आजूबाजूला नजर टाकली. अंधूक प्रकाशात तिला सॅन्सन होडी वल्हवताना दिसला. तो वेगाने नौकेच्या पुढच्या भागाकडे जात होता. लझूने डावीकडे नजर टाकली. तिला दूरवर असणाऱ्या मातानकेरॉस किल्ल्याची काळीकरडी रेषा दिसली. हंटर आणि ज्यू किल्ल्यात पोहोचले आहेत की नाही, असा विचार तिच्या मनात आला.

डॉन दिएगो पोसमच्या आतड्यांमध्ये अतिशय काळजीपूर्वक बंदुकीची दारू भरत होता. तो फार वेळ लावतोय असं हंटरला वाटत होतं. पण डॉन दिएगोने घाई करायला नकार दिला. तो दारू भरत असताना हलकेच काहीतरी गुणगुणत होता.

"अजून किती वेळ लागेल?"

"फार नाही... फार नाही," डॉन दिएगो म्हणाला.

त्याला हंटरच्या बोलण्याची जराही फिकीर वाटली नव्हती.

“हे काम सुंदर होणार बघ... जरा थांब... फार सुंदर...” डॉन दिएगोने आतड्यांमध्ये दारू ठासून भरल्यानंतर त्याने आतडयाचे वेगवेगळ्या लांबीचे तुकडे केले आणि ते खिशात भरले.

“हं... ठीक आहे. आता आपण काम सुरू करू शकतो.”

काही मिनिटांनंतर दोघं दारूकोठारामधून बाहेर पडले. पाठीवर असणाऱ्या दारूच्या पोत्यांमुळे ते चांगलेच वाकले होते. त्यांनी जराही आवाज न करता मधली मोकळी जागा ओलांडली आणि तोफा ठेवल्या होत्या त्या जागेपाशी ते आले. मघाशी दिसलेले दोन्ही टेहळे अजून तिथेच होते. डॉन दिएगो दारूच्या पोत्यांजवळ थांबला. हंटर आवाज न करता तोफा ठेवलेल्या सज्जावर चढला आणि त्याने सफाईने त्या दोन्ही टेहळ्यांना खलास केलं. त्यातल्या एकानेच मरताना अगदी हलकासा आवाज केला होता, इतकंच.

“दिएगो!” हंटर हलक्या आवाजात म्हणाला.

डॉन दिएगो सज्जावर आला. त्याने तोफांकडे एक नजर टाकली आणि मग दारू ठासायचा दांडा त्याने एका तोफेच्या नळीत खुपसला.

“वाहवा!... वाहवा!” डॉन दिएगो म्हणाला, “त्यांच्यात दारू ठासलेलीच आहे आणि त्या तयारीतच आहे... ये, मला मदत कर.”

डॉन दिएगो पुढे झाला आणि त्याने पहिल्या तोफेच्या तोंडात दारूची एक थैली ठासली. मग हंटरला म्हणाला, “हं, आता गोळा दे.”

हंटरच्या कपाळावर आठ्या पडल्या, “पण तोफा उडवायच्या आधी ते आणखी एक गोळा भरतीलच की.”

“नक्कीच भरतील. दुप्पट दारूपूड आणि दोन गोळे... त्यांच्या नजरेसमोरच या तोफा निकामी होतील.”

दोघांनी भराभरा सगळ्या तोफांमध्ये अगोदर दारूपुडीची थैली आणि मग एकएक गोळा भरला. गोळा तोंडामधून गडगडत जाताना जरासा आवाज होत असला तरी कोणाच्याही तो लक्षात आला नाही.

हे काम संपल्यावर डॉन दिएगो हंटरला म्हणाला, “आणखी एक गोष्ट करायची आहे. तू प्रत्येक तोफेच्या तोंडात थोडी वाळू भर. तोवर मी इतर काम पुरं करतो.”

हंटर सज्जावरून खाली उतरला. मग त्याने खालच्या वाळूमधली मूठमूठ वाळू प्रत्येक तोफेच्या तोंडात भरली.

डॉन दिएगो खरोखरच फार धूर्त होता. चुकून तोफा उडाल्याच तर त्यांचा नेम बिघडणार होता. शिवाय तोंडात भरलेल्या वाळूमुळे नळीवर आतून एवढे चरे पडणार होते की, तोफा पुन्हा कधीच नेमका मारा करू शकणार नव्हत्या.

हंटरचं काम संपल्यावर त्याने डॉनकडे नजर टाकली. तो तोफगाड्याच्या खालच्या बाजूला वाकून काहीतरी करत होता.

"हं... झालंच," असं म्हणत डॉन दिएगो ताठ उभा राहिला.

"काय केलंस तू?"

"मी वाती तोफांच्या नळ्यांना चिकटवून दिल्या आहेत. तोफा उडवायचा प्रयत्न करताना त्या धगीमुळे तोफगाड्याखाली भरलेली दारूपूड पेट घेईल."

डॉन दिएगो अंधारात हसला.

"आता मजा येणार... खूपच मजा."

वाऱ्याची दिशा बदलली आणि त्यामुळे खजिन्याच्या नौकेचं पुढचं टोक सॅन्सन होता त्या बाजूला वळलं. सॅन्सनने त्याची होडी टोकापाशी खाली बांधली आणि मग तो नौकेवर चढू लागला. त्याला स्पॅनिश भाषेत म्हटलेल्या गाण्याचा आवाज ऐकू आला. सॅन्सनला उत्तान गाण्याचे सूर ऐकू येत असले तरी ते नेमके कुठून येत आहेत हे त्याला कळत नव्हतं.

सॅन्सनने एका तोफेसाठी असलेल्या उघड्या भोकातून कॅप्टनच्या केबिनमध्ये प्रवेश केला. आत कोणीच नव्हतं. तो तोफांसाठी असणाऱ्या डेकवर आला. तिथेही कोणी नव्हतं. त्याची नजर खलाशाच्या हॅमॉककडे गेली. तिथे डझनभर हॅमॉक वाऱ्यामुळे झुलत होते. पण एकाही माणसाचा पत्ता नव्हता.

सॅन्सन हे पाहून अस्वस्थ झाला. इथे पहारा नाही, याचा अर्थ इथे खजिना नसावा, हे त्याच्या लक्षात आलं. त्यांना सगळ्यांना ज्या गोष्टीची धास्ती वाटत होती तीच त्याला आता पुन्हा जाणवत होती. फक्त कोणी तसं बोलून दाखवलं नव्हतं इतकंच. खजिना नौकेवरून उतरवून दुसरीकडे कुठेतरी सुरक्षित ठिकाणी हलवला असण्याची शक्यता होती. कदाचित किल्ल्यात ठेवला असावा, हा विचार त्याच्या मनात आला. तसं झालं तर त्यांचा सगळा बेत फसणार होता.

सॅन्सन नौकेच्या पुढच्या भागात आला. त्याला आत्तापर्यंत कोणी माणूस जरी दिसला नसला तरी त्याला तिथे नुकतंच अन्न शिजवल्याची खूण दिसली. तिथे एका भांड्यात मांस आणि काही भाज्या शिजवलेल्या दिसल्या. जवळच नौकेच्या मंद हालचालीमुळे एक लिंबू मागेपुढे हलत होतं.

सॅन्सन तिथून पुढे निघाला, तेव्हा त्याला डेकवरून पहारेकऱ्यांचे ओरडण्याचे आवाज ऐकू आले. लझ्झू आणि मूरची होडी नौकेजवळ येताना पाहून डेकवरून पहारेकरी खाली वाकून बघत ओरडला, *"क्वेस्ता फेरे?"*

"रम आणलीय..." लझ्झू मुद्दाम अर्धवट ऐकू जावं अशा तऱ्हेने म्हणाली.

मूरने दरम्यान होडी दोरीच्या शिडीजवळ बांधली होती.

"काय?"

"कॅप्टनने भेट म्हणून पाठवलीय."

"कॅप्टनने?"

"आज त्याचा वाढदिवस आहे."

"ब्राव्हो... ब्राव्हो," असं म्हणत पहारेकऱ्याने लझूला डेकवर उतरण्यासाठी जागा करून दिली. मागे सरकताना त्याला तिच्या कपड्यांवर आणि केसांवर उडालेलं रक्त दिसलं. पण आता उशीर झाला होता. त्याला काही कळायच्या आत एक सुरी चमकली आणि त्याच्या छातीत शिरली. त्याने आश्चर्यचकित होऊन काहीतरी बोलायचा प्रयत्न केला. पण त्याच्या तोंडून एकही शब्द बाहेर पडू शकला नाही, तो डेकवर कोलमडून पडला.

मूर आता डेकवर आला होता आणि तो पत्ते खेळणाऱ्या चार सैनिकांच्या दिशेला सरकू लागला होता. हे सैनिक लझूच्या नजरेतून सुटले होते. ती खाली गेली. तिथे तिला पुढच्या भागात दहा सैनिक निजलेले दिसले. जरादेखील आवाज होणार नाही अशा बेताने तिने दार लावून घेतलं.

आणखी एका केबिनमध्ये पाच सैनिक दारू ढोसत गात होते. लझूने पाहिलं तेव्हा तिला त्यांच्याजवळच्या बंदुका दिसल्या. तिच्या कंबरेलाही पिस्तुलं लटकत होती. पण अगदी गरज पडली तरच ती गोळी घालणार होती. ती केबिनच्या बाहेर गुपचूप उभी राहिली. जरा वेळाने मूर तिच्याशेजारी येऊन उभा राहिला.

लझूने केबिनकडे पाहून मान हलवली. मूरनेही मान डोलावली. मग दोघं दरवाज्यापाशी वाट पाहत उभे राहिले.

काही वेळाने आपलं मूत्राशय गच्च भरलं आहे असं म्हणत एक सैनिक बाहेर आला. तो बाहेर येताच मूरने त्याच्या डोक्यावर मोठ्या लोखंडी दांडक्याने तडाखा मारला. तो सैनिक दरवाज्याजवळच पडला. पडताना त्याचा थड्ड्ऽऽ असा आवाज आला.

आतल्या सैनिकांनी आवाजाच्या दिशेने पाहिलं. त्यांना दरवाजामधून त्या खाली पडलेल्या सैनिकाचे पाय दिसत होते.

"जुआन?"

पण पडलेल्या माणसाने काहीच हालचाल केली नाही.

"फार प्यायली की असंच होतं," असं एक जण म्हणाला. मग सगळे पुन्हा पत्त्याच्या डावात रंगून गेले. पण जरावेळाने त्यामधल्या एका सैनिकाला जुआनबद्दल काळजी वाटू लागली. काय झालं ते बघायला तो बाहेर आला. त्याच क्षणी लझूने सफाईने त्याचा गळा चिरला. त्याचवेळी मूरने आत उडी टाकून हातातला दांडा

वेगाने आडवातिडवा फिरवायला सुरुवात केली. काहीही आवाज न करता उरलेले सैनिक खाली कोसळले.

नौकेच्या पुढच्या भागात सॅन्सन पुढे जात असताना अचानक एक सैनिक त्याच्या थेट समोरच आला. तो भरपूर प्यायलेला होता. त्याच्या एका हातात रमची बाटली हिंदकळत होती.

"तू मला एकदम घाबरवलंस." तो सॅन्सनला पाहून म्हणाला, "मला इथे कोणी नसेल असं वाटलं होतं." तो असं बोलत पुढे आल्यावर त्याला सॅन्सन नीट दिसला.

क्षणभर त्याने सॅन्सनकडे चकित होऊन पाहिलं. मग सॅन्सनची बोटं त्याच्या गळ्याभोवती आवळली गेल्यावर त्याचं चकित होणं एकदम संपून गेलं.

सॅन्सन आता डेकच्या खालच्या बाजूला असलेल्या भागात आला. या ठिकाणी सर्व खोल्यांना पक्की कुलपं लावलेली दिसली. कुलपांवर सील केलेलं दिसत होतं. अंधार असल्याने त्याने जवळ जाऊन पाहिलं. पिवळ्या रंगाच्या लाखेमध्ये उमटवलेलं राजमुकुट आणि नांगराचं चिन्ह त्याला स्पष्ट दिसलं. हे लिमा इथल्या टांकसाळीचं चिन्ह होतं. सॅन्सनचं हृदय जोराने धडधडू लागलं. या ठिकाणी न्यू स्पेनमधून चांदी आलेली आहे, हे स्पष्ट दिसत होतं.

सॅन्सन पुन्हा डेकवर आला. त्याला पुन्हा गाण्याचे हलके सूर ऐकू आले. पण या खेपेसही ते कुठून येत आहेत ते सहज कळत नव्हतं. तो थबकून इकडेतिकडे पाहू लागला. पण आता गाणं थांबलं होतं.

"क्वे पासा? क्वे एस्ता व्हाऊस?"

सॅन्सनने वर बघितलं. मुख्य डोलकाठीजवळ असणाऱ्या कठड्यापाशी उभा असलेला एक जण त्याच्याकडेच बघत होता.

"क्वे एस्ता हाऊस?"

अंधारात आपण त्या माणसाला नीट दिसलो नाही, याची सॅन्सनला खात्री होती. तो अंधारातच आणखी मागे सावलीत सरकला.

"क्वे?"

सॅन्सनने त्याचं धनुष्य हातात घेतलं. बाण चढवला आणि तो ताणला. त्याला वरचा माणूस शिव्या देत खाली उतरताना दिसला. सॅन्सनने नेम धरून बाण सोडला.

बाणाचा तडाखा एवढा मोठा होता की, तो माणूस दोन-तीन कोलांट्या खात खाली डेकवर आदळला आणि मग पाण्यात पडला. तो पाण्यात पडताना धप्प्ऽऽ असा आवाज झाला आणि सगळं शांत झालं. काही क्षणानंतर त्याला नावेजवळ मूर आणि लझू वरच्या डेकपाशी आलेले दिसले. ते हसत होते. खजिन्याची नौका

आता त्यांच्या ताब्यात आली होती.

डॉन दिएगो आणि हंटर पुन्हा दारूकोठारापाशी आले होते. डॉन तिथपर्यंत जाईल एवढी वात टाकायचं काम करत होता. ते दोघं आता भराभरा काम करत होते. आकाशाचा रंग आत्ताच फिक्कट व्हायला लागला होता. डॉन दिएगोने आतमध्ये दारूपुडीचे अन् गठ्ठे करून ठेवले आणि त्यांच्यात वाती खपुसल्या.

"हे असंच बरोबर आहे," तो हंटरला हलक्या आवाजात म्हणाला, "आपल्याला एकच मोठा स्फोट व्हायला नको आहे."

त्याने एक थैली फोडली आणि काळे दाणे असावेत असं वाटणारी दारू जमिनीवर विखरून टाकली. हे काम मनासारखं झाल्यावर त्याने वात पेटवली.

त्याच क्षणी बाहेरच्या बाजूला एकदम मोठा गलका ऐकू आला.

"हे काय होतं?"

हंटर विचारात पडला. मग म्हणाला, "कदाचित टेहळे मेले आहेत, हे त्यांना समजलं असेल. काही क्षणानंतर बाहेर आणखी गलका आणि अनेक जण पळत असल्याचे धडधड असे आवाज आले. त्यांना पुन्हापुन्हा *पिराता! पिराता!"* हे शब्द ऐकू येऊ लागले.

"कॅसान्ड्रा नदीच्या मुखाजवळ येत असेल," हंटर म्हणाला.

त्याने जळणाऱ्या वातीकडे नजर टाकली. तडतड आवाज करत वात कोपऱ्यात जळत होती.

"मी ती विझवू का?"

"नको, राहू दे."

"आपण इथे थांबू शकत नाही."

"आता काही मिनिटातच बाहेर प्रचंड गडबड उडेल. त्या वेळी आपण निसटून जाऊ."

बाहेरचा गलका आता आणखी वाढला होता. शेकडोजण धावत असल्याचं हंटर आणि दिएगोला जाणवलं. याचा अर्थ किल्ल्याच्या रक्षणासाठी नेमलेले सैनिक कामाला लागले होते.

"ते इथे दारूकोठारही तपासतील," दिएगो अस्वस्थपणाने म्हणाला.

"होय. अखेर ते होईलच."

त्याच क्षणी दारूकोठाराचं दार एकदम उघडलं. हातात तलवार घेतलेला कझाला आत शिरला. त्याला हंटर आणि दिएगो दिसले. हंटरने बाजूच्या फडताळांपाशी अडकवलेल्या तलवारीमधली एक खेचली.

"दिएगो... जा..." तो दिएगोला म्हणाला.

दिएगो वेगाने बाहेर सटकला. त्याच क्षणी कझालाचं तलवारीचं पातं हंटरच्या तलवारीला भिडलं. हंटर आणि कझालाची खणाखणी सुरू झाली. दोघं गोलगोल फिरू लागले.

हंटर आता मागे सरकत होता.

"इंग्लिश माणसा..." कझाला जोरात हसला, "मी तुझे तुकडे करून माझ्या कुत्र्यांना खायला घालीन."

हंटरने उत्तर दिलं नाही. तलवार नवीन असल्याने तो ती हातात नीट पेलून तिच्या वजनाचा आणि पात्याचा अंदाज घेत होता.

"आणि माझी रखेल तुझ्या अंडुकळ्या मजेने खाईल."

हंटर आणि कझाला गोलाकार फिरत होते. हंटर कझालाला दाराच्या दिशेने जळणाऱ्या वातीपासून दूर आणण्याचा प्रयत्न करत होता. कोपऱ्यात जळणारी वात कझालाच्या नजरेतून सुटली होती.

"तू घाबरलास की काय?"

हंटरने काही उत्तर दिलं नाही. उलट तो आणखी मागे सरकला. कझाला पुन्हा जोरात हसला. हंटर आणखी मागे सरकला आणि आता तो दारातून बाहेर पडला.

"इंग्लिश माणसा! तू भेकड आहेस!"

आता दारूकोठाराच्या बाहेर आल्यानंतर मात्र हंटरने मन लावून तलवार चालवायला सुरुवात केली. कझालाला त्याची मजा वाटली. तो हसतच होता. हंटर त्याच्याशी लढताना सतत दारूकोठारापासून शक्य तेवढा दूर जायचा प्रयत्न करत होता.

कझाला आणि हंटर लढत असताना त्यांच्याभोवती सैनिक जमले होते. त्यांच्यामधला कोणीही एका घावात हंटरला पाठीमागून खलास करू शकत होता. पण तसं झालं नाही. एक दोन क्षणांनंतर कझालाला त्याचं कारण कळलं. तो मागे सरकला आणि त्याने दारू कोठाराकडे नजर टाकली.

"इंग्लिश xxxx डुकरीणीचा पोर... तू...."

कझाला लढायचं सोडून दारूकोठाराकडे धावला. तो तिकडे धावत जात असतानाच पहिला स्फोट झाला. झगझगीत पांढऱ्या ज्वाळांनी ते दारूकोठार लपेटलं गेलं आणि पाठोपाठ कानाला दडे बसवणारा आवाज झाला.

कॅसान्ड्रावरच्या खलाशांनी किल्ल्यात झालेला स्फोट पाहिला आणि त्यांनी आनंदाने जल्लोष केला. पण एन्डर्सच्या कपाळाला मात्र आठ्या होत्या. बंदराच्या दिशेने कॅसान्ड्रा जात असताना त्याला किल्ल्यामधल्या तोफांच्या लांब नळ्या

अजूनही जागीच असल्याचं दिसलं. दारूकोठारात झालेल्या स्फोटाच्या प्रकाशात त्याला स्पष्ट दिसलं की, भिंतीवर उभे असणारे गोलंदाज तोफांना बत्ती देण्याची तयारी करत होते.

"गॉड हेल्प अस!" एन्डर्स म्हणाला.

कॅसान्ड्रा आता किल्ल्यावरच्या तोफांच्या माऱ्यासमोर थेट आली होती.

एन्डर्स आपल्या माणसांना उद्देशून ओरडला, "लोकहो तयार राहा! कदाचित आपल्याला आता स्पॅनिश गोळे खावे लागणार आहेत."

डॉन दिएगो किल्ल्याच्या बाहेर पडला होता. तो जीव खाऊन पाण्याच्या दिशेने पळत होता. दारूकोठारात पहिला धमाका झाला तेव्हाही तो थांबला नाही. त्याच्या मनात त्या क्षणी हंटर किंवा आणखी कशाचेच विचार येत नव्हते. तो किंचाळत, फुप्फुसांमध्ये ताकद संपत आलेली असूनही पाण्याच्या दिशेने धावत होता.

हंटर आता किल्ल्यात अडकला होता. पश्चिमेकडच्या दारामधून आता बाहेरचे पहारेकरी वेगाने आत घुसत होते. त्या बाजूने बाहेर पडणं अशक्य होतं. हंटरला कझाला कुठंच दिसला नाही. त्याला पूर्वेकडे एक बैठी इमारत दिसली. हंटर तिकडे धावला. या इमारतीच्या छपरावरून चढून तिथून किल्ल्याच्या भिंतीबाहेर उडी टाकून निसटण्याचा त्याचा विचार होता.

हंटर त्या इमारतीपाशी पोहोचला तेव्हा चार सैनिकांनी त्याला घेरलं. सगळ्यांना दूर ठेवत हंटर दरवाजापाशी आला आणि पटकन त्याने दार उघडलं, आत गेला आणि दार लावून घेतलं. दरवाजा भक्कम लाकडाचा होता. सैनिकांनी लगेच बाहेरून धडका मारायला सुरुवात केली. पण त्याचा काही उपयोग झाला नाही.

हंटरने सगळीकडे नजर फिरवली. ही कझालाची खोली होती. आत उत्तम सजावट केलेली दिसत होती. काळे केस असणारी एक पोरगी त्याला पलंगावर बसलेली दिसली. त्याला पाहून हनुवटीपर्यंत चादर ओढून घेत तिने घाबरून हंटरकडे पाहिलं. हंटर खोलीमधून पलीकडच्या बाजूला असलेल्या खिडकीकडे तीरासारखा धावला. तो खिडकीत चढून पलीकडे उडी मारण्याच्या बेतात असतानाच त्याला तिने इंग्लिशमध्ये विचारलं, "कोण आहेस तू?"

हंटर चकित होऊन थबकला. तिचा आवाज धारदार होता आणि ती उच्चकुळातल्या उमराव वर्गातली आहे, हे तिच्या उच्चारांवरून स्पष्ट दिसत होतं.

"आणि तू कोण आहेस?"

"लेडी सारा अलमॉन्ट... लंडनची राहणारी... इथे मला कैदी म्हणून आणून ठेवलंय."

हंटरने आश्चर्यानं आऽ वासला. मग क्षणभरानं तो म्हणाला, "मादाम... कपडे घाला."

हंटर हे बोलत असतानाच दुसऱ्या एका खिडकीच्या काचा खळ्‌ळऽऽ आवाज करत फुटल्या. कझालाने आत उडी मारली होती. त्याच्या हातात तलवार होती. स्फोटामुळे अंगावर दारूपूड उडाल्याने त्याचा एक हात काळा झालेला दिसला.

पलंगावरची पोरगी जोरात किंचाळली.

"मादाम... कपडे..." कझालाचा पहिला वार तलवारीवर झेलत हंटर म्हणाला.

ती पोरगी घाईघाईने तिचा पांढरा पोशाख अंगावर चढवू लागली.

लढताना कझाला धापा टाकीत होता. तो रागाने बेभान झाला तर होताच, पण शिवाय त्याच्या मनात कसलीतरी भीती निर्माण झाली असावी. "इंग्लिश माणसा..." कझाला पुन्हा हंटरला कुचेष्टेच्या स्वरात म्हणाला. पण त्याच क्षणी हंटरने फिरवलेल्या तलवारीचं पातं त्याच्या गळ्यात घुसलं. तो खोकत मागे सरकला आणि त्याच्या उत्तम सजावट केलेल्या टेबलापाशी ठेवलेल्या खुर्चीत पडला. मग तो पुढे झुकला आणि गळ्यात रूतून बसलेलं पातं उपसून बाहेर काढायचा प्रयत्न करू लागला. तो तसं करत असताना टेबलावर ठेवलेल्या नकाशांवर रक्ताचा सडा पडला. कझालाच्या घशातून गळ्‌गळ्‌ऽऽ गुट्‌गुट्‌ऽऽ असा आवाज निघाला आणि मग तो मागे कोसळून पडला.

"चल." ती पोरगी म्हणाली.

हंटर तिला घेऊन खिडकीतून बाहेर पडला. त्याने एकदाही मागे वळून कझालाकडे पाहिलं नाही.

हंटर आणि सारा आता उत्तरेकडच्या भिंतीपाशी सज्जावर उभे होते. खालची जमीन तीस फूट अंतरावर दिसत होती. साराने हंटरचा हात घट्ट धरला होता.

"उंची फार जास्त आहे." सारा म्हणाली.

"आणखी काही पर्यायच नाही," असं म्हणत हंटरने तिला खाली ढकललं. एक मोठी किंचाळी फोडत ती खाली गेली. हंटरने क्षणभर दूर खाडीकडे नजर टाकली. कॅसान्ड्रा बंदराच्या दिशेने तोफांच्या माऱ्यासमोर येत होती. गोलंदाज तोफा उडवण्याच्या तयारीत असल्याचं त्याला दिसलं. पण त्याबद्दल आणखी विचार न करता हंटरने खाली उडी टाकली. तो खाली पडलेल्या साराजवळ आला. ती घोटा पकडून बसली होती.

"फार इजा झालीय का?"

"मला तसं वाटत नाही."

हंटरने तिला उठवून उभं केलं. तिचा एक हात आपल्या खांद्यावर ठेवून तिला आधार देत तो पाण्याच्या दिशेने पळत निघाला. तिकडे जात असताना हंटरला पहिल्या तोफेचा आवाज ऐकू आला.

तोफांनी कॅसान्ड्रावर मारा सुरू केला होता. मातानकेरॉसवरच्या या तोफा एकापाठोपाठ एक अशा एका सेकंदाच्या अंतराने उडायची व्यवस्था होती. त्या वेळीही तसंच झालं. तोफा एकामागोमाग एक अशा उडाल्या आणि निकामी होत गेल्या. त्यांचे काही तुकडे इतस्तत: उडाले. त्यांच्यापासून वाचण्यासाठी गोलंदाजांनी बाजूला उड्या टाकल्या.

तोफा शांत झाल्यानंतर गोलंदाज त्यांच्याजवळ आले. त्यांना कमालीचा धक्का बसला होता. तोफांचे ब्रीच भाग फुटून गेलेले त्यांना दिसले. ते त्याबद्दल बोलायला सुरुवात करत असतानाच तोफांच्या खालून एका मागोमाग एक असे स्फोट झाले. लाकडाचे मोठे तुकडे चौफेर उडाले. तोफा खाली पडल्या. एक तोफ तर सरळ सज्जावरून घरंगळत येऊ लागली. तिच्याखाली चिरडून जाऊ नये म्हणून खाली उभ्या असणाऱ्या सैनिकांची जीवाच्या आकांताने पळापळ सुरू झाली.

हे चाललं असताना तिथून अवघ्या पाचशे यार्ड अंतरावरून कॅसान्ड्रा काहीही त्रास न होता बंदरात शिरली.

डॉन दिएगो बंदरातच सगळी शक्ती एकवटून पाण्यात ओरडत होता. कॅसान्ड्रा त्याच्याच दिशेने येत होती. क्षणभर आपण तिच्याखाली जाणार असं त्याला वाटलं. पण पुढच्याच क्षणी कोणीतरी ताकदीने त्याला पाण्यातून बाहेर खेचून घेतलं. पाण्याने थबथबलेला डॉन दिएगो डेकवर पडला असताना मग लगेचच कोणीतरी त्याच्या हातात किल-डेव्हिलची बाटली ठेवली. कोणीतरी त्याच्या पाठीवर थोपटलं आणि मग सगळे जण हसले.

दिएगोने भानावर येताच सगळीकडे नजर फिरवली, "हंटर कुठे आहे?'' त्या वेळी मातानकेरॉसच्या पूर्व टोकापाशी हंटर पाण्याजवळ पळत होता. त्याच्याबरोबर सारादेखील होती. आता तो मातानकेरॉस किल्ल्याच्या भिंतीपाशी तोफा होत्या त्याच्या थेट खाली आला होता. वरच्या तोफा वेड्यावाकड्या अवस्थेत पडलेल्या त्याला दिसल्या. पाण्यावर आल्यावर दम घेण्यासाठी हंटर जरा थांबला.

"तुला पोहता येतं का?''

साराने नकारार्थी मान हलवली.

"जराही नाही?''

"अजिबात नाही.''

हंटरने कॅसान्ड्राकडे नजर टाकली. ती आता खजिन्याच्या नौकेच्या दिशेने जात होती.

"चल...'' हंटर म्हणाला, मग दोघं धक्क्याच्या दिशेने पळू लागले.

एखाद्या कलाकाराच्या नजाकतीने एन्डर्सने कॅसान्ड्रा खजिन्याच्या नौकेशेजारी उभी केली. ताबडतोब खलाशांनी नौकेत उड्या टाकल्या. पाठोपाठ एन्डर्स स्वत: नौकेत आला. त्याला लझू आणि मूर कठडयापाशी उभे असलेले दिसले.

"मित्रा, मी काम केलं तर तुझी हरकत नाही ना?" एन्डर्सने विचारलं. सुकाणूपाशी उभ्या असलेल्या सॅन्सनने कंबरेत वाकून अभिवादन केलं,

"आनंदाने सर."

एन्डर्सने ताबडतोब हुकूम सोडले, "पुढचं शीड उभारा. खच्चून!" शीड उभारताच खजिन्याची ती मोठ्या आकाराची नौका हलू लागली. कॅसान्ड्रावर उरलेल्या खलाशांनी ती नौकेच्या नाळेला बांधली आणि तिला वळवून घेतलं.

एन्डर्सचं कॅसान्ड्राकडे अजिबात लक्ष नव्हतं. तो खजिन्याच्या नौकेला मोकळं करण्यासाठी हुकूम सोडत होता. त्याचे हुकूम दिल्यानंतर खलाशांनी नांगर उचलला. आता नौका चांगली हलू लागली.

"जुनी थेरडी... xxxx एखाद्या सुस्त गाईसारखी हलते आहे," एन्डर्सने शिवी हासडली.

"पण ती शिडांचा वापर करून पुढे जाऊ शकते ना?"

"होय, म्हणजे तसं म्हणता येईल."

खजिन्याची नौका आता पूर्वेकडे निघाली. ती बंदरामधून बाहेर पडायच्या मार्गावर होती. एन्डर्स हंटर कुठं दिसतो का, ते किनाऱ्यावर पाहत होता.

"तो बघा... तिथं!" लझ्झू ओरडली.

खरोखरच त्यांना हंटर किनाऱ्यावर उभा असलेला दिसला. त्याच्या शेजारी एक बाई उभी होती.

"थांबता येईल का?" लझ्झूने विचारलं.

एन्डर्सने नकारार्थी मान हलवली.

"आपण साखळी टाकू या." एन्डर्स हे म्हणत असतानाच मूरने साखळी किनाऱ्याच्या दिशेने फेकली होती. ती किनाऱ्यावर जाऊन आपटली. हंटरने साराला बरोबर घेऊन ती पकडली. त्याच क्षणी दोघं हवेत उंच खेचले गेले आणि पाण्यात पडले.

"त्यांना बुडायच्या आत वर काढायला हवं," एन्डर्स दात काढत म्हणाला.

साराने चांगल्याच गटांगळया खाल्ल्या होत्या. पुढचे कित्येक तास ती खोकत बसली होती.

हंटरने आनंदाने खजिन्याच्या नौकेचं नेतृत्व स्वीकारलं. ती नौका आणि कॅसान्ड्रा उघड्या समुद्रात शिरल्या, तेव्हा मातानकेरॉसचे अवशेष जळत होते.

ड्रेकने पनामावर केलेल्या हल्ल्यानंतर शंभर वर्षांमधली सर्वांत मोठी धाडसी धाड हंटरने यशस्वी करून दाखवली होती.

२४

ते अजून स्पॅनिश हद्दीमध्ये असल्याने शक्य तितक्या वेगाने जाण्याचा प्रयत्न करत होते. त्यांनी शिडांचा जास्तीतजास्त वापर केला होता. खजिन्याची नौका म्हणजे मोठं जहाजच होतं. त्यावर सहसा हजारभर तरी लोक असायचे. खलाशीच दोनशे लागायचे. पण हंटरजवळ फक्त सत्तर माणसं होती. ही संख्या कैदी धरून होती आणि कैदी मुख्यत: सैनिक होते. खलाशीकाम करण्यासाठी त्यांचा काही उपयोग नव्हता. शिवाय त्यांच्यावर भरवसा टाकून चालणार नव्हतं. त्यामुळे शिडं उभारणं आणि नौका हाकारणं या कामात हंटरचे खलाशी पूर्णपणे बुडून गेले होते.

हंटरने त्याच्या मोडक्यातोडक्या स्पॅनिशचा वापर करून कैद्यांची चौकशी केली होती. जे जहाज त्याच्या ताब्यात होतं, त्याच्याबद्दल दुपारपर्यंत त्याला भरपूर काही कळलं होतं. खजिन्याची नौका म्हणजे एक जुनं जहाजच होतं. या जहाजाचं नाव 'नाओ नुएस्त्रा सिनोरा दी लोस रेव्हेस' असं होतं. कॅप्टनचं नाव 'जोस डेल व्हीलार दी आंद्रादे' असं होतं. हे जहाज मार्क्विस दी कॅनडा याच्या मालकीचं होतं आणि या नऊशे टनी जहाजाची बांधणी जिनोआमध्ये झालेली होती. सगळ्याच स्पॅनिश जहाजांना लांबलचक नावं असत. पण या जहाजाला एक छोटं नाव देखील होतं – एल त्रिनिदाद आणि हे नावं कसं पडलं ते माहीत नव्हतं.

ही एल त्रिनिदादची बांधणी करताना त्याच्यावर पन्नास तोफा ठेवता येतील अशी व्यवस्था केली होती. पण आदल्या वर्षी ते हवानाहून निघाल्यानंतर ते क्यूबाच्या किनाऱ्याजवळ एका ठिकाणी थांबवण्यात आलं. त्याच्यावर आणखी माल ठेवता यावा म्हणून बहुतेक सर्व तोफा तिथं उतरवून घेण्यात आल्या होत्या.

सध्या या जहाजावर फक्त बारा पौंड क्षमतेच्या बत्तीस तोफा बसवलेल्या दिसत होत्या. एन्डर्सने सगळ्या जहाजाची सखोल पाहणी करून ते प्रवासाला योग्य पण अतिशय घाणेरड्या अवस्थेत असल्याचं जाहीर केलं. जागोजागी पडलेल्या कचऱ्याची विल्हेवाट लावण्यासाठी काही कैद्यांना जुंपण्यात आलं.

"जहाजात पाणी शिरतंय." एन्डर्स म्हणाला.

"खूप की काय?"

"नाही. पण जहाज खूपच जुनं आहे. योग्य ती डागडुजी झालेली नाही. त्यामुळे आपल्याला लक्ष ठेवावं लागेल." एन्डर्स म्हणाला.

स्पॅनिश दर्यावर्दी त्यांच्या जहाजांची नीट काळजी घेत नाहीत, ही सर्वसामान्य भावना तो बोलून दाखवत होता.

"हे जहाज कसं चालतंय?"

"एखाद्या गरोदर डुकरीणीसारखं. पण आपण चालवू नीट. जरा वारा अनुकूल असेल तर काहीच अडचण येणार नाही. अर्थात आपल्याजवळ माणसांची कमतरता आहे, ही वस्तुस्थिती आहेच."

हंटरने मान डोलावली. तो डेकवर येरझाऱ्या घालत निरीक्षण करू लागला. एल त्रिनिदादवर चौदा स्वतंत्र शिडं होती. अगदी गुंडाळलेलं शिडं उभारणं यासारखं सगळ्यात साधं काम करायला किमान डझनभर दणकट माणसांची गरज होती.

"जर सागर खवळलेला असेल तर आपल्याला शिडं पूर्ण गुंडाळलेलीच ठेवावी लागतील," एन्डर्स म्हणाला.

हे असं करावं लागणार, हे हंटरच्या लक्षात येत होतं. एवढं मोठं जहाज शिडाविना चालवणं यामधला प्रचंड धोका त्याला समजत होता. पण त्याखेरीज काही इलाजच नव्हता. पण त्यापेक्षाही गंभीर धोका निराळाच होता. हल्ला झाला तर जहाज सहजासहजी पाहिजे तसं फिरवण्याची गरज होती. अशा परिस्थितीत चपळाईने हालचाल करण्यासाठी लागणारी माणसं हंटरजवळ एल त्रिनिदादवर नव्हती. आणखी ही एक समस्या होती.

जहाजावरच्या बत्तीस तोफा डॅनिश बांधणीच्या होत्या. बारा पौंड क्षमतेच्या या तोफा बऱ्यापैकी जुन्या जमानातल्या होत्या आणि अनेकांची भरपूर दुरुस्ती करायची गरज होती. तरीदेखील या तोफा तशा बचावासाठी उपयोगी पडतील अशा होत्या. ही सगळी परिस्थिती पाहता एकूणात जहाज तिसऱ्या दर्जाचं होतं असं त्याला दिसलं. जर तोफा चालवता आल्या तर शत्रूशी मुकाबला करता येणं शक्य होतं. पण ते केव्हा तर तोफा चालवायला पुरेशी माणसं असली तर आणि हंटरजवळ नेमकी तीच नव्हती. निम्म्या तोफा जरी एकावेळी सुरू ठेवायच्या म्हटलं तरी हंटरला किमान दोनशेसत्तर जणांची आवश्यकता होती. इथे तर शिडं गुंडाळणं

आणि उभारणं या कामालाच पुरेसे लोक त्याच्यापाशी नव्हते.

"आपण यापेक्षा जास्त वेगाने जायला हवंय," एन्डर्सने त्याची काळजी हंटरच्या कानावर घातली.

"आपला वेग आता किती आहे?"

"आठ नॉट्सपेक्षा जास्त नाही. खरं आपला वेग याच्या दुप्पट असायला हवा."

"एखाद्या जहाजापासून पळून जायला पुरेसा नाही."

"किंवा वादळ झालं तर त्यातून तरून जायलादेखील नाही," एन्डर्स म्हणाला, "कॅसान्ड्राला सोडून द्यायचा विचार करतो आहेस की काय?"

हंटरने अगोदरच त्याबद्दल विचार केला होता. कॅसान्ड्रा चालवणारे दहा जण या जहाजासाठी उपयोगी पडणार होते, हे जरी खरं असलं तरी त्यांचा फार मोठा फायदा मात्र होणार नव्हता. तरीही एल त्रिनिदादवर माणसांची कमतरता राहणारच होती. शिवाय कॅसान्ड्रा काही झालं तरी मौल्यवान होती. तो पोर्ट रॉयलला गेल्यावर या स्पॅनिश जहाजाचा लिलाव करून चांगला माल कमावू शकणार होता. त्यापेक्षाही महत्त्वाचं म्हणजे जर या जहाजाचा समावेश राजाला द्यायच्या वाट्यात केला तर रोख रक्कम वाचणार होती.

"नाही, मला माझी नौका ठेवायची आहे."

"ठीक आहे," एन्डर्स म्हणाला, "आपण या डुकरीणीचं वजन थोडं कमी करायचं का? इथे निरुपयोगी वस्तू बऱ्याच आहेत. या एवढ्या पितळी तोफा किंवा घोडयांचा तसा काहीच उपयोग नाही."

"होय, पण आपण कोणतंही संरक्षण नसताना राहावं हे मला पटत नाही."

"आपण तसे आहोतच की."

"ते बरोबर आहे," हंटर म्हणाला, "पण सध्यातरी आपण दैवावर हवाला ठेवू या. आपण सुरक्षितपणे परतू, अशी आशा बाळगून जाऊ या. आपण एकदा का दक्षिण समुद्रात गेलो की, मग सगळं आपल्या मनासारखं होईल."

हंटरचा बेत लेसर ॲन्टिलीसपर्यंत जाऊन मग पश्चिमेकडे वळायचा होता. इथे तो व्हेनेझुएला आणि सान्तो डोमिंगो यांच्या दरम्यानच्या विशाल सागरात सुरक्षित असणार होता. तिथे स्पॅनिश युद्धनौका येणार नाहीत, असा त्याचा होरा होता.

"मी दैवावर विसंबून राहणारा माणूस नाही," एन्डर्स गंभीरपणाने म्हणाला, "पण ठीक आहे. पाहू या."

लेडी सारा अलमॉन्ट पुढच्या केबिनमध्ये होती. तिथे हंटरला ती लझ्झूबरोबर आढळली. लझ्झू निरागसपणाचा भाव आणत तिला केस विंचरायला मदत करत होती.

हंटरने लझूला बाहेर जायला सांगितलं. तिने तत्काळ तसं केलं.

"पण आम्ही किती छान रमलो होतो!" लझू निघून गेल्यावर साराने तक्रार केली.

"पण मादाम... लझूच्या मनात तुमच्याविषयी काहीतरी काळंबेरं आहे, असं मला वाटतं."

"पण तो मला सद्‌गृहस्थ वाटला. त्याचा स्पर्श किती मृदू होता!"

"हं... हंटर खुर्चीत बसत म्हणाला, "जसं वाटतं तसं नेहमीच खरं नसतं."

"होय. ते बरोबरच आहे. मलाही पूर्वीच त्याची जाणीव झाली आहे," सारा म्हणाली, "मी एन्ट्रेपिड नावाच्या एका व्यापारी जहाजावर होते. त्याचा कॅप्टन टिमथी वॉर्नर होता. हिज मॅजेस्टी चार्ल्स राजाचं त्याच्याबद्दल फार चांगलं मत होतं. तो शूर लढवय्या आहे, अशी त्याची समजूत होती. पण प्रत्यक्षात स्पॅनिश युद्धनौका समोर येताच माझे नाही तर त्याचेच पाय लटपटू लागले होते. थोडक्यात सांगायचं तर तो भेदरट निघाला."

"त्याच्या जहाजाचं काय झालं?"

"त्याचा नाश झाला."

"कझाला?"

"होय. त्याने मला पकडलं. मग जहाजावर तोफा डागून ते खलाशांसह बुडवून टाकलं."

"त्यातून कोणीच वाचलं नाही?" हंटरने भुवया उंचावत आश्चर्य वाटल्याचं दाखवत विचारलं. पण त्याला जराही आश्चर्य वाटलं नव्हतं. ही माहिती त्याला फायदेशीर वाटली. कझालानेच कुरापत काढली म्हणून मातानकेरॉसवर हल्ला करावा लागला, असं समर्थन आता सर जेम्स अलमॉन्ट देऊ शकणार होता.

"मी पाहिलं नाही." सारा म्हणाली, "पण मला तसं वाटतं. त्यांनी मला केबिनमध्ये कोंडून ठेवलं होतं. मग कझालाने कोणातरी इंग्लिश माणसाचं आणखी एक जहाज ताब्यात घेतलं होतं. त्याचं काय झालं कोणास ठाऊक."

"मला वाटतं की, ते निसटून जाण्यात यशस्वी ठरले," हंटर मान किंचित लववत म्हणाला.

"कदाचित तसंही असेल," साराला हंटरच्या बोलण्याचा अर्थ कळला नव्हता.

"आणि आता पुढे काय? तुम्ही उडाणटप्पू लोक माझं काय करणार आहात? मला वाटतं की, मी लुटारूंच्या ताब्यात आहे."

"चार्ल्स हंटर.. स्वतंत्र म्हणून जन्मलेला प्रायव्हटीर तुमच्या सेवेत हजर आहे. आपण पोर्ट रॉयलकडे निघालो आहोत."

साराने एक सुस्कारा टाकला, "हे नवीन जग फार चमत्कारिक आहे. मला

कोणावर भरवसा ठेवावा, ते कळत नाही. मी तुमच्यावर संशय घेतला त्याबद्दल मला माफ करा.''

"तसं म्हणा मादाम,'' हंटर वैतागून म्हणाला.

ज्या पोरीला आपण वाचवलं तिची काटेरी जीभ पाहून तो त्रासला होता.

"मादाम, मी केवळ तुमचा घोटा आता कसा आहे हे विचारण्यासाठी –''

"आता बरा आहे. धन्यवाद.''

" – आणि शिवाय तशा बऱ्या आहात ना हे विचारण्यासाठी मी –''

"ओहो... होय.'' साराचे डोळे एकदम पेटले. "त्या स्पॅनिश माणसाने माझा हवा तसा गैरफायदा तर घेतला नाही ना हे विचारण्यासाठीही –''

"मादाम, मला असं काहीही –''

"म्हणजे मग तुलाही त्याचा कित्ता गिरवता येईल असंच ना?''

"मादाम –''

"हं... तर आता मी काय सांगते. त्याने माझं नव्याने हिरावून घ्यावं असं माझ्याजवळ काही नव्हतंच.'' ती कडवटपणानं हसली, "त्याने फक्त त्याची पद्धत वापरली इतकंच.''

सारा एकदम खुर्चीत वळली. तिला त्या जहाजावर मिळाला तो स्पॅनिश पोशाख तिच्या अंगावर होता. तिची बरीच पाठ उघडी होती. हंटरला तिच्या खांद्याजवळ अनेक काळेनिळे वळ दिसले.

सारा पुन्हा गर्रकन वळून हंटरकडे बघू लागली.

"हं, आता तुला समजलं असेल... कदाचित समजणार नाही. नव्या जगात राजा फिलिपच्या लोकांशी झालेल्या माझ्या भेटीच्या इतरही काही स्मृती माझ्याजवळ आहेत.'' असं म्हणत साराने गळ्यापाशी बोट घालून पोशाख खाली ओढला. तिच्या एका वक्षस्थळावर असणारा लालभडक गोलाकार व्रण दिसला. तिने हे एवढ्या वेगाने आणि बेधडकपणाने केलं की, हंटर एकदम स्तिमित झाला. उच्च कुळातल्या एखाद्या मुलीने असा बेशरमपणा करण्याची त्याला जरादेखील अपेक्षा नव्हती.

साराने त्या व्रणाला बोट लावलं, "ही डागल्याची खूण आहे. अशा अनेक आहेत... हे व्रण भरून येतील. पण मी कधी लग्न केलं तर माझ्या नवऱ्याला सत्य तात्काळ कळून येईल,'' सारा हंटरकडे जळजळीत नजरेने पाहत होती.

"मादाम, मी त्याला उडवलं ही गोष्ट चांगलीच झाली, नाही का?''

"ही अगदी खास पुरुषी बढाई झाली... '' सारा एकदम रडू लागली. ती हुंदके देत असताना हंटर मुकाट उभा होता. त्याला काय करावं ते कळत नव्हतं.

"मादाम...''

''हे माझं वैभव होतं,'' सारा रडता-रडताच सूंऽऽसूंऽ आवाज करत श्वास घेत म्हणाली, ''लंडनमध्ये माझ्याकडे पाहून इतर बायका जळत असत... तुला काही कळलं का?''

''मादाम... कृपा करून...'' हंटरने रुमाल चाचपडला. पण तो त्याच्याजवळ असणं शक्यच नव्हतं. त्याच्या अंगावर अजून धाडीला निघताना घातलेले फाटकेतुटके कपडे होते. हंटरने केबिनमध्ये शोधाशोध केली. त्याला टेबलावर ठेवायचा रूमाल सापडला. त्याने तो साराच्या हातात दिला.

साराने जोरात आवाज करत नाक साफ केलं.

''मला एखाद्या सामान्य गुन्हेगाराप्रमाणे डाग दिले...'' सारा अजूनही रडत होती, ''मला आता कधी फॅशनचे कपडे घालता येणार नाहीत. माझा सत्यानाश झालाय.''

हंटरला एकदम तिच्याबद्दल तिटकारा आला. ती जिवंत होती आणि सुरक्षितही. ती आता तिच्या अंकल जेम्सकडे जाणार होती. तरीही ती रडत होती. का तर फॅशन करता येणार नाही म्हणून! ती अतिशय आडमुठी आणि कृतज्ञता न समजणारी आहे असा विचार हंटरच्या मनात आला. त्याने तिच्यासाठी एका ग्लासात वाईन ओतली.

''लेडी सारा... कृपा करून स्वत:ला एवढा त्रास करून घेऊ नका.''

साराने वाईनचा ग्लास घेतला आणि एका दमात रिकामा केला. मग तिने सुस्कारा टाकला.

''फॅशन तर नेहमी बदलतच असते म्हणा.''

हंटरचं हे बोलणं ऐकल्यावर तिला पुन्हा रडण्याचा उमाळा आला, ''पुरुष... पुरुष... पुरुष! माझं दुर्भाग्य हेच की, मी अंकलकडे जायचं ठरवलं... काय हे माझं दुर्दैव!''

दरवाजावर टकटक झाली. एका खलाशाने डोकं आत घातलं, ''कॅप्टन माफ करा. आपण लवकरच किनाऱ्याजवळ पोहोचू असं मिस्टर एन्डर्सचं म्हणणं आहे.''

''मी डेकवर येतो असं सांग,'' असं म्हणून हंटर तिथून बाहेर पडला. तो बाहेर पडत असताना सारा पुन्हा रडू लागल्याचं त्याला दिसलं.

२५

त्या रात्री त्यांनी कोन्स्टांटिना बे या ठिकाणी नांगर टाकला. मागच्या बाजूला एक छोटं खुरट्या झुडपांनी भरलेलं बेट होतं. हंटर आणि सॅन्सन लुटलेल्या खजिन्याची मोजदाद करणार होते. खलाशांनी त्यांच्यामधल्या सहा जणांना या कामात सहभाग घेण्यासाठी निवडलं. खजिन्याची मोजदाद हे फार गंभीर आणि तितकंच नाजूक काम होतं. मग उरलेल्या खलाशांनी स्पॅनिश रमचा आस्वाद घेत मजेत वेळ काढायचं ठरवलं. खजिन्याची मोजदाद पुरी होईपर्यंत आठ जण शुद्धीवर राहणार होते.

स्पॅनिश जहाजावर खजिना ठेवण्यासाठी दोन तिजोऱ्या होत्या. त्यामधली पहिली उघडल्यानंतर त्यात पाच पेटारे असल्याचं लक्षात आलं. पहिल्या पेटाऱ्यात वेगवेगळ्या दर्जाचे मोती भरलेले होते. त्यांची किंमत बरीच होती. दुसऱ्या पेटाऱ्यात सोन्याची इस्कुडो* नाणी खच्चून भरलेली आढळली. कंदिलाच्या प्रकाशात ती मंदपणाने चमकत होती. सर्व नाणी पुन्हापुन्हा काळजीपूर्वक मोजण्यात आली. मग ती पुन्हा जागीच ठेवण्यात आली. त्या काळात सोनं फार दुर्मीळ होतं. शंभरमधल्या एखाद्याच स्पॅनिश जहाजावर सोनं असायचं. त्यामुळे एवढं सोनं पाहून प्रायव्हटीर्स खूश झाले. उरलेल्या तीन पेटाऱ्यांमधले मेक्सिकोमधून आलेल्या चांदीच्या चिपा

---

*इस्कुडो (*Escudo*) : इस्कुडो हे सोन्याचे नाणे पोर्तुगालचे चलन असून त्याचा काळ *१५६६* ते *१८३३* असा आहे. स्पॅनिश नाण्यांमध्ये एका इस्कुडोची किंमत आठ रिआल असे व ते चांदीचे नाणे होते. स्पॅनिश नाण्याला 'रिआल डी आ ओको' म्हणजेच 'पीस ऑफ एट' असे म्हणत असत.

होत्या. हंटरच्या अंदाजानुसार या पाचही पेटाऱ्यांमधल्या संपत्तीची किंमत दहा हजार स्टर्लिंग पौंडापेक्षा जास्त होती.

त्यांनी मग अतिशय उत्साहाने दुसरी तिजोरी फोडून बघितली. त्यात त्यांना दहा पेटारे मिळाले. आता तर त्यांना फार आनंद झाला. पण तो फार वेळ टिकला नाही. पहिल्या पेटाऱ्यात त्यांना चांदीच्या चिपा मिळाल्या. त्यांच्यावर पेरू देशाचं नांगर आणि मुकुटाचं चिन्ह होतं. पण या चिपांचा पृष्ठभाग मात्र अनेक चमत्कारिक रंगाचे पट्टे असणारा आणि खडबडीत होता.

''मला हे काही चांगलं लक्षण दिसत नाही,'' सॅन्सन म्हणाला.

मग इतर सगळे पेटारे घाईघाईने उघडण्यात आले. त्यातही अशाच चांदीच्या चिपा होत्या.

हंटर म्हणाला, ''ज्यूला बोलवा.''

डॉन दिएगो खालच्या डेकवरच्या अंधारात एकदम आल्यामुळे डोळे मिचमिचे करत हातातल्या किल डेव्हिलचे मोठे घुटके घेत चिपांकडे पाहू लागला. त्याच्या कपाळावर आठ्या दिसू लागल्या. मग तो हळूहळू म्हणाला, ''हे खरोखरच चांगलं लक्षण नाही.'' त्याने मग पाण्याचं भांडं आणि वजनकाटे आणायला सांगितलं. हे सगळं साहित्य जमा झाल्यानंतर डॉन दिएगोने एका पारड्यात मेक्सिकोतून आलेली चिप टाकली आणि दुसऱ्या पारडयात पेरूमधल्या चिपा एकएक करून टाकू लागला. दोन्ही बाजू समान झालेल्या पाहून तो म्हणाला, ''हं, हे ठीक आहे.'' मग त्याने भांड्यातल्या पाण्यात मेक्सिकन चिप सोडली. पाण्याची पातळी वर गेली. त्याने त्याची कट्यार काढून भांड्यावर पातळी होती तिथं रेघ कोरली. त्यानंतर त्याने मेक्सिकन चिप बाहेर काढून त्या भांड्यात दुसऱ्या पारड्यातल्या चिपा सोडल्या. या खेपेसही पाण्याची पातळी वाढली. पण ती पूर्वीएवढी नव्हती.

''डॉन दिएगो, याचा अर्थ काय? ही चांदीच आहे ना?''

''काही अंशी आहे,'' डॉन दिएगोने उत्तर दिलं, ''पण त्यात काही भाग अशुद्ध आहे. चांदीपेक्षा कोणतातरी जड धातू त्यात मिसळलेला आहे. अर्थात त्याचा रंग जवळपास चांदीसारखाच आहे.''

''*प्लंबम* आहे का त्यात?''

''असू शकेल. पण शिसाचा पृष्ठभाग फारसा चमकत नाही. हे तसं काही दिसत नाही. मला वाटतं की, यात *प्लॅटिनम* असावं.''

हे ऐकल्यावर अनेकांनी हताशपणाने उसासे टाकले. *प्लॅटिनम* हा धातू अगदीच कवडीमोलाचा मानला जाई.

''यात *प्लॅटिनम* किती असेल डॉन दिएगो?''

''ते मला असं सांगता येणार नाही. मला आणखी मोजमापं करावी लागतील.''

"पण काही अंदाज?"

"*प्लॅटिनम* निम्मं असावं, असा माझा अंदाज आहे."

"डॅम!" सॅन्सन म्हणाला, "हे स्पॅनिश लोक नुसतं इंडियन लोकांनाच लुटत नाहीत तर एकमेकांनाही लुटतात. बिचाऱ्या फिलिप राजाला हे लोक इतक्या उघडपणाने गंडवतात म्हणजे कमाल आहे."

"सगळ्याच राजेलोकांना गंडवलं जातं," हंटर म्हणाला, "हा राजेपदाचाच एक भाग आहे. असो, पण तरीही या चिपांना काहीतरी किंमत असेलच की. निदान दहा हजार पौंड तरी असणार. याचा अर्थ आपल्याला चांगलं घबाड मिळालंच आहे."

"होय," सॅन्सन म्हणाला, "पण ते मोठं असण्याची शक्यता होती याची नुसती कल्पना तरी करून पाहा."

मग जहाजावरच्या इतर मालाची मोजदाद करण्यात आली. घरगुती वापराच्या वस्तू, कपडेलत्ते, लाकडं, तंबाखू आणि मसाल्याचे पदार्थ अशा सर्व प्रकारच्या वस्तूंचा पोर्ट रॉयलमध्ये लिलाव करता येणार होता. त्यामधून भरपूर म्हणजे किमान दोन हजार पौंड तरी मिळणार होते.

सगळी मोजदाद झाल्यानंतर हंटर आणि सॅन्सन सोडून बाकी सगळे जण इतरांबरोबर दारू ढोसण्यात सामील झाले. उलट ते दोघं हंटरच्या केबिनकडे गेले.

सॅन्सनने थेट मुद्द्याला हात घातला, "ती बाई कशी आहे?"

"मिजासखोर... आणि रडकी."

"पण तिला काहीही इजा तर झालेली नाही ना?"

"नाही. ती वाचली हे महत्त्वाचं."

"तिची गणना आपण राजाला द्यायच्या किंवा गव्हर्नरला द्यायच्या वाट्यात करू शकतो."

"सर जेम्स तसं करू देणार नाही."

"पण तू त्याला नक्कीच पटवून देऊ शकतोस."

"मला त्याच्याबद्दल शंका आहे."

"पण तू त्याच्या एकुलत्या एका भाचीला वाचवलं आहेस...."

"सर जेम्स पक्का व्यापारी वृत्तीचा आहे. त्याची बोटं सोनं बघताच लगेच शिवशिवतात."

"मला वाटतं की, सर्व खलाशांच्या वतीने तू त्याच्याशी या विषयावर चर्चा करावीस आणि त्याला योग्य काय तो विचार कसा करायचा हे सांगावंस."

हंटरने खांदे उडवले. त्याने अगोदरच याबद्दल विचार केला होता. आपण सर जेम्सशी बोलताना नेटाने युक्तिवाद करायचा असं त्याने ठरवलंही होतं. पण त्याची

सॅन्सनला काही वचन द्यायची तयारी मात्र नव्हती. सॅन्सनने ग्लासांमध्ये वाईन ओतली, "हं... हंटर... तो अतिशय आनंदी स्वरात म्हणाला, "मित्रा, आपण फार मोठी कामगिरी केली आहे. आता परतीच्या प्रवासाबद्दल तुझा काय बेत आहे?''

हंटरने मग आपला मार्ग सांगितला. आपण दक्षिणेकडे जाऊन शक्यतो उघड्या सागरावर राहू आणि मग तसेच पोर्ट रॉयलकडे जाऊ, असं त्याने सांगितलं. "तुला असं वाटत नाही का की, आपण खजिना दोन जहाजांमध्ये विभागावा आणि दोन निरनिराळ्या मार्गांनी परतावं? ते जास्त सुरक्षित ठरेल.''

"माझ्या मते आपण एकत्रच राहणं योग्य ठरेल. लांबून कोणी दोन जहाजं बघितली की, सहजासहजी कोणी हल्ला करायला धजावणार नाही.''

"होय की,'' सॅन्सन म्हणाला, "पण इथे डझनावारी स्पॅनिश जहाजं गस्त घालीत आहेत. आपण एकेकटे असलो तर एकाचवेळी दोघं त्यांच्या हातात सापडण्याचा धोका कमी होईल.''

"आपल्याला स्पॅनिशांची धास्ती बाळगायचं काही कारण नाही. आपण अगदी परवानाधारक स्पॅनिश व्यापारी जहाज घेऊन जातो आहोत. उलट फ्रेंच किंवा इंग्लिशच हल्ला करण्याचा धोका आहे.''

सॅन्सन हसला, "तुझा माझ्यावर विश्वास नाही?''

"जरादेखील नाही,'' हंटरही किंचित हसतच म्हणाला, "मला तू सतत डोळ्यांसमोर आणि खजिना माझ्या पायाखाली असायला हवा.''

"ठीक आहे,'' सॅन्सन म्हणाला. पण त्याच्या डोळ्यांत एक गडद काळी छाया हंटरला दिसली.

आपण ती छाया कधीही विसरायची नाही, असं हंटरने स्वत:ला मनोमन बजावलं.

२६

तीन दिवस उलटल्यानंतर त्यांना तो राक्षस दिसला. त्या दिवशी ते लेसर ॲन्टिलीस बेटांच्या समूहाजवळून जात होते. वारा उत्तम होता आणि समुद्रही शांत होता. त्या दिवशी खास काहीच घडलेलं नव्हतं. आपण आता मातानकेरॉसपासून किमान शंभर मैल अंतरावर आलो आहोत, अशी हंटरची खात्री झाली होती. दर तासाला आपण अधिकच सुरक्षित अंतर गाठतो आहोत याची हंटरला कल्पना होती.

स्पॅनिशांनी एल त्रिनिदादची दुरवस्था केली होती. हंटरची माणसं या जहाजाला जास्तीतजास्त नीट करण्याचा प्रयत्न करत होती. शिडांची दुरुस्ती वगैरे चालू असतानाच त्यांनी ग्वादलूप आणि सान मरिनो बेटं ओलांडली.

तिसऱ्या दिवशी दुपारी मध्यान्हीच्या सुमारासही एन्डर्स नेहमीप्रमाणे सावधपणे जहाज हाकारत होता. त्याला पाण्याच्या रंगात काहीतरी बदल झाल्याचं जाणवलं.

"तिथं पाहा," एन्डर्स हंटरला म्हणाला.

हंटरने वळून पाहिलं. पण त्याला काहीच दिसलं नाही. काचेसारख्या चमकणाऱ्या पृष्ठभागावर हलक्या लाटा उठत होत्या एवढंच. पण जहाजापासून जेमतेम शंभर यार्डाच्या आत एका जागी पाण्याखाली काहीतरी प्रचंड मोठा आकार हलत असल्याप्रमाणे पाणी हलकेच घुसळलं जात होतं. ह्या आकाराचा हलण्याचा वेग कल्पना करता येणार नाही एवढा होता.

"आपला वेग किती आहे?" हंटरने विचारलं.

"दहा नॉट्स," एन्डर्स म्हणाला, "मदर ऑफ गॉड...."

"आपला वेग दहा असेल तर पाण्याखाली जे काही आहे त्याचा वेग वीस

नॉट्स असावा.''

''किमान वीस,'' एन्डर्स म्हणाला.

त्याने जहाजावर सगळीकडे नजर टाकली. त्यांच्या कोणाही माणसाच्या काहीच लक्षात आलेलं नव्हतं.

''बेटाच्या दिशेने चल,'' हंटर म्हणाला, ''आपण उथळ पाण्याकडे जायला हवं.''

''या क्राकेनला उथळ पाणी चालत नाही का?''

''तशी आपण आशा करू या.''

पाण्याखालचा आकार आणखी जवळ आला आणि जहाजापासून पन्नास यार्ड अंतरावरून निघून गेला. हंटरला क्षणभर त्याचा करडा आकार आणि लांब वळवळणाऱ्या सोंडा दिसल्या. पण ते सगळं क्षणभरापुरतंच हंटरला दिसलं. मग त्या आकाराने दूर अंतरावरून जाऊन वळण घेतलं आणि तो पुन्हा जहाजाच्या दिशेने आला.

''मी नक्कीच स्वप्नात असणार... हे खरं नसणार....''

''हे खरंच आहे,'' हंटर म्हणाला.

मुख्य डोलकाठीपाशी टेहळणी करणाऱ्या लझूने हंटरला शीळ वाजवून इशारा दिला. तिनेही तो आकार पाहिला होता. हंटरने वर पाहिलं आणि मान हलवून तिला गप्प राहण्यासाठी खूण केली.

''उथळ पाणी... लवकर...!'' हंटर गंभीरपणे एन्डर्सला म्हणाला. तो त्या आकाराकडे बघत होता.

डोलकाठीजवळ उंचावर असल्याने निळ्या पाण्यात वेगाने येणारा तो क्राकेन तिला अगदी स्पष्ट दिसत होता. लझूने श्वास रोखून धरला. अनेक कथा, गाणी आणि दर्यावर जाणाऱ्यांच्या गाथांमध्ये उल्लेख असणारा राक्षसी प्राणी ती बघत होती. फारच कमी जणांनी त्याला असं प्रत्यक्ष बघितलेलं होतं आणि हा अनुभव लझूला फारसा आनंद देणारा नक्कीच नव्हता. एल त्रिनिदादकडे वेगाने येणारा तो राक्षसी आकार पाहून लझूचं हृदय वेगाने धडधडू लागलं.

क्राकेन जहाजाच्या अगदी जवळ आल्यानंतर लझूला तो प्राणी आख्खा दिसला. त्याचं नाक निमुळतं होतं. शरीर गोलाकार होतं आणि त्याची लांबी किमान वीस फूट होती. मागच्या बाजूला ग्रीक पुराणकथेमधल्या मेडूसा राक्षसीच्या केसांप्रमाणे लांबच लांब सोंडांचं जंजाळ होतं. हा प्राणी जहाजाच्या खालून जहाजाला स्पर्श न करता गेला. पण त्याच्यामुळे निर्माण झालेल्या लाटांमुळे जहाज जोरात डचमळलं. तो प्राणी पलीकडच्या बाजूला वर आला आणि मग त्याने पुन्हा खोलवर बुडी मारली. लझूने भुवयांवर जमलेला घाम निपटून काढला.

लेडी सारा अलमॉन्ट डेकवर आली. हंटर समुद्राकडे पाहतोय हे बघून

त्याच्याजवळ आली, "गुड डे, कॅप्टन."

हंटरने किंचित झुकत तिला अभिवादन केलं, "मादाम...."

"कॅप्टन, तुझा चेहरा असा फटफटीत का पडलाय? सर्व काही ठीक तर आहे ना?"

हंटरने तिला काहीच प्रतिसाद दिला नाही. तो घाईघाईने डेकच्या दुसऱ्या कडेला गेला आणि समुद्राकडे डोकावून बघू लागला.

"दिसला का?" एन्डर्सने विचारलं.

"दिसला का? काय ते?" साराने विचारलं. तिने लाडिकपणाने ओठांचा चंबू केला होता.

"नाही," हंटरने एन्डर्सला उत्तर दिलं, "त्याने पाण्यात सूर मारला."

"कोणी सूर मारला?" साराने विचारलं.

"तो कदाचित परत येईल," एन्डर्स म्हणाला.

"होय..." हंटर म्हणाला.

सारा घामाने डबडबलेल्या दोघांकडे आळीपाळीने बघत होती.

"कॅप्टन, मी काही खलाशी नाही... याचा अर्थ काय?"

अतिशय ताण असल्याने एन्डर्सचा भडका उडाला, "गॉड्स ब्लड!... ए बाई ए बये... आम्ही आत्ता नुकतंच...."

"एक अपशकुन पाहिला –" हंटरने एन्डर्सचे वाक्य अर्धवटच तोडलं. त्याने एन्डर्सकडे सहेतूक पाहिलं. मग तो म्हणाला, "वाईट शकुन लेडी सारा."

"अपशकुन? कॅप्टन, तू एवढा अंधश्रद्धाळू आहेस की काय?"

"अंधश्रद्धा... होय तर..." एन्डर्स म्हणाला, "तो फार अंधश्रद्धाळू आहे."

"हं... याचा अर्थ असा..." लेडी सारा पाय आपटत म्हणाली, "नेमकं काय झालंय ते तुम्ही मला सांगणार नाही."

"बरोबर." हंटर असं म्हणाला आणि त्याने स्मित केलं. त्या परिस्थितीतही हंटरचं स्मित मनाला भुरळ पाडणारं आहे, हे साराला मनोमन कबूल करावं लागलं.

"मी बाई आहे म्हणून...."

त्याच क्षणी टेहळणी करणाऱ्या लझूने हाळी दिली.

हंटरने दुर्बीण डोळ्याला लावली आणि तो नीट बघू लागला तेव्हा त्याला क्षितिजाच्या रेषेपाशी वर येणारा शिडाचा आकार दिसला. त्याने वळून एन्डर्सकडे पाहिलं. पण एन्डर्सने अगोदरच त्याचं काम सुरू केलं होतं. त्याने एल त्रिनिदादवरची सगळी शिडं उभारण्यासाठी हुकूम सोडले होते. त्याप्रमाणे मुख्य शिड पूर्ण उभारलं जाताच जहाजाने वेग घेतला.

एल त्रिनिदादच्या पुढे साधारण पाव मैल अंतरावर असणाऱ्या कॅसान्ड्राला

इशारा देण्यासाठी एक बार काढण्यात आला.

हंटरने दुर्बिणीतून पुन्हा निरीक्षण केलं. शिडांचा आकार वाढला नव्हता. पण तो कमीदेखील झाला नव्हता.

"गॉडस् ब्लड!" एन्डर्स म्हणाला, "एका राक्षसापासून सुटका होते न होते तोच... बरं, आपली परिस्थिती कशी आहे?"

"नियंत्रणात आहे," हंटरने उत्तर दिलं.

"आपल्याला लवकरच दिशा बदलावी लागेल," एन्डर्स म्हणाला. हंटरने मान डोलावली. एल त्रिनिदाद आता पूर्व दिशेने येणाऱ्या वाऱ्यावर पूर्णपणे स्वार झालं होतं. पण ते बेटांच्या मालिकेकडे पश्चिमेकडे जास्त जाण्याचा धोका होता. लवकरच पाणी जास्त उथळ झालं तर अडचण होणार होती. त्यासाठी त्यांना दिशा बदलणं भाग होतं आणि दिशा बदलायची याचा अर्थ तात्पुरता का होईना वेग कमी होणार हे नक्की होतं.

"तुला वेग कायम ठेवता येईल का?" हंटरने विचारलं.

"मला खात्री वाटत नाही कॅप्टन," एन्डर्स म्हणाला, "आपल्याजवळ माणसांचा फार तुटवडा आहे."

"काय अडचण आहे?" लेडी साराने विचारलं.

"गप्प राहा आणि खाली जा," हंटर म्हणाला.

"मी जाणार...."

"खाली जा!" हंटरने गर्जना केली.

सारा मागे सरकली. पण खाली मात्र गेली नाही. थोडी मागे जाऊन ती उभी राहिल्यावर तिला ते विलक्षण दृश्य दिसलं. लझ्झू म्हटल्या जाणाऱ्या माणसाची खाली उतरतानाची हालचाल ती पाहत होती. ती हालचाल एखाद्या मांजरीसारखी दिमाखदार होती. त्याचवेळी वाऱ्यामुळे ब्लाऊज छातीला चिकटल्यानंतर साराला लझ्झूच्या वक्षस्थळांचा आकार स्पष्ट दिसला. याचा अर्थ लझ्झू स्त्री होती! पण तिला त्या वेळी त्या बद्दल विचार करायला वेळच नव्हता.

हंटर, लझ्झू आणि एन्डर्स तावातावाने कशाची तरी चर्चा करत होते. हंटरने पाठलाग करणारं जहाज दाखवलं आणि उजवीकडची बेटांची साखळी हाताने दाखवली.

"कुठल्या बेटाकडे जायचा विचार आहे?" लझ्झूने विचारलं.

"कॅट आयलंड." एन्डर्स एका मोठ्या बेटाकडे बोट दाखवत म्हणाला.

"मंकी बे?"

"होय, मंकी बे."

"तुला तो भाग माहिती आहे का?"

"होय, पण मी खूप वर्षांपूर्वीच्या अनुभवावरून सांगते आहे. चंद्र कसा आहे?"

''दोन तृतीयांश,'' हंटर म्हणाला.

''आणि आकाशात ढग नाहीत अजिबात,'' लझ्झू म्हणाली. ''अरेरे....''

यावर सगळ्यांनी माना डोलावल्या. मग लझ्झूने विचारलं, ''तू जुगारी आहेस का?''

''मी आहे हे तुला माहिती आहे,'' हंटर म्हणाला.

''तर मग दिशा बदल आणि त्या जहाजाला चकवता येतंय का ते बघ,'' लझ्झू म्हणाली, ''तसं झालं तर ठीकच नाहीतर आपण बघू काय करता येईल ते.''

''माझा तुझ्या नजरेवर विश्वास आहे.''

''उत्तम,'' लझ्झू म्हणाली आणि पुन्हा तिच्या टेहळणीच्या कामासाठी धावली.

लेडी साराला या सगळ्यामधला एक शब्दही कळला नाही. फक्त काहीतरी गडबड आहे, इतकंच तिला समजलं. ती रेलिंगपाशी उभी राहून क्षितिजाकडे पाहत होती. आता पाठलाग करणाऱ्या जहाजाची शिडं स्पष्ट दिसू लागली होती. हंटर तिच्याजवळ आला. आता निर्णय झालेला असल्याने त्याच्या मनावरचा ताण जरा हलका झाला होता.

''मला काहीही समजलं नाही,'' सारा म्हणाली.

''अगदी साधंसोपं आहे,'' हंटर म्हणाला, ''ते पाठलाग करणारं जहाज दिसतं आहे का?''

''होय.''

''आणि या बाजूला असणारं बेट?''

''दिसतंय.''

''त्याचं नाव कॅट आयलंड. या बेटावर मंकी बे नावाचं बंदर आहे. आपण तिथे आसरा घ्यायला जाणार आहोत. म्हणजे आपण तसा प्रयत्न करणार आहोत.''

साराने एकदा पाठलागावर असणाऱ्या जहाजाकडे आणि मग बेटाकडे अशी आळीपाळीने नजर टाकली.

''पण आपण बेटाच्या जवळ आहोत. तेव्हा अडचण काय आहे?''

''सूर्य दिसतोय ना?''

''अं... होय...''

''सूर्य पश्चिमेकडे अस्ताला जाईल तेव्हा तासाभरातच पाणी इतकं चमकू लागेल की, डोळ्यांना त्रास होईल. आपण बंदराकडे जाऊ लागू तेव्हा खालचे अडथळे नीट दिसणार नाहीत. या भागात नीट दिसलं नाहीतर नावांचा खालचा भाग प्रवाळांमुळे फाटून जायचा धोका असतो.''

''पण लझ्झूला या बंदराची माहिती आहे ना?''

''होय. पण हे बंदर उघडं आहे. अशी बंदरं उघडी असतात. त्यामुळे वादळांचा

परिणाम या बंदरात होऊ शकतो. समुद्रातल्या बदलत्या प्रवाहांमुळे वाळूचे दांडे इकडून तिकडून कधीही सरकण्याची शक्यता असते. लझूने जे बंदर पाहिलं होतं ते आता तसंच असेल असं सांगता येणार नाही.''

''ओह...'' सारा काही वेळ गप्प राहिली. मग म्हणाली, ''पण मग बंदराकडे जायचंच कशाला? नाहीतरी तुम्ही लोक गेले तीन दिवस कुठंही थांबला नव्हतातच. मग आजची रात्रही तसंच जात राहायचं आणि रात्रीच्या अंधाराचा फायदा घेऊन त्या पाठलाग करणाऱ्या जहाजाला झुकांडी द्यायची.

साराला आपण सुचवलेल्या उपायांमुळे मनोमन आनंद होत होता.

''आकाशात चंद्र असेल,'' हंटर गंभीरपणाने म्हणाला. ''दोन तृतीयांश चंद्र असेल. पण तो मध्यरात्रीपर्यंत उगवणार नाही. तोपर्यंत जहाजाला झुकांडी देण्यासाठी असणारे अंधाराचे चार तास पुरेसे ठरणार नाहीत.''

''मग आता काय करायचं?''

हंटरने दुर्बीण डोळ्याला लावून पाठलागावर असणाऱ्या जहाजाकडे नजर टाकली. ते हळूहळू त्यांना गाठत होतं.

''मी मंकी बे कडेच जायचं ठरवलंय.''

''तयारीत आहोत!'' एन्डर्स ओरडला आणि मग हळूहळू त्या अवजड जहाजाने दिशा बदलली. पण पुन्हा वेग घेईपर्यंत चांगला पाव तास गेला. या दरम्यान पाठलाग करणारं जहाज आणखी जवळ आलं होतं.

हंटर मागच्या जहाजाकडे पाहत असताना त्याला शिडांकडे पाहून काहीतरी जाणवलं, ''मला वाटतं ते तसं नसावं म्हणजे....''

''काय ते?''

''लझू!'' हंटरने ओरडून इशारा देताच लझूने दुर्बीण डोळ्याला लावली.

''लझू, तुला काय वाटतं?''

''आपला जुना मित्र!'' लझूने ओरडून उत्तर दिलं.

''कझालाचं जहाज! त्याचं ते काळं जहाज की काय?'' एन्डर्सने विचारलं.

''तेच ते.''

''आता ते कोणाच्या ताब्यात असेल?''

''बोस्क्वे, तो फ्रेंच माणूस...'' हंटरला मातानकेरॉसवर पाहिलेला सडपातळ अंगकाठीचा, कझालाचा दुय्यम अधिकारी आठवला.

''मला तो माहीत आहे,'' एन्डर्स म्हणाला, ''उत्तम दर्यावर्दी आणि त्याच्या कामात निष्णात अशी त्याची ख्याती आहे.'' एन्डर्सने उसासा टाकला, ''हे वाईट झालं... त्याच्या जागी एखादा स्पॅनिश असता तर बरं झालं असतं.'' एन्डर्स असं म्हणाला. कारण अतिशय गचाळ दर्यावर्दी म्हणून स्पॅनिशांची चांगलीच कुप्रसिद्धी

झालेली होती.

"जमिनीपर्यंत जायला किती वेळ लागेल?"

"अजून तासभर तरी. कदाचित जास्तच, जर आत शिरायचा मार्ग चिंचोळा असेल तर आपल्याला शिडं काही प्रमाणात गुंडाळावी लागतील."

तसं केल्याने त्यांचा वेग आणखी मंदावणार होता. पण तसं करण्याखेरीज पर्यायही नव्हता. छोट्या मार्गातून जाताना जहाजावर नियंत्रण राखण्यासाठी तसंच करावं लागणार होतं.

हंटरने पाठलाग करणाऱ्या जहाजाकडे पाहिलं. तेदेखील आता वळलं होतं आणि पुन्हा वेगाने त्यांच्याच मागे येत होतं.

भाग चौथा

मंकी बे

२७

एल त्रिनिदाद मंकी बेमधल्या सुरक्षित खाडीच्या दिशेने निघालं. कॅसान्ड्रावर असलेल्या सॅन्सनने ते पाहिलं.

"ब्लड ऑफ लुई! ते किनाऱ्याकडे जात आहेत. तोंडावर सूर्य असताना!"

"हा वेडेपणा आहे," कॅसान्ड्रा चालवणारा खलाशी म्हणाला.

"आता मी काय सांगतो ते ऐक," सॅन्सन वळत म्हणाला, "दिशा बदलून घे. त्या स्पॅनिश डुकराच्या अगदी मागोमाग जा. अगदी मागोमाग म्हणजे नेमक्या त्याच जागेवरून, कळलं? नाहीतर तुझा गळा चिरून टाकीन."

"पण त्यांना डोळ्यांवर प्रखर प्रकाश असताना हे कसं काय करता येतंय?"

"त्यांच्याजवळ लझूची नजर आहे."

लझू अतिशय काळजीपूर्वक पाहत होती. त्याचप्रमाणे ती हाताने इशारा देत असतानाही फार काळजी घेत होती. त्यात जरा जरी गफलत झाली तरी जहाजाची दिशा चुकण्याची शक्यता होती. तिने नाकाखाली डावा हात धरून सूर्यकिरण थोपवून ठेवण्याचा प्रयत्न केला. ती पश्चिमेकडे दिसणाऱ्या कॅट आयलंडच्या हिरव्या रेषेकडे पाहत होती. त्या वेळी जरी ती फक्त एक सपाट रेषा असली तरी लवकरच तिला बेटावरचे भाग स्पष्ट दिसू लागणार होते. मग तिला मंकी बेमध्ये प्रवेश करायचा मार्ग दिसणार होता. तो दिसेपर्यंत जहाज जास्तीतजास्त वेगाने बेटाच्या दिशेने नेण्यासाठी मार्ग दाखवण्याची जबाबदारी तिच्यावर होती. ती मुख्य डोलकाठीपाशी उंचावर असल्याने तिला पाण्यामधल्या रंगाचे निरनिराळे आकार

सहज दिसत होते. निळ्या-हिरव्या रंगांच्या या आकारांचा अर्थ वेगवेगळी खोली आहे, हे तिला माहिती होतं.

एखादा नकाशा वाचावा तशी लझ्झू या रंगांचा अर्थ लावू शकत होती, हे कौशल्य साधं नव्हतं. त्या भागात वावरणाऱ्या प्रत्येक खलाशाला निळं पाणी म्हणजे खोल पाणी आणि हिरवा रंग म्हणजे खोल पाणी हे माहिती असायचंच. पण लझ्झूला त्यापेक्षाही बरंच काही कळायचं. जर तळ वाळूचा असेल तर पाणी अवघं पन्नास फूट खोल असूनही ते हलकं निळ्या रंगाचं असू शकतं किंवा तळापाशी सागरी गवत असणारा भाग अवघा दहा फूट खोल असूनदेखील पाणी गडद हिरव्या रंगांचं दिसू शकतं हे लझ्झूला माहिती होतं. शिवाय सकाळी, दुपारी आणि संध्याकाळी रंगांच्या छटा वेगवेगळ्या असतात, याची तिला जाणीव होती.

त्या वेळी लझ्झूचं लक्ष खोलीकडे नाही तर किनाऱ्यावरच्या पाण्याच्या रंगाकडे होतं. एक छोटी नदी गोडं पाणी आणत असल्याने मंकी बेमध्ये शिरण्याचा मार्ग निर्माण झाला असण्याची शक्यता होती. अनेक ठिकाणी प्रवाळ खडकांमुळे मोठी जहाजं अशा छोट्या खाड्यांमध्ये शिरू शकत नसत. पण जर समुद्रात गोडं पाणी येत असेल, तर तिथे प्रवाळांची वाढ होत नसल्याने मोकळी जागा तयार होत असे.

लझ्झू बारकाईने किनाऱ्याकडे बघत होती. प्रवाळ खडकांमधली मोकळी जागा अगदी नदीच्या मुखासमोरच नाहीतर पाव मैल उत्तर किंवा दक्षिणेस असू शकते, याची तिला कल्पना होती. त्या जागी पाण्याच्या प्रवाहामुळे तपकिरी गढूळ पाणी दिसेल, हे तिला माहीत होतं.

लझ्झूला अखेर ती जागा दिसली. एल त्रिनिदाद ज्या दिशेने जात होतं त्याच्या थोडी दक्षिणेस ती जागा होती. लझ्झूने त्याप्रमाणे एन्डर्सला इशारा केला. प्रवाळ खडकांमधली जागा किती चिंचोळी आहे, याची एन्डर्सला काहीच कल्पना नाही, हे बरंच आहे, असं लझ्झूला वाटलं. ती जागा अवघी काही डझन यार्ड एवढीच होती.

लझ्झूने काही मिनिटं डोळे बंद करून घेतले. जहाजाची दिशा योग्य आहे, याची तिला खात्री वाटत होती. तिने एक खोल श्वास घेतला आणि पुढच्या ताणासाठी मनाची तयारी केली. आता तिला पुढचा तासभर तरी सतत बारकाईने पाहावं लागणार होतं. हळूहळू डोळ्यांवर ताण येऊन ते थकणार, याची तिला जाणीव होती. काम संपल्यानंतर आपण डेकवर उतरलो की, जवळजवळ कोलमडून पडू, असं तिला वाटत होतं.

लझ्झूने पुन्हा एक खोल श्वास घेतला आणि डोळ्यांना विश्रांती मिळावी म्हणून जरा वेळ डोळे बंद करून घेतले.

एल त्रिनिदाद चालवणाऱ्या एन्डर्सचे डोळे उघडे असले, तरी तो जे पाहत होता त्याच्याकडे त्याचं जराही लक्ष नव्हतं. त्याचं सारं लक्ष लझूच्या हातांच्या इशाऱ्यांकडे होतं. तिला काय दिसत होतं, ते त्याला जराही कळत नव्हतं. तो फक्त तिचा इशारा पाहून त्याप्रमाणे जहाज चालवत होता. त्याचं लक्ष या कामी एवढं एकवटलं होतं की, तो जणू जहाजाचाच एक भाग झाला होता. लझूने जहाज आता दक्षिणेकडे न्यायला सांगितलं होतं. तिला प्रवाळ खडकांमधली जागा दिसली असणार. लवकरच आपण त्या निरुंद जागेत हे जहाज न्यायचं आहे, या कल्पनेने त्याला घाम फुटला होता.

त्या वेळी हंटरच्या मनात निराळंच काही चाललेलं होतं. त्याचं एन्डर्स किंवा लझूकडे जरादेखील लक्ष नव्हतं. तो येरझाऱ्या घालत मागच्या बाजूला बघत होता. पाठलाग करणारं जहाज आता आणखी जवळ आलं होतं. त्याची सगळी शिडं उभारलेली दिसत होती. उलट एल त्रिनिदादला शिडं निम्मी करावी लागली होती. त्यामुळे त्याचा वेग मंदावला होता.

कॅसान्ड्राचा वेगही कमी झाला होता. ती एल त्रिनिदादच्या अगदी मागोमाग येत होती. त्यामुळे तिला मिळणारा वारा एल त्रिनिदादच्या शिडांमुळे कमी होत होता. साहजिकच कॅसान्ड्राचा वेग अपेक्षेपेक्षा मंद झाला होता. त्या परिस्थितीत पाठलाग करणाऱ्या स्पॅनिश जहाजाच्या माऱ्याच्या टप्प्यात कॅसान्ड्रा येण्याचा धोका त्याला दिसत होता.

पण त्यापेक्षाही मोठा धोका प्रत्यक्ष नदीच्या मुखात शिरतानाचा होता. दोन्ही जहाजांना एका पाठोपाठ एक, जवळजवळ चिकटूनच आत शिरावं लागणार होतं. तसं करताना एल त्रिनिदाद किंवा कॅसान्ड्राच्या वेगात फरक पडला, तर कॅसान्ड्रा एल त्रिनिदादवर आदळण्याची आणि दोन्ही जहाजं प्रवाळ खडकांमध्ये धडकून बुडण्याची दाट शक्यता दिसत होती. सॅन्सनलाही हे सगळं कळत असणार, याची त्याला कल्पना होती.

हंटर पुढच्या भागात धावत आला. त्याला आता बेटावरची टेकडी आणि वळण घेत येणारी नदी दिसली. पण प्रवाळ खडकांमधली नेमकी मोकळी जागा मात्र डोळ्यांवर चमकणाऱ्या प्रकाशात दिसली नाही. त्याने लझूकडे पाहिलं. तिने एका हाताची मूठ वळून ती दुसऱ्या तळहातावर जोरात दाबली. ताबडतोब एन्डर्सने शिडांची उंची कमी करण्याचा हुकूम सोडला. हंटरने डोळे बारीक करून पाहण्याचा प्रयत्न केला. पण त्याला काहीच दिसलं नाही.

जहाजाच्या दोन्ही बाजूंना उभे असणारे दोन जण आता आळीपाळीने ओरडून

इशारा देत होते. पहिल्याच हाळीने हंटरचं हृदय धडधडू लागलं.

"पाच!"

पाच फॅदम याचा अर्थ तीस फूट. म्हणजे एल त्रिनिदाद अगोदरच उथळ पाण्यात शिरलं होतं. या जहाजाला किमान तीन फॅदम पाण्याची गरज होती. याचा अर्थ खाली फारशी जागा उरलेली नाही, हे त्याला समजलं. काही ठिकाणी प्रवाळांची वाढ चांगली डझनभर फुटांपर्यंत होते. त्यातलं एखादं जर खालून घासलं तर जहाजाचा तळ कागद फाटावा तसा फाटेल याची त्याला कल्पना होती.

"सहा किंवा जास्त!"

पुढची ही हाळी ऐकून हंटरला जरा बरं वाटलं. कदाचित प्रवाळाची पहिली रीफ ओलांडून आपण आता आतल्या पाण्यात आलो असणार, हे हंटरच्या लक्षात आलं. अनेक बेटांभोवती दोन रीफ असतात आणि लवकरच पुढची धोकादायक रीफ जवळ येणार, हे त्याला कळत होतं.

"सहापेक्षा कमी!"

पाणी आता झपाट्याने उथळ होत चाललं होतं. त्याने लझूकडे पाहिलं. तिचा चेहरा ताणलेला दिसत होता. दातांवर दात रोवून लझू पाण्याकडे एकटक बघत होती. तिला पाण्यामधला ब्रेन कोरल या प्रवाळाचा फ्लॉवरसारखा दिसणारा भाग जवळ येताना दिसला. तिने हात खाली सोडला. तो इशारा बघून एन्डर्सने जहाजाची दिशा जराशी बदलली. ते प्रवाळ धोकादायक रीतीने जहाजाला अगदी चाटून गेलं. त्याचा थडथड असा आवाज झाला. एल त्रिनिदाद आता अगदी अरुंद जागेमधून आत शिरत होतं.

"चार पेक्षा कमी!" एका माणसाने ओरडून इशारा दिला.

हंटरने दोन्ही बाजूंना नजर टाकली. दोन्ही बाजूंना प्रवाळांचे आकार अतिशय जवळून मागे जाताना दिसत होते. ते फार धोकादायक होतं. पण आश्चर्याची गोष्ट म्हणजे एल त्रिनिदाद त्यांच्यामधून अलगद पुढे जात होतं.

"तीन पेक्षा थोडं जास्त!"

हंटरच्या मनाचा थरकाप उडाला. आता कुठल्याही क्षणी जहाज रुतणार, असं त्याला वाटलं. एल त्रिनिदादवरच्या स्पॅनिश कैद्यांनी दिलेल्या माहितीनुसार या जहाजाला कमीतकमी तीन फॅदम खोल पाण्याची गरज होती.

"तीन!"

हंटरला वाटलं की, कदाचित कैद्यांनी दिलेली माहिती चुकीची असावी. कारण जहाज अलगद पुढे जात होतं. पण ही माहिती अगदीच चुकीचीही नसणार. एवढ्या मोठ्या आकाराच्या जहाजाला किमान एवढं पाणी लागणार, याची त्याला जाणीव होती.

"तीन!" पुन्हा एक जण ओरडला.

हंटरला त्याच क्षणी नदीच्या मुखाची जागा स्पष्ट दिसली. एल त्रिनिदाद अगदी मधोमध पुढे सरकत होतं. दोन्ही बाजूंना प्रवाळांचा किनारा अवघ्या पाच-पाच यार्ड अंतरावर होता. हंटरने एन्डर्सकडे बघितलं. तो हातांनी क्रॉसची खूण करत होता.

"पाच!" एक जण मोठ्या आवाजात ओरडला. त्याबरोबर इतरांनी जल्लोष केला. आता एल त्रिनिदाद सुखरूपपणे नदीच्या मुखातल्या सुरक्षित खोल पाण्यात शिरलं होतं.

हंटरने मागे नजर टाकली. कॅसान्ड्रानेही एल त्रिनिदादच्या पाठोपाठ सुखरूपपणे रीफ ओलांडली होती. त्याच्यामागे अवघ्या दोन मैल अंतरावर स्पॅनिश लढाऊ जहाज दिसत होतं. आता सूर्य अस्ताला जात होता. स्पॅनिश लढाऊ जहाज रात्री मंकी बेमध्ये शिरू शकणार नव्हतं.

"नांगर टाका! लवकर," एन्डर्सने हुकूम दिला. त्याबरोबर नांगर खाली सोडताच एल त्रिनिदाद थडथड करत थांबलं. कॅसान्ड्रा बाजूने पुढे गेली. ती आकाराने छोटी असल्याने आणखी उथळ पाण्यात ती उभी राहू शकणार होती. सॅन्सनने नांगर टाकला. आता दोन्ही जहाजं सुरक्षित होती. निदान काही काळापुरती तरी.

२८

अतिशय अरुंद अशा जागेमधून आत शिरल्यानंतर दोन्ही जहाजांवरचे लोक एकदम खुशीत आले होते. ते आनंदाने आरडाओरडा करत गमतीने एकमेकांची टिंगलटवाळी करत यशाची मजा लुटत होते. पण हंटर मात्र या कशातही सहभागी झाला नव्हता. तो एल त्रिनिदादच्या पुढच्या भागातल्या केबिनमधून स्पॅनिश लढाऊ जहाजाकडे बघत होता.

अंधार पडायला लागलेला असूनही ते जहाज त्यांच्या दिशेने पुढे येतच होतं. ते रीफच्या बाहेर अगदी जवळ अवघ्या अर्ध्या मैल अंतरावर आलं होतं. अंधार होत असताना इतकं जवळ येण्याएवढं धाडस बोस्क्वेकडे आहे, हे पाहून हंटरला आश्चर्य वाटलं होतं. शिवाय तो अनावश्यक जोखीम पत्करतो आहे, असाही विचार त्याच्या मनात आला.

एन्डर्सही स्पॅनिश जहाजाकडेच बघत उभा होता. त्याने विचारलं, "कशासाठी?"

हंटरने नकारार्थी मान हलवली.

स्पॅनिश लढाऊ जहाजाने आता नांगर टाकला होता. नांगर खाली पडताना उडालेलं पाणी त्यांना स्पष्ट दिसलं. ते जहाज आता एवढं जवळ होतं की, स्पॅनिश भाषेत दिलेले हुकूम त्यांना ऐकू येत होते. जहाजाच्या पुढच्या भागात आता बरीच धावपळ चालू झालेली दिसली. आणखी एक नांगर खाली टाकला गेला.

"मला यात काही शहाणपणा दिसत नाही," एन्डर्स म्हणाला, "तो अशा रात्रीच्या वेळी चार फॅदम पाण्यात का उभा राहतोय?"

हंटर पाहत असताना आणखी एक नांगर खाली टाकण्यात आला. बरेच जण या नांगराच्या साखळीला लटकताना दिसले आणि मग बघता-बघता जहाजाचं

पुढचं टोक किनाऱ्याच्या दिशेने वळलं.

"डॅम...", एन्डर्स म्हणाला, "तुला असं तर वाटत नाही ना की..."

"मला तेच वाटतंय," हंटर म्हणाला, "जहाजाची मोठी बाजू आपल्या दिशेने... नांगर उचला!"

"नांगर उचला!" एन्डर्सने सोडलेला हुकूम ऐकताच खलाशी चकित झाले.

त्याने भराभर एल त्रिनिदाद पुढे नेण्यासाठी हुकूम सोडले. मग तो हंटरकडे वळला, "आपण किनाऱ्यावर जाऊन रुतणार, हे नक्की."

"पण आणखी काही पर्यायच नाही." हंटर म्हणाला. बोस्क्वेचा इरादा अगदी स्पष्ट कळत होता. नदीच्या मुखापाशी अगदी थेट समोर तो रीफच्या बाहेरपण तोफांचा मारा करता येईल अशा प्रकारे उभा होता. हंटरने त्याची जहाजं जर माऱ्याच्या टप्प्याबाहेर काढली नाहीत तर सकाळपर्यंत दोन्ही जहाजं खलास होणार होती.

हंटरचा अंदाज अचूक होता, हे लगेचच लक्षात आलं. तोफांसाठी असणाऱ्या झडपा उघडल्या गेल्या आणि त्यातून तोफांच्या नळ्या बाहेर डोकावू लागल्या होत्या. पाठोपाठ एल त्रिनिदादच्या आसपास गोळे पडायला सुरुवात झाली.

"पुढे निघा! मिस्टर एन्डर्स –" हंटर ओरडला.

जणू काही त्याच्या बोलण्याला प्रतिसाद म्हणून स्पॅनिश तोफांची एक फैर झडली. याखेपेस नेम बऱ्यापैकी होता. अनेक गोळे एल त्रिनिदादवर आदळले. त्यामुळे लाकडाच्या चिरफाळ्या उडाल्याचे आणि दोऱ्या तुटल्याचे आवाज आले.

"डॅम..." एन्डर्स म्हणाला. जणू त्याला स्वत:लाच इजा झाली असावी अशी वेदना त्याच्या स्वरात होती. पण आता जहाज काही इंचांनी पुढे सरकू लागलं होतं. ते एवढ्या वेळेत पुढे सरकलं होतं की, पुढची फैर जवळ झाडली गेली होती. एल त्रिनिदादच्या अगदी जवळ गोळे सरळ रेषेत पाण्यात पडले. स्पॅनिश गोलंदाजांचा अचूकपणा वाखाणण्याजोगा होता.

"त्यांचे लोक तरबेज आहेत," एन्डर्स म्हणाला.

"काही वेळा तू चांगल्या कामगिरीचं नको इतकं कौतुक करतोस." हंटर त्याला फटकारत म्हणाला.

आता चांगला अंधार पडला होता. चौथी फैर झाडली गेली, हे त्यांना लालभडक गोळे त्यांच्या दिशेने येताना पाहिल्यावर कळलं. त्यांना गोळे पाण्यात पडल्याचे आवाज तेवढे ऐकू आले. पण दिसलं मात्र काहीच नाही. त्यानंतर किनाऱ्यावरच्या छोट्या टेकाडामागे गेल्याने त्यांना स्पॅनिश लढाऊ जहाज दिसेनासं झालं.

"नांगर टाका," एन्डर्सने हुकूम सोडला खरा. पण त्याला फार उशीर झाला होता. त्याच क्षणी काहीतरी चिरडल्याचा आवाज ऐकू आला. एल त्रिनिदाद मंकी

बेमधल्या वाळूत रुतलं होतं.

त्या रात्री केबिनमध्ये एकटा बसलेला असताना हंटर पुढे काय करावं याचा विचार करत होता. आपलं जहाज रुतलं आहे, याचं त्याला फारसं काही वाटलं नव्हतं. तेव्हा ओहोटी चालू होती. भरती आल्यानंतर काही तासांनी जहाज पुन्हा सहज तरंगणार, याची त्याला खात्री होती. त्याची दोन्ही जहाजं काही काळापुरती का होईना, पण सुरक्षित होती. त्याच्याजवळ किमान दोन आठवडे पुरेल एवढा गोड्या पाण्याचा आणि अन्नाचा साठा होता. त्याच्या माणसांना या बेटावर पाणी आणि खाण्याजोगं काही आढळण्याची दाट शक्यता दिसत होती. तसं झालं तर तो या मंकी बेमध्ये काही महिनेदेखील आरामात दडून बसू शकणार होता.

अर्थात वादळ होईपर्यंतच मंकी बेमध्ये थांबणं शक्य होतं. ही जागा फार चांगली नव्हती. मंकी बेवर वाऱ्याचा थेट परिणाम होत असल्याने वादळ झालं तर काही तासांमध्ये त्याची जहाजं आपटून त्यांचा चुराडा होणार होता. या दिवसांमध्ये तुफानी वादळं होतात, याची त्याला कल्पना होती. काही दिवसांतच एखादं वादळ होण्याची शक्यता पाहता त्याला फार दिवस मंकी बेमध्ये राहता येणार नव्हतं.

आपल्याला जे माहीत आहे ते बोस्क्वेला देखील माहीत असणार, असा विचार हंटरच्या मनात आला. तो शांतपणाने मंकी बेच्या समोर वादळ होण्याची वाट बघत बसू शकत होता. वादळ झालं किंवा हवा खराब होते आहे, असं दिसलं की, हंटरला तिथून बाहेर पडण्याखेरीज पर्यायच उरणार नव्हता. तसं झालं की, बाहेर पडणाऱ्या जहाजांवर सहज झडप घालता येणार होती. पण बोस्क्वेला तेवढा दम धरायचा नव्हता, असं दिसत होतं. त्याचा स्वभाव बहुधा उलट होता. त्याला शक्य तेव्हा आक्रमण करणं जास्त पसंत असावं.

केबिनमध्ये बसलेला असताना हंटर त्या आजवर कधीही न भेटलेल्या माणसाच्या मनात काय चाललं असावं, याचा विचार करत होता. सकाळ होताच बोस्क्वे हल्ला करणार, असं त्याला खात्रीने वाटलं. हा हल्ला तो एकतर जमिनीवरून किंवा पाण्यातूनच करू शकणार होता. बोस्क्वेजवळ किती सैनिक आहेत, यावर हे अवलंबून असणार होतं. हंटरला त्याला पकडून ठेवलेल्या स्पॅनिश पहारेकऱ्यांची आठवण झाली. ते बरेचसे तरुण आणि अनुभवात कमी पडणारे, शिवाय बेशिस्त असे सैनिक होते, हे त्याला आठवलं. ते पाहता बोस्क्वे नक्कीच त्याचं जहाज रीफच्या आत आणून मग हल्ला चढवेल, असा विचार त्याच्या मनात आला. हंटरची जहाजं उथळ पाण्यात होती. ती बुडवल्यानंतर त्यांच्यावरचा खजिना पाणबुड्यांचा वापर करून सहज हस्तगत करता येणार होता.

हंटरने एन्डर्सला बोलावणं पाठवलं. तो आल्यानंतर त्याने सर्व स्पॅनिश कैद्यांवर नजर ठेवून त्यांना नीट बंद करून ठेवायचा हुकूम दिला. मग त्याने प्रत्येक धडधाकट प्रायव्हटीरला मस्केट घेऊन ताबडतोब किनाऱ्यावर उतरण्याची आज्ञा फर्मावली.

पहाटेचा प्रकाश मंदपणाने मंकी बेवर पसरत असताना वारा अगदी सौम्य होता. आकाशात ढगांचे तुरळक पुंजके दिसत होते. उगवणाऱ्या सूर्याच्या प्रकाशात ते गुलाबी रंगाने उजळून निघाले होते. स्पॅनिश लढाऊ जहाजावरच्या खलाशांनी काहीशा आळसात सकाळची कामं करायला सुरुवात केली होती. आता सूर्य चांगला वर आल्यानंतर नांगर उचलून निघायचा हुकूम सैनिकांना देण्यात आला होता. जहाज नांगर उचलून निघायच्या तयारीत असतानाच अचानक जहाजाच्या दोन्ही बाजूंच्या किनाऱ्यांवरून प्रायव्हटीर्सनी बंदुकीच्या फैरी झाडायला सुरुवात केली.

स्पॅनिश लढाऊ जहाजावरच्या लोकांना हे सर्वस्वी अनपेक्षित होतं. बघताबघता दोन्ही नांगर उचलण्यासाठी पुढे झालेले लोक जागीच ठार झाले. डेकवर दिसणारे अधिकारी आणि शिडांजवळ असणारे लोकही हंटरच्या प्रायव्हटीर्सनी टिपून काढले होते.

अचानक हंटरने मारा थांबवला. तो दुर्बिणीमधून स्पॅनिश लढाऊ जहाजाकडे समाधानाने बघत होता. जरा वेळाने शिडांजवळ इतर माणसं आली. त्यांनी चाकं फिरवून शिडं उभारायला सुरुवात केलेली दिसली. सुरुवातीला त्यांच्या हालचाली सावध होत्या. पण बराच वेळ बंदुकींचा मारा झाला नाही, हे पाहून ते जास्त धाडसाने वावरू लागले.

हंटर वाट पाहत थांबला होता. मस्केट प्रकारच्या बंदुका फारशा नेम धरण्याजोग्या नव्हत्या, हे खरं. पण प्रायव्हटीर हा पेशा असणारे हंटरचे लोक निष्णात नेमबाज होते. जहाज हलत असतानाही ते अचूक मारा करण्यात पटाईत होते. इथे तर किनाऱ्यावर एका जागी उभं राहून जहाजावरच्या सैनिकांना टिपून काढणं हा तर त्यांच्या दृष्टीने पोरखेळ होता.

पुन्हा नांगर उचलण्यासाठी तयारी सुरू होताच हंटरने फैर झाडायचा हुकूम सोडला. या खेपेसही परिणाम तसाच झाला. मग पुन्हा हंटरने बंदुका गप्प ठेवायचा हुकूम दिला.

आता बोस्क्वेला आपण कोणती जोखीम पत्करतो आहोत, याची जाणीव झाली असावी. आता हंटरला भराभरा काही हुकूम सोडले गेल्याचं दिसलं. मुख्य नांगराची साखळी तोडली गेल्याचं त्याच्या लक्षात आलं, कारण नांगर धप्प्ऽऽ

आवाज करत पाण्यात पडला होता. पाठोपाठ नाळेजवळचे नांगरही तोडून टाकले गेले आणि जहाज हळूहळू रीफच्या किनाऱ्यापासून दूर सरकू लागलं.

मस्केट बंदुकांच्या टप्प्याच्या बाहेर गेल्यानंतर डेकवर पुन्हा माणसं दिसू लागली. शिडं गुंडाळण्याचं काम सुरू झालं होतं. जहाज वळतंय का, ते हंटर बघत होता. पण ते किनाऱ्याकडे वळलं नाही, उलट ते मुखाच्या पुढे साधारण शंभर यार्ड अंतरावर जाऊन थांबलं. आणखी काही नांगर सोडण्यात आले आणि जहाज लाटांवर हळूहळू झुलत उभं राहिलं.

"हं... तर हे असं आहे म्हणायचं," एन्डर्स म्हणाला, "तो आत येणार नाही आणि आपण बाहेर पडू शकणार नाही."

दुपारी उन्हाचा तडाखा वाढला. वारा साफ पडला असल्याने उकाडा वाढत चालला होता. तापणाऱ्या डेकवर फेऱ्या घालत हंटर या विलक्षण परिस्थितीवर विचार करत होता. शंभर वर्षांत कोणी जे केलं नव्हतं ते त्याने करून दाखवलं होतं. त्याने धाडसाने मोठी लूट मिळवली होती खरी, पण एका स्पॅनिश लढाऊ जहाजामुळे तो अवघड जागी अडकून पडला होता.

हंटरच्या दृष्टीने ही फार कसोटीची वेळ होती. कारण त्याच्याबरोबर आलेले प्रायव्हटीर्स अस्वस्थ झाले होते. ते त्यांचा कॅप्टन काहीतरी मार्ग काढेल अशा आशेने पाहत होते. पण हंटरकडे काहीच मार्ग शिल्लक नव्हता. कोणीतरी रमची बाटली फोडली आणि मग सगळेच दारू पिऊन झिंगले. त्यामधून वाद सुरू झाले आणि त्यामधून एक द्वंद्वही उद्भवलं. एन्डर्सने वेळीच हस्तक्षेप केला म्हणून पुढचा अनर्थ टळला. जर कोणी मारामारीत दुसऱ्याचा जीव घेतला तर हंटर स्वत: त्याला ठार करेल, असं हंटरने बजावलं. त्याला त्याची सगळी माणसं नीट राहायला हवी होती. पोर्ट रॉयलला गेल्यानंतर ही सगळी भांडणं सोडवावीत, असं त्याचं म्हणणं होतं.

"लोक कितपत ऐकतील ते सांगता येत नाही." एन्डर्स म्हणाला.

"ऐकतील," हंटर म्हणाला,

तो मुख्य डोलकाठीजवळ उभा होता. जवळच लेडी सारा उभी होती.

खालच्या डेकवर पिस्तुलाचा एक बार उडाल्याचा आवाज आला.

"हा आवाज कसला?" लेडी साराने एकदम चमकून विचारलं.

"xxxx" हंटरने शिवी हासडली.

काही मिनिटांनंतर बस्सा एका खलाशाला पकडून वर घेऊन आला. तो खलाशी बस्साच्या पकडीतून निसटण्याचा आटोकाट प्रयत्न करत होता. पाठोपाठ एन्डर्स येताना दिसला. हंटरने बस्साच्या पकडीत असलेल्या खलाशाकडे पाहिलं. पंचवीस वर्षं वयाच्या या दणकट माणसाचं नाव लॉकवूड होतं. हंटर त्याला पुसटसा ओळखत होता.

"विंग्ड पार्किन्सच्या कानशिलात... हे वापरून..." एन्डर्सने हंटरच्या हातात पिस्तूल दिलं.

आता खलाशी वरच्या डेकवर जमा होऊ लागले होते. ते गप्प राहून बघत होते. हंटरने पट्ट्यामधून पिस्तूल काढलं आणि ते भरलेलं असल्याची खात्री करून घेतली.

"आता काय करणार आहेस तू?" साराने विचारलं.

"याचा तुमच्याशी काही संबंध नाही."

"पण...."

"दुसरीकडे पाहा," असं म्हणत हंटरने पिस्तुलाचा नेम धरला.

बस्साने त्या खलाशाला मोकळं केलं. मान खाली झुकवून तो झिंगलेला खलाशी उभा राहिला.

हंटरने त्याच्याकडे प्रश्नार्थक नजरेने पाहिलं.

"तो मला वेडंवाकडं बोलला."

हंटरने त्याचं वाक्य संपताच गोळी झाडली. त्याच्या मेंदूच्या चिंधड्या उडाला.

"ओ गॉड!" लेडी सारा उद्गारली.

"त्याला फेकून दे."

बस्साने हंटरच्या हुकुमाची अमंलबजावणी केली. त्याने त्या माणसाला फरफटत नेलं आणि बाहेर फेकून दिलं. पाण्यात धप्प्ऽऽ असा आवाज झाला.

हंटरने सगळ्यांकडे नजर फिरवली, "तुम्हाला नवीन कॅप्टन निवडायचा आहे का?"

एकमेकांशी काहीतरी पुटपुटत सगळे जण वळून निघून गेले. कोणीही बोलायचं धाडस केलं नाही. बघता-बघता डेक मोकळं झालं.

हंटरने साराकडे पाहिलं. ती काही बोलली नाही. तिच्या डोळ्यांमध्ये तिरस्कार स्पष्ट दिसत होता.

"हे लोक टणक आहेत," हंटर म्हणाला, "आम्ही सर्वांनी ठरवलेल्या नियमांनुसार जगायचं त्यांनी मान्य केलेलं आहे. नियम पाळलेच पाहिजेत."

सारा काही बोलली नाही. तिने फक्त मान वळवली आणि ती निघून गेली. हंटरने एन्डर्सकडे पाहिलं. त्याने फक्त खांदे उडवले.

संध्याकाळी टेहळ्यांनी सांगितलं की, स्पॅनिश लढाऊ जहाजावर पुन्हा नव्यानं काही हालचाल सुरू झाली आहे. समुद्राच्या बाजूला सगळ्या होड्या खाली सोडण्यात आल्या होत्या. त्या बहुधा जहाजाला बांधून ठेवल्या असाव्यात. कारण

त्यामधली एकही किनाऱ्याच्या बाजूला आली नाही. जहाजाच्या डेकवरून बराच धूर येताना दिसला. पण त्याचं कारण कळलं नाही.

संध्याकाळ झाल्यानंतर हवा जरा थंड झाली. हंटर एल त्रिनिदादवरच्या तोफांच्या जवळून येरझाऱ्या घालत होता. त्याने एका नळीला हात लावला. दिवसभर तापलेली पितळी नळी अजून हाताला गरम लागत होती. प्रत्येक तोफेच्या बाजूला लागणारी दारू, ठासणीचे दांडे, गोळे, दारूच्या पिशवीला भोक पाडायचे टोचे वगैरे वस्तू व्यवस्थित मांडून ठेवलेल्या हंटरला दिसल्या. तोफा उडवायची सगळी जय्यत तयारी होती. फक्त त्या उडवण्यासाठी हंटरजवळ माणसं नव्हती. म्हणजे तोफा असून-नसून सारख्याच होत्या.

''तू विचारात गढलेला दिसतोस.''

हंटरने वळून पाहिलं. तो दचकला होता. लेडी सारा तिथं उभी होती. तिने अंगावर घातलेले कपडे जवळजवळ अंतर्वस्त्रांसारखे दिसत होते.

''इतक्या सगळ्या पुरुषांमध्ये असताना हा असा पोशाख करणं योग्य नाही.''

''फार गरम होतंय. त्यामुळे झोप येत नव्हती. शिवाय आज मी जे काही पाहिलं....''

''तुम्हाला त्यामुळे त्रास झाला का?''

''मी हा असा जंगलीपणा कधी पाहिला नव्हता. राजा चार्ल्स देखील एवढी मनमानी करणारा निष्ठुर नाही.''

''चार्ल्सची गोष्ट वेगळी आहे. त्याच्याजवळ मजा करायला बरंच काही आहे.''

''तू जाणूनबुजून विषय टाळतो आहेस,'' सारा म्हणाली.

अंधार असूनही तिच्या डोळ्यांची धग हंटरला जाणवली.

''मादाम... या समाजात –''

''समाज? तू याला समाज म्हणतोस?'' साराने डेकवर झोपलेल्या माणसांकडे हात दाखवला, ''याला समाज म्हणायचं का?''

''अर्थातच.'' हंटर म्हणाला, ''जिथे कुठे पुरुष जमतात तिथे वागण्याचे काही नियम असतातच. या माणसांचे नियम वेगळे आहेत. चार्ल्सचा किंवा लुईचा दरबार किंवा अगदी माझा जन्म ज्या मॅसॅच्युसेट्स वसाहतीत झाला त्यापेक्षा अगदी निराळे. पण अखेर इथे नियम आहेत आणि ते मोडले तर त्याची शिक्षाही मिळणारच.''

''तू तर तत्त्वज्ञच वाटतो आहेस.'' सारा उपहासाने म्हणाली.

''मी मला जे माहीत आहे तेच बोलतोय;'' हंटर म्हणाला, ''जर चार्ल्स राजाच्या दरबारात कोणी मान झुकवली नाहीतर त्याचं काय होईल?''

साराने नाकाने फुरफुर असा आवाज केला. तिला हंटरच्या बोलण्याची दिशा

कळत होती.

"इथे तेच होतं", हंटर म्हणाला, "हे लोक उग्र आणि खुनशी प्रवृत्तीचे आहेत. मला जर त्यांच्यावर हुकूम चालवायचा असेल तर त्यांनी माझं ऐकलंच पाहिजे. माझी सत्ता सर्वंकष आहे, हे त्यांना कळायलाच हवं. तरच त्यांना माझ्याबद्दल आदर वाटेल."

"तू एखाद्या राजासारखा बोलतो आहेस."

"या ठिकाणी कॅप्टनचं स्थान राजासारखंच आहे."

सारा अंधारात हंटरच्या जवळ सरकली, "आणि तू एखाद्या राजाप्रमाणेच मौजमजा करतोस की नाही?"

हंटरला काही कळायच्या आत साराचे हात त्याच्या गळ्यात पडले होते आणि तिचे ओठ त्याच्या ओठांना आवेगाने भिडले होते. काही वेळाने ती दूर झाली.

"मला भीती वाटते. इथे सगळंच फार चमत्कारिक आहे."

"मादाम..." हंटर म्हणाला, "तुम्हाला माझे स्नेही आणि तुमचे अंकल, सर जेम्स अलमॉन्ट, यांच्याकडे सुखरूप पोहोचवणं ही माझी जबाबदारी आहे."

"इतकं दांभिक व्हायचं काही कारण नाही. तू प्युरिटन आहेस की काय?"

"आहे. पण फक्त जन्माने," असं म्हणून हंटरने तिचं चुंबन घेतलं.

"कदाचित मी नंतर तुला भेटेन."

"कदाचित... होय."

सारा डेकवरून खाली निघून गेली. अंधारातच तिने हंटरकडे कटाक्ष टाकला. हंटर एका तोफेला टेकून उभा राहून पाहत होता.

"चांगली चटकदार असणार ती. होय ना?"

हंटरने चमकून वळून पाहिलं. एन्डर्स दात काढत त्याच्याकडे बघत होता. "या चांगल्या घरातल्या बायका जरा रेषा ओलांडली की, लगेच खाजऱ्या होतात की काय?"

"तसं दिसतंय खरं."

एन्डर्सने तोफांच्या रांगेकडे पाहिलं आणि त्यांच्यातल्या एकीच्या नळीवर थाप मारली.

"हे फार वाईट आहे. होय ना? या एवढ्या सुरेख तोफा आहेत, पण आपण त्या वापरू शकत नाही."

"तू जरा थोडी झोप घेतलेली बरी," हंटर विषय तिथेच संपवत म्हणाला आणि निघून गेला.

हंटरने विषय जरी तोडला असला तरी एन्डर्स म्हणतोय ते खरं आहे, हे त्याला समजत होतं. तोफांचा विचार मनात येताच हंटर साराला विसरून गेला. तो

पुन्हापुन्हा मनोमन उजळणी करून पाहत होता. या तोफा वापरता येतील, असं त्याला सारखं वाटत होतं. पण कशा? आपण काहीतरी विसरतोय, असं त्याला राहून-राहून जाणवत होतं.

त्याच्या मनात पुन्हा साराचा विचार आला. तिला आपण रानटी वाटलो यापेक्षाही प्युरिटन वाटलो, याची त्याला गंमत वाटली. तो अंधारात स्वत:शी हसला. खरंतर हंटर चांगला शिकलेला होता. त्या काळात ज्ञानाचे जे सगळे प्रकार मानले जात होते, त्यांचं शिक्षण त्याने घेतलं होतं. त्याने इतिहास, लॅटिन, ग्रीक, तत्त्वज्ञान, धर्म आणि संगीत या सगळ्याचे धडे गिरवले होते. पण त्याला यामधलं काहीच मनापासून आवडलं नव्हतं.

पहिल्यापासूनच हंटरला फार पूर्वी मरून गेलेल्या कोणाचीतरी मतं शिकण्यापेक्षा प्रत्यक्ष मिळवलेल्या ज्ञानात जास्त रस होता. ॲरिस्टॉटलला माहीत होतं, त्याच्यापेक्षा जग कितीतरी मोठं आहे, हे प्रत्येक शाळकरी मुलाला ठाऊक होतं. त्याचा जन्म झाला होता, तो भाग कुठं ग्रीकांना ठाऊक होता.

हंटर अंधारात तोफांच्या जवळून येरझाऱ्या घालत असताना त्याच्या नजरेस एका तोफेवर लिहिलेली अक्षरं दिसली.

"सेम्पेर विनसिट"

हंटरने नळीवर कोरलेल्या या अक्षरांवर हात फिरवून पाहिला. जणू ही अक्षरं त्याला वेडावून दाखवत होती.

"सेम्पेर विनसिट"

हंटरने पुन्हा एकदा या लॅटिन अक्षरांवर हात फिरवला.

"विजयी होणारी," हा त्या अक्षरांचा अर्थ जाणवून हंटर किंचित हसला. हा केवढा मोठा दैवदुर्विलास होता. ही तोफ विजयी करणं शक्य नव्हतं. तसं करायला माणसंच नव्हती.

अचानक एका खलाशाच्या ओरडण्यानं हंटरची तंद्री मोडली.

"आग! आग!"

२१

हंटर अगदी वेळेवर पुढच्या भागात धावत पोहोचला म्हणून त्याला एल त्रिनिदादच्या दिशेने येणाऱ्या सहा होड्या दिसल्या. स्पॅनिश लोकांनी लढाऊ जहाजावरच्या होड्यांना पेटवून दिलं होतं. या जळत्या होड्यांचा भगभगीत प्रकाश पाण्यावर पसरला होता. त्या एल त्रिनिदादच्या दिशेने पुढे सरकत होत्या.

हंटर मनोमन स्वत:वर चडफडत होता. लढाऊ जहाजावरून येणाऱ्या धुराचा अर्थ खरंतर त्याला कळायला हवा होता. पण त्या क्षणी आणखी विचार करत बसायला सवड नव्हती. हंटरचे खलाशी अगोदरच एल त्रिनिदादवरच्या होड्यांमध्ये उड्या टाकायला लागलेले त्याला दिसले. पहिली होडी सोडली गेली. ती जळत्या होड्यांच्या दिशेने वेगाने निघाली.

हंटर गर्रकन वळला, "आपले टेहळ्ये कुठे आहेत? हे झालंच कसं?" हंटरने एन्डर्सला दरडावून विचारलं.

एन्डर्सने नकारार्थी मान हलवली.

"मला माहीत नाही. वाळूच्या दांड्याजवळ आणि पलीकडच्या किनाऱ्यावर आपला पहारा ठेवला होता."

"डॅम!"

बहुधा पहाऱ्यावर ठेवलेल्या खलाशांना गुंगी आली होती. कदाचित अंधाराचा फायदा घेऊन स्पॅनिश लोक पोहून तिथे आले असावेत आणि त्यांनी अचानक हल्ला करून त्यांना ठार मारलं असल्याचीही शक्यता होती.

हंटरच्या माणसांची पहिली होडी आता त्या जळत्या होड्यांजवळ पोहोचली होती. त्यातल्या खलाशांनी आग विझवायला सुरुवातही केली होती. हातातल्या

वल्ह्यांनी खलाशी आग त्यांच्यापासून दूर ठेवण्याचा प्रयत्न करत होते. एका खलाशाच्या कपड्यांनी पेट घेतल्यावर त्याने पाण्यात उडी मारलेली दिसली.

हंटर आता एका होडीत उडी टाकून बसला. होडी वल्हवली जात असताना सगळे जण मुद्दाम पाण्यात भिजले. जळत्या होड्यांकडे जात असताना हंटरने वळून पाहिलं. कॅसान्ड्रावरून एका होडीत उतरून सॅन्सनही आगीचा सामना करण्यासाठी येताना त्याला दिसला.

''पाठ मोडून काम करा!'' हंटरने ओरडून सगळ्यांना प्रोत्साहन दिलं आणि तो आगीशी झुंजण्यासाठी पुढे झाला. पन्नास यार्ड अंतरावर असूनही आगीची धग चांगलीच जाणवत होती. ज्वाळा उंचउंच लवलवत होत्या.

पुढचा तासभर भयंकर होता. पण अखेर हंटरच्या लोकांनी एकेक करून होड्या विझवल्या. काही होड्या त्यांनी अडवून ठेवल्या आणि आग कमी होऊन त्या बुडेपर्यंत ते काळजीपूर्वक पाहत होते.

हंटर जहाजावर परतला तेव्हा काजळीमुळे सगळा काळा झाला होता आणि कपडे फाटले होते. जहाजात परतताच तो अतिश्रमांमुळे जागीच झोपी गेला.

दुसऱ्या सकाळी एन्डर्सने हंटरला उठवलं. सॅन्सन आला असून एल त्रिनिदादवर खालच्या सामानात त्याला काहीतरी सापडलंय, असं सांगितलं.

हंटरने कपडे सावरले आणि तो चार डेक उतरून एल त्रिनिदादच्या तळाशी आला. खालच्या डेकवर वरून पडणाऱ्या शेणामुताची घाण येत होती. तिथे त्याला सॅन्सन दात काढत उभा असलेला दिसला.

''मला अचानक सापडलं, मी याचं श्रेय घेणार नाही,'' सॅन्सन म्हणाला, ''ये आणि पाहा.''

सॅन्सनने त्याला एक अरुंद बोळकांडीतून आत नेलं. तिथे त्याला काही दगड ठेवलेले दिसले. तोल सांभाळण्यासाठी ते ठेवलेले असतील, असं त्याला वाटलं. पण मग नीट निरखून पाहिल्यावर त्यांचे आकार नियमित असल्याचं त्याच्या लक्षात आलं.

ते तोफगोळे होते.

हंटरने एक उचलला. पाण्यात राहिल्याने तो लोखंडी गोळा बुळबुळीत झाला होता.

''पाच पौंड तरी असेल.'' सॅन्सन म्हणाला, ''पण हा उडवण्यासाठी आपल्याजवळ काहीही नाही.''

सॅन्सन अजून हसतच होता. त्याने हंटरला आणखी पुढे नेलं. मशालीच्या

फरफरत्या प्रकाशात त्याने हंटरचं लक्ष आणखी एका आकाराकडे वेधलं. पाण्यात अर्धवट बुडालेली ही वस्तू काय आहे, ते त्याला लगेच कळलं.

ती एक 'सेकर' होती. छोट्या आकाराची जुन्या पद्धतीची तोफ. साधारण तीस वर्षांपूर्वी या तोफा वापरणं थांबलं होतं. त्यांची जागा नव्या प्रकारच्या मोठ्या तोफांनी घेतली होती.

हंटरने वाकून पाण्यात बुडालेल्या सेकरच्या नळीवर हात फिरवला, "पण ती उडवता येईल का?"

"ही पितळी आहे," सॅन्सन म्हणाला, "ज्यू म्हणतोय की, ती उडू शकते." हंटरने नळीवर थोपटून पाहिलं. पितळी असल्याने ती फारशी गंजलेली नाही, हे त्याच्या लक्षात आलं. त्याने सॅन्सनकडे पाहिलं, "ठीक आहे. तर मग आपण डॉनला त्यांचीच चव घ्यायला लावू."

सेकर ही तोफ जरी छोटी असली तरी तिची नळी चांगली सात फूट लांब आणि ओतीव पितळी असल्याने वजन सोळाशे पौंडाच्या आसपास होतं. या तोफेला खालच्या डेकवरून वरच्या डेकवर आणण्यात सगळी सकाळ खर्ची पडली. मग अतिशय कष्टाने ती खाली तयारीत असलेल्या होडीवर उतरवण्यात आली.

रणरणत्या उन्हात सेकर होडीत उतरवणं हा फार कष्टाचा अनुभव होता. एन्डर्सचा तर ओरडून-ओरडून घसा बसायची वेळ आली. पण अखेर ती तोफ अगदी सफाईने होडीत ठेवण्यात यश आलं. तोफेचं वजन खरोखरच जास्त होतं. होडी पाण्यापासून अवघ्या काही इंचावर तरंगू लागली. तरीही तोफ मात्र व्यवस्थित जागच्याजागी स्थिर राहत होती.

हळूहळू डगमग-डगमग करत होडी किनाऱ्यावर पोहोचली. तिथे तीस जणांनी जीव खाऊन ती तोफ किनाऱ्यावर उतरवली आणि ओंडक्यावर घालून एक एक फूट खेचत झाडीझुडपांपाशी आणली. तिथून ती शंभर फूट उंच असणाऱ्या टेकडीच्या माथ्यावर न्यायची होती. खारफुटीच्या झुडपांमधून आणि पाम झाडांमधून जवळ कप्प्या नसताना ती तोफ खेचत वर नेणं हे एक विलक्षण दिव्य होतं. पण हंटरच्या माणसांनी पाठ मोडून राबत ते पार पाडलं.

इतर लोकही प्रचंड अंगमेहनत करतच होते. ज्यूने पाच जणांना मदतीला घेऊन लोखंडी गोळ्यांवरचा गंज खरवडून काढला. त्याने बंदुकीची दारू भरून तोफेत ठासायच्या पिशव्या तयार केल्या. दरम्यान सुतारकामात तरबेज असणाऱ्या मूरने तोफेसाठी गाडा बनवला. संध्याकाळ व्हायच्या आत तोफ टेकडीवर स्पॅनिश लढाऊ जहाजाच्या दिशेने तोंड करून मारा करायला सज्ज झाली होती.

अंधार पडल्यानंतर हंटरने काही वेळ जाऊ दिला. मग त्याने मारा सुरू

करायचा हुकूम सोडला. पहिला गोळा स्पॅनिश जहाजाच्या जवळ पाण्यात पडला. पण दुसरा आणि तिसरा गोळा मात्र अचूक डागला गेला होता. त्यांनी लक्ष्याचा नेमका वेध घेतलेला दिसला. त्यानंतर अंधार वाढल्याने नेमकं काय होतंय, ते दिसत नव्हतं. पुढचा तासभर हंटरची तोफ सतत गोळे डागत होती. अखेर तासाभराने हंटरला स्पॅनिश जहाजाची पांढरी शिडं उभारली जात आहेत, हे दिसलं.

"तो पळून जातोय!" एन्डर्स ओरडला.

हंटरच्या लोकांनी आनंदाने जल्लोष केला आणि तोफेचा मारा तसाच चालू ठेवला. स्पॅनिश जहाज आता मागे सरकलं होतं आणि ते निघून जात होतं. अंधारात त्याचा आकार जराही दिसत नसला तरी हंटरच्या माणसांनी मारा सुरूच ठेवला होता. रात्रभर सेकरचा धडाका सुरूच राहिला.

पहाटे जरा दिसू लागताच हंटरने डोळे ताणून स्पॅनिश लढाऊ जहाजाकडे पाहिलं. ते किनाऱ्यापासून दूर पाव मैल आणखी मागे जाऊन नांगर टाकून उभं होतं. सूर्य उगवला, पण तो जहाजाच्या मागे असल्याने नेमकं नुकसान काय झालं आहे, ते त्यांना कळू शकलं नाही.

नीट दिसायला लागल्यानंतर हंटरला जे पहिलं दृश्य दिसलं. ते पाहून तो खिन्न झाला. नांगर टाकून उभ्या असलेल्या त्या जहाजाकडे नुसतं बघताच त्याला त्याचं फारसं नुकसान झालेलं नाही, हे जाणवलं. इतकंच नाही तर कुठेही धडक न होता ते रीफच्या बाहेर सुखरूपपणे पडलंही होतं. एका शिडाची वरची दांडी मोडून लोंबकळत होती आणि नाळेच्या काही भागाच्या चिरफाळ्या उडाल्या होत्या. पण हे नुकसान अगदीच मामुली स्वरुपाचं होतं. हंटर स्पॅनिश जहाजाची पाण्यावरची हालचाल आणखी थोडावेळ बघत होता.

"गॉड्स ब्लड!"

हंटरच्या बाजूला उभ्या असलेल्या एन्डर्सने ती पाहिली होती, "लांबकुळी लाट आहे."

"पण वारा मात्र फार जोराचा नाही."

"होय, पण तो एखाद-दुसरा दिवस राहील."

हंटर हळूहळू फुगत जाणाऱ्या लाटेकडे बघत होता. पाण्याचा हा फुगवटा स्पॅनिश लढाऊ जहाजावर आदळत असल्याने नांगर टाकून बसलेलं ते जहाज जागीच वरखाली होत होतं.

"कुठून येतंय ते?"

"या दिवसांमध्ये ते दक्षिणेकडून असावं. अगदी थेट दक्षिणेकडून," एन्डर्सने त्याचा अंदाज सांगितला.

त्या महिन्यांमध्ये प्रचंड चक्रीवादळं येतात, हे त्यांना माहीत होते. ते दोघं

अनुभवी खलाशी असल्याने त्यांना भयंकर वादळांच्या आगमनाची सगळी चिन्हं अगोदरच कळत असत. त्यांना दोन दिवस अगोदरच वादळांचा अंदाज करता येत असे. पाण्यावर आलेल्या फुगवट्यामुळे अगदी शंभर मैल अंतरावर देखील पाण्याच्या पृष्ठभागात फरक पडत असे.

हंटरने आकाशाकडे पाहिलं. आकाशात अजूनही ढग नव्हते.

"तुझ्यामते किती वेळ हाताशी आहे?"

एन्डर्सने मान डोलावली.

"लवकरात लवकर म्हणजे उद्या रात्रीपर्यंत."

"डॅम!" हंटर म्हणाला.

पिंजऱ्यात अडकल्याप्रमाणे तो येरझाऱ्या घालू लागला. त्या वेळी त्याची मन:स्थिती अतिशय खराब होती आणि कोणाशी बोलायची त्याला अजिबात इच्छा नव्हती. पण लेडी साराने दुर्दैवाने त्याच्याशी त्याचवेळी बोलायचं ठरवलं. तिने किनाऱ्यावर जाण्यासाठी होडी आणि माणसांची मागणी केली.

"कशासाठी?" हंटर तुटकपणे म्हणाला.

आदल्या रात्री आपण तिच्या केबिनमध्ये गेलो नाही, याबद्दल तिनं अवाक्षरही काढलं नाही, हे त्याला मनोमन डाचत होतं.

"कशासाठी म्हणजे? मला खाण्यासाठी भाजीपाला आणि फळं गोळा करायला. मला खाण्याजोगं इथे फारसं काही नाही."

"तुमची विनंती अशक्य आहे." हंटर असं म्हणून मागे वळला.

"कॅप्टन!" सारा पाय आपटत म्हणाली. "मी हे सांगितलंच पाहिजे की, माझ्या दृष्टीने हे फार महत्त्वाचं आहे. मी शाकाहारी आहे."

"मादाम." हंटर पुन्हा साराकडे वळला, "तुमच्या विक्षिप्त तऱ्हेवाईक मागण्या पुरवण्यासाठी माझ्याजवळ वेळही नाही आणि तेवढा सोशिकपणाही नाही."

"विक्षिप्त तऱ्हेवाईक मागण्या?"

साराचा चेहरा लाल झाला.

"मी हे तुला सांगतेच आता. टॉलेमीपासून ते लिओनार्दो दा विंचीपर्यंत इतिहासातल्या अनेक मोठ्या व्यक्ती शाकाहारी होत्या. मी आणखी हे देखील सांगते की, तू अतिशय आडमुठा आणि गावरान आहेस."

हंटरला आता राग आला.

तो उसळून म्हणाला, "मादाम! तुमच्या ऐतिहासिक अडाणीपणाच्या भरात तुमच्या हे लक्षात आलेलं दिसत नाही की, समुद्र बदलला आहे."

सारा गप्प बसली. तिला समुद्राला येणारा हलका फुगवटा दिसत होता.

ती हंटरला म्हणाली, "पण तुझ्या या एवढ्या मोठ्या जहाजाच्या दृष्टीने ह्या

लाटा तर नगण्यच आहेत ना?''

''आहेत. पण थोड्या वेळापुरत्या.''

''पण आभाळही निरभ्र आहे.''

''थोड्या वेळापुरतं.''

''कॅप्टन, मी काही खलाशी नाही.''

''मादाम, पाण्याचा हा फुगवटा वरवर जरी हलका असला तरी पाणी खोलापासून हलतंय. दोन दिवसांच्या आत आपण चक्रीवादळात सापडू. समजतंय का?''

''चक्रीवादळ हे एक भीषण वादळ असतं,'' सारा धडा पाठ केल्याप्रमाणे म्हणाली.

''भीषण वादळ! जर हे वादळ आपल्याला धडकलं आणि दुर्दैवानं आपण याच ठिकाणी असलो तर आपला अक्षरशः चेंदामेंदा होईल. हे लक्षात येतंय का?''

हंटरने संतापाने साराकडे नजर टाकली आणि सत्य परिस्थिती त्याच्या तत्काळ लक्षात आली. साराला खरोखरच काही माहीत नव्हतं, हे तिच्या चेहऱ्याकडे बघून कळत होतं. तिला चक्रीवादळाचा अनुभव नव्हता. ते वादळापेक्षा थोडं जास्त भयंकर असणार, एवढीच तिची समजूत होती. हंटर पुन्हा तिच्याकडे वळला.

''मला माफ करा...'' हंटर साराला समजावणीच्या स्वरात म्हणाला, ''तिकडे जाऊन एन्डर्सपाशी सांगा. तो तुमच्यासाठी आवश्यक ती व्यवस्था करून देईल. म्हणजे मग तुम्हाला टॉलेमीपासून ते दा विंची यांच्यापर्यंतची महान परंपरा पुढे चालू ठेवता येईल.''

''कॅप्टन....''

हंटर दूरवर शून्य नजरेने पाहत होता.

''कॅप्टन... तू ठीक आहेस ना?''

हंटरने तिला उत्तर दिलं नाही. तो एकदम तिथून निघून गेला.

जाताना तो ओरडला, ''डॉन दिएगो! डॉन दिएगोला ताबडतोब शोधून आणा!''

डॉन दिएगो हंटरच्या केबिनमध्ये आला, तेव्हा हंटर त्याला घाईघाईने कागदांवर काही रेखाटनं करत असल्याचं दिसलं. टेबलावर अनेक कागद पसरले होते.

''याचा उपयोग होईल की नाही कोण जाणे,'' हंटर म्हणाला, ''मी फक्त त्याबद्दल ऐकलं आहे. दा विंचीने सुचवलं असलं तरी त्याच्याकडे कोणी फारसं लक्ष दिलं नव्हतं.''

''सैनिकांना कलाकारांशी काही देणंघेणं नसतं,'' डॉन दिएगो म्हणाला.

''ते शहाणपणाचं म्हणता येणार नाही,'' हंटर त्याच्याकडे जळजळीत नजरेने बघत होता.

डॉन दिएगोने टेबलावर पसरलेल्या कागदांकडे पाहिलं. त्यांच्यावर जहाजाच्या

निरनिराळ्या आकृत्या होत्या.

"कल्पना अगदी साधी आहे," हंटर म्हणाला, "हे बघ. सर्वसाधारणपणे प्रत्येक तोफेसाठी एक मुख्य गोलंदाज असतो. ती तोफ उडवणं एवढीच जबाबदारी त्याच्यावर असते."

"होय...."

"तोफेत दारू ठासून झाली की, मुख्य गोलंदाज नळीच्या जवळ उभा राहून लक्ष्याकडे बघतो. मग तो लक्ष्यावर अचूक मारा करण्यासाठी सर्वांत योग्य असा कोन कोणता ते ठरवून त्याच्या माणसांना तसं करण्यासाठी हुकूम सोडतो."

"बरोबर..." डॉन दिएगो म्हणाला.

त्याने प्रत्यक्षात कधी तोफ कशी उडवतात हे पाहिलं नसलं तरी त्याला सर्वसाधारण कल्पना होती. प्रत्येक तोफेचा गोलंदाज स्वतंत्र असतो आणि ती तोफ किती अचूक मारा करेल, हे त्या गोलंदाजाच्या कौशल्यावर अवलंबून असतं.

"हं, आता हे पाहा," असं म्हणून हंटरने कागदावर रेघा मारल्या, "समांतर मारा करणं ही नेहमीची पद्धत आहे. प्रत्येक गोलंदाज त्याच्या-त्याच्या परीने अंदाज बांधून मारा करत राहतो. पण प्रत्येक वेळी गोळा लक्ष्यावर पडतोच असं नाही. परंतु जर दोन जहाजं एकमेकांच्या अगदी जवळ आली तर अशी परिस्थिती होते की, प्रत्येक गोळा जहाजावर कुठे ना कुठे आदळतोच. हे केव्हा होईल तर दोन्ही जहाजं एकमेकांपासून पाचशे यार्डांच्या आत येतील तेव्हा. बरोबर?"

डॉन दिएगोने हळूहळू मान डोलावली.

"आता दा विंचीने काय सुचवलं होतं ते पाहा." असं म्हणून हंटरने आणखी एक आकृती काढली आणि जहाजापासून निघणाऱ्या अनेक रेषा काढल्या. त्या एकाच जागी एकत्र येत होत्या.

"बघितलंस? अगोदरच ठरवून तोफांचा मारा एकाच लक्ष्यावर करायचा. सगळे गोळे एकाच जागी पडून मोठं नुकसान होईल."

"होय किंवा सगळे गोळे लक्ष्य चुकल्याने पाण्यात एकाच जागी पडतील. किंवा सगळे गोळे तुलनेने कमी महत्त्वाच्या जागी पडतील. तुझ्या या योजनेचा फारसा उपयोग होईल, असं मला तरी वाटत नाही."

"होईल. कसा ते पाहा," हंटर कागदावर एका जागी बोटांनी टकटक करत म्हणाला, "जर तोफांचा कोन अगोदरच ठरवलेला असेल तर एक तोफ एकच माणूस उडवू शकेल किंवा एकाच माणसाला दोन तोफा उडवता येतील."

माणसं कमी आहेत याची डॉन दिएगोला कल्पना होती, "ते ठीकच आहे." पण मग त्याच्या चेहऱ्यावर आठ्या पडल्या. "पण पहिली फैर झडल्यानंतर काय?"

"पहिली फैर झडल्यानंतर सगळ्यांनाच एकत्र करता येईल. ते सगळे जण मग

एकामागोमाग एक तोफा भरतील आणि उडवतील. जर लोकांना प्रशिक्षण दिलं तर मी पुढची फैर दहा मिनिटांच्या आत झाडू शकतो.''

''पण दरम्यान दुसऱ्या जहाजाची जागा बदललेली असेल.''

''होय. पण ते आता आणखी जवळ आलं असेल आणि त्यामुळे गोळे जरा इकडे-तिकडे पडतील खरे, पण ते जहाजावरच पडतील.''

''आणि दुसरी फैर झाडल्यानंतर काय?''

हंटरने सुस्कारा टाकला. ''दोन फैरींनंतर आणखी संधी मिळेल असं मला वाटत नाही. त्यात जर जहाज बुडालं नाही किंवा नादुरुस्त झालं नाहीतर आपण हरलोच म्हणून समजायचं.''

''मुख्य प्रश्न नेम साधण्याचा आहे,'' डॉन दिएगो म्हणाला, ''तू समुद्रावर असताना नेम कसा धरशील?''

''म्हणून तर मी तुला बोलावलं. मला त्यासाठी काहीतरी उपकरण हवं. हा प्रश्न भूमितीचा आहे. पण मला आता बरंच काही आठवत नाही.''

बोटं नसलेल्या हाताने डॉन दिएगोने नाक खाजवलं.

''मला जरा विचार करू दे.'' असं म्हणून डॉन दिएगो केबिनमधून बाहेर पडला.

''तू काय हवंय म्हणालास?'' एन्डर्स म्हणाला. तो जरासा गडबडला होता. कारण असे प्रसंग फार क्वचितच येत असत.

''मला सगळ्या तोफा जहाजाच्या एकाच बाजूला हव्या आहेत.''

''जहाज गरोदर डुकरीणीसारखं एका बाजूला झुकेल.'' एन्डर्स म्हणाला. हंटरच्या कल्पनेमुळेच तो उत्तम दर्यावर्दी किंचित दुखावला गेला होता.

''जहाज बेडौल दिसेल हे खरं. पण तू तरीही ते हाकारू शकशील का, हे मी विचारतोय.''

''गंमत म्हणून करता येईल,'' एन्डर्स म्हणाला, ''मी पोपची शवपेटी एखाद्या बाईच्या रुमालावर ठेवून ती देखील हाकारू शकेन! पण अर्थात, केवळ गंमत म्हणून.'' एन्डर्सने असं म्हणून सुस्कारा टाकला आणि म्हणाला, ''जर तू तोफा हलवणार असशील तर उघड्या सागरावर गेल्यावरच हलवशील ना?''

''नाही. इथेच हलवणार.''

हंटरने पुन्हा मोठा सुस्कारा टाकला.

''म्हणजे रीफ ओलांडताना हे जहाज गरोदर डुकरीणीसारखं असेल, असं म्हणतोस?''

"होय."

"तोफा हलवल्यामुळे तोल बिघडेल आणि जहाज एखाद्या बुचासारखं भेलकांडत जाईल आणि त्यात तू तोफा उडवणार आहेस."

"मी तुला फक्त जहाज हाकारता येईल का, तेवढंच विचारतोय."

एन्डर्स जरा वेळ गप्प बसला आणि मग म्हणाला, "मी जहाज हाकारू शकेन. पण वादळ सुरू व्हायच्या आत जहाजाचा तोल पूर्ववत करावा लागेल. हे जहाज वादळात दहा मिनिटंही टिकणार नाही."

"मला त्याची कल्पना आहे," हंटर म्हणाला.

३०

पहाटेच्यावेळी हंटर पुन्हा डेकवर येरझाऱ्या घालत लढाईची तयारी पाहत होता. प्रत्येक ठिकाणी दोरांची संख्या दुप्पट करण्यात आली. जर तोफगोळ्यांमुळे एखादी दोरी तुटली तरी त्या जागी असणाऱ्या पर्यायी दोरीमुळे जहाज हाकारणं सोपं जाणार होतं. बिछाने आणि पांघरुणं भिजवून कठड्यांवर टाकण्यात आली. त्यामुळे उडणाऱ्या तुकड्यांचा धोका कमी होणार होता. तसंच आगीचा धोका कमी करण्यासाठी डेक पुन्हापुन्हा धुवून लाकडं पाण्यानं चांगली भिजवून टाकण्यात आली.

ही सगळी गडबड सुरू असतानाच एन्डर्स हंटरजवळ आला.

"कॅप्टन, आत्ताच टेहळ्यानं खबर आणली आहे. लढाऊ जहाज निघून गेलंय."

"काय?"

"होय. रात्रीत केव्हातरी जहाज निघून गेलंय."

"ते अजिबात दिसत नाही?"

"होय कॅप्टन."

"तो असा पळ काढणार नाही." हंटर म्हणाला.

त्याच्या मनात अनेक शक्यता डोकावल्या. कदाचित लढाऊ जहाज उत्तर किंवा दक्षिण दिशेला जाऊन दबा धरून बसलं असावं किंवा बोस्क्वेचा आणखी काहीतरी बेत असावा. कदाचित हंटरला वाटलं होतं त्यापेक्षाही जास्त नुकसान झालं असण्याची शक्यता होतीच.

जरा वेळ विचार केल्यानंतर हंटर म्हणाला, "ठीक आहे. चालू द्या."

लढाऊ जहाज तिथून निघून जाणं आपल्या पथ्यावरच पडणारं आहे, याची हंटरला कल्पना होती. त्यांना आता फारसा त्रास न होता बेडौल झालेलं जहाज सुरक्षितपणे रीफच्या बाहेर काढणं सोपं जाणार होतं.

खाडीत जरा दूर अंतरावर हंटरला सॅन्सनही कॅसान्ड्राच्या डेकवर तयारी करताना दिसला. कॅसान्ड्रा पाण्यात आणखी थोडी खाली गेली होती, कारण रात्रीत हंटरने एल त्रिनिदादवरचा अर्धा खजिना कॅसान्ड्रावर हलवला होता. दोन्हीपैकी एखादं जहाज बुडालं तरी निदान अर्धा खजिना वाचेल असा विचार त्याने केला होता.

सॅन्सनने हंटरकडे पाहून हात हलवला. हंटरनेही त्याला प्रतिसाद दिला. त्याच्या मनात त्या दिवशी काय होणार, याचे विचार घोळत होते. हल्ला झाला की, कॅसान्ड्राने जमेल तेवढ्या लवकर पळ काढून जवळचं सुरक्षित बंदर गाठायचं आणि दरम्यान हंटरने लढाऊ जहाजाशी टक्कर घ्यायची, असा बेत त्यांनी ठरवला होता. पण जर स्पॅनिशांनी कॅसान्ड्रावर अगोदर हल्ला चढवला तर सॅन्सन वाचणं अवघड होतं. हंटरचं जहाज अशा परिस्थितीत काहीच मदत करू शकणार नव्हतं. कारण एल त्रिनिदादवरच्या तोफा फक्त दोन फैरी झाडण्याएवढ्याच सक्षम होत्या. सॅन्सनला याची जाणीव असली तरी तो तसं दाखवत नव्हता. तो उत्साहाने हात हलवताना दिसला.

काही मिनिटांनंतर दोन्ही जहाजांनी नांगर उचलले आणि ती निघाली. समुद्र खवळलेलाच होता. प्रवाळ रीफचा भाग ओलांडून उघड्या समुद्रात आल्यानंतर तर वाऱ्याचा वेग चाळीस नॉट्स एवढा झाला होता. लाटा तर चांगल्या बारा-बारा फूट उंच उसळत होत्या. कॅसान्ड्रा लाटांवर वरखाली होत पुढे जात होती, पण हंटरचं जहाज मात्र एखाद्या घायाळ जनावराप्रमाणे भेलकांडत जात होतं.

आकाश आता काळवंडत चाललं होतं आणि दर मिनिटागणिक वाऱ्याचा जोर वाढत चालला होता. कॅट आयलंडजवळून एल त्रिनिदाद कसंबसं पुढे सरकल्यानंतर खवळलेल्या समुद्राचा खरा दणका जाणवू लागला.

"डॅम," एन्डर्स म्हणाला, "कॅप्टन, मला त्या तोफांचा काही भरवसा वाटत नाही. आपण त्यामधल्या दोन-तीन दुसऱ्या बाजूला हलवायच्या का?"

"नाही."

"जहाज जास्त छान चालेल. तुलाही ते आवडेल कॅप्टन."

"माझ्यापेक्षा बोस्क्वेला जास्त आवडेल."

"मला तो बोस्क्वे दाखव तर खरा. मग सगळ्या तोफा कुठेही ठेवायला माझी हरकत नाही."

"तिकडे बघ." हंटरने बोटाने दाखवलं. एन्डर्सने तिकडे पाहिलं, तर खरोखरच त्याला कॅट आयलंडच्या उत्तर किनाऱ्याजवळून येणारं स्पॅनिश लढाऊ जहाज दिसलं.

''अगदी थेट आपल्या ढुंगणावरच नेम धरून येतोय.'' एन्डर्स म्हणाला.

''जेवढं शक्य आहे तेवढं स्थिर राहायचा प्रयत्न कर.'' हंटर म्हणाला आणि मग पुढच्या भागातल्या कठड्यापाशी गेला.

तिथे त्याला डॉन दिएगो दिसला. त्याने एक तीन फूट लांबीची पेटी तयार केली होती. ती त्याने मुख्य डोलकाठीजवळ बसवली होती. पेटीच्या दोन्ही टोकांना लाकडी चौकटी बसवलेल्या दिसत होत्या. दोन्ही चौकटीत धागे इंग्रजी 'एक्स' आकारात लावले होते.

''हे अगदी सोपं आहे.'' डॉन दिएगो एका बाजूला उभा राहत सांगू लागला, ''इथून असं पाहायचं. दोन्ही धागे जुळले तर तू योग्य त्या जागी आहेस, असं समज. तू या दोन धाग्यांच्या मधोमध जे काही लक्ष्य बघत असशील ते माऱ्याच्या टप्प्यात नेमकं येईल.''

''आणि अंतराचं काय?''

''त्यासाठी तुला लझूची गरज आहे.''

हंटरने मान डोलावली. लझू अंतरांचा अचूक अंदाज करण्यात तरबेज होती.

''पल्ला किती ही अडचणच नाही,'' डॉन दिएगो म्हणाला, ''मुख्य प्रश्न आहे तो या लाटांचा. इथे येऊन बघ.''

हंटर पुढे झाला आणि डॉन दिएगो उभा होता त्या जागी उभा राहिला. त्याने एक डोळा मिटून घेतला आणि त्या धाग्यांकडे नजर टाकली. दोन्ही धागे एकमेकांवर अगदी बरोबर आले. पण पुढच्याच क्षणी त्याला आकाश दिसलं आणि त्याच्या पुढच्या क्षणी खवळलेल्या समुद्राची लाट दिसली. जहाज लाटेमुळे वरखाली होत बाजूला कलंडून पुन्हा जागेवर येत होतं.

''अचूक अंदाज करून वेळ साधणं फार महत्त्वाचं आहे.'' डॉन दिएगो म्हणाला, ''द्वंद्वयुद्धात कसा नेमका क्षण साधणं महत्त्वाचं असतं ना तसं.''

''ठीक आहे,'' हंटर म्हणाला, ''तोफा उडवणाऱ्या माणसांना जाऊन सांग. मी तोफा उडवायच्या वेळी तीन, दोन, एक असं म्हणेन. ठीक आहे?''

''मी त्यांना तसं सांगेन. पण एकदा का लढाईला तोंड लागलं की, त्या गोंगाटात –''

हंटरने मान डोलावली. ज्यू आज फारच स्वच्छ विचार करत होता. लढाईच्या गोंगाटात खरोखरच इशारा नीट समजणं अवघड होतं, हे त्याच्या लक्षात आलं.

''ठीक आहे. मी इशारा केला की, तू हातांनी त्यांना इशारा देत जा.''

ज्यूने मान डोलावली आणि तो तोफा चालवण्यासाठी नेमलेल्या माणसांना हे सांगण्यासाठी गेला.

हंटरने लझूला बोलावलं आणि तोफांचा मारा पाचशे यार्डांच्या आत होणार

आहे, ते तिला सांगितलं. ती अंतराचा अचूक अंदाज करू शकेल ना, हे त्याने तिला विचारलं. लझूने त्यावर होकारार्थी उत्तर दिलं.

हंटर आता एन्डर्सजवळ आला.

"मला आता लवकरच त्या हरामखोराकडून काहीतरी चाखायला मिळणार, असं वाटतंय." हंटर हे म्हणत असतानाच स्पॅनिश जहाजाने पहिला गोळा डागला. एक छोटा गोळा हवेतून सूंऽ सूंऽ आवाज करत पलीकडे जाऊन पडला.

"तापलेलं तरुण रक्त अगदी घायकुतीला आलेलं दिसतंय," एन्डर्स मुठी वळवून त्या उंचावत म्हणाला.

पुढचा गोळा जहाजाच्या पुढच्या भागात असणाऱ्या केबिनजवळ आदळला. काही तुकडे हवेत उडाले खरे, पण फारसं नुकसान झालं नाही.

"स्थिर राहा," हंटर म्हणाला, "त्याला पुढे येऊ दे."

"पुढं येऊ दे? नाहीतर मी आणखी काय करू शकतो, ते सांग."

"धीर धर."

"धीर धरायचं बाजूला राहू दे. मला माझ्या ढुंगणाला धोका वाटतोय माझ्या मित्रा, त्याचं काय?"

स्पॅनिशांची तिसरी फैर एल त्रिनिदादच्या मध्यभागातून हवेमधून काहीही नुकसान न करता गेली. हंटर याचीच वाट पाहत होता.

"धूर करा! धूर करा!" हंटर ओरडला.

त्याचा हा हुकूम ऐकताच काही जण धावले. त्यांनी डेकवर ठेवलेल्या टोपल्यांमधलं गंधक आणि कोळसा पेटवून दिला. बघता-बघता धुराचे लोट उठले आणि एल त्रिनिदादच्या वर पसरू लागले. आता एल त्रिनिदादचं खूप नुकसान झालंय, हा देखावा स्पॅनिश जहाजावरून कसा दिसत असेल, असा विचार हंटरच्या मनात आला.

"तो पूर्वेकडे वळतोय. अखेर शिकार साधायला येतोय," एन्डर्स म्हणाला.

"उत्तम."

"उत्तम!" एन्डर्सने हंटरचे शब्द पुन्हा उच्चारले, "डिअर ज्युडास... आमचा कॅप्टन म्हणतोय उत्तम!"

हंटर बघत असताना स्पॅनिश लढाऊ जहाज एल त्रिनिदादच्या समांतर रेषत येताना दिसलं. बोस्क्वे पारंपरिक पद्धतीने हल्ला करण्यासाठी तयारी करतो आहे, हे हंटरच्या लक्षात आलं. हंटर लझूकडे वळला.

"ते साधारण दोन हजार यार्ड अंतरावर आहे," लझू डोळे किंचित बारीक करत स्पॅनिश जहाजाकडे निरखून पाहत होती.

"किती वेगाने जवळ येतंय?"

"खूपच वेगाने. उतावळं झालेलं दिसतंय."

"आपल्या दृष्टीने जरा जास्तच बरं."

"आता अठराशे यार्ड अंतरावर आलंय."

"दणक्यासाठी तयार राहा." हंटर म्हणाला.

काही क्षणातच स्पॅनिश जहाजावरच्या पहिल्या मोठ्या तोफेचा धडाका ऐकू आला. गोळा एल त्रिनिदादजवळ पाण्यात पडला.

डॉन दिएगो आकडे मोजू लागला, "मॅडोना... एक... मॅडोना... दोन... मॅडोना.. तीन..." त्याचे पंचाहत्तर आकडे मोजून झाले असताना दुसऱ्या तोफेचा धडाका उडाला. पाठोपाठ इतर तोफा कडाडल्या आणि अनेक गोळे त्यांच्या जवळून गेले. पण त्यामधला एकही एल त्रिनिदादवर पडला नाही.

डॉन दिएगो पुन्हा आकडे मोजू लागला, "मॅडोना... एक... मॅडोना... दोन...."

"त्यांची तयारी फारशी चांगली दिसत नाही. दुसरी फैर साठ सेकंदाच्या आत झडायला हवी होती," हंटर म्हणाला.

"पंधराशे यार्ड," लझूने सांगितलं.

आणखी एखादं मिनिट गेलं असताना स्पॅनिशांनी तिसरी फैर झाडली. या खेपेस गोळ्यांनी अचूक निशाण साधलं होतं. एल त्रिनिदादवर एकदम प्रचंड गोंधळ उडाला. हवेत उडणाऱ्या चिरफाळ्या, लोकांचा आरडाओरडा आणि लाकडी वासे डेकवर मोडून पडताना होणारे आवाज यांची एक लाटच उसळली.

"नुकसान... नुकसान किती झालंय सांगा!" हंटर त्याच्या जहाजाच्या दिशेने येणाऱ्या शत्रूच्या जहाजाकडे बघत जोरजोरात ओरडत होता. तो एवढा उत्तेजित झाला होता की, त्याच्या पायाजवळ वेदनांनी तळमळणारा खलाशी पडलेला त्याला दिसला नाही. ज्यूने खाली वाकून पाहिलं. त्याला दोन्ही हातांनी तोंड झाकून घेतलेला त्यांचा एक जण दिसला. त्याच्या हातांमधून रक्त ओघळत होतं. ज्यूने नीट पाहिलं तेव्हा त्याला दिसलं की, एक मोठा लाकडाचा तुकडा त्याच्या गालामधून शिरून टाळूमधून आत घुसला होता.

लझू शांतपणाने खाली वाकली. तिने त्या खलाशाच्या डोक्यात गोळी झाडली. गुलाबी रंगाचं काहीतरी लिबलिबीत डेकवर सगळीकडे उडालं. आपण त्या खलाशाच्या मेंदूच्या चिंधड्या पाहतोय, ह्यावर त्याचा विश्वास बसेना. त्याने पुन्हा हंटरकडे बघितलं. त्याचं या कशाकडेच लक्ष नव्हतं. तो अजूनही समोरून येणाऱ्या जहाजाकडे एकटक बघत होता.

स्पॅनिश जहाजावरून डागलेल्या पुढच्या फैरीतले गोळे धडकले.

हंटर पुन्हा ओरडला, "नुकसानीबद्दल सांगा!"

"पुढची डोलकाठी गेली."

"पुढचं शीड खलास!"

"दुसरी तोफ निकामी!"

"दोऱ्यांच्या कप्प्या उडाल्या!"

हंटरने थोडा आडोसा घ्यायचा प्रयत्न केला. पण त्याच क्षणी वरून लाकडं आणि वासे खाली कोसळले. पाठोपाठ शीडाचं कापड खाली आलं. आणि हंटर त्यात गुरफटून गेला. तो त्यातून सुटण्याची धडपड करत असतानाच एक सुरी कापड फाडून त्याच्यापासून अवघ्या काही इंचावरून आत आली. लझ्झू कापड फाडून त्याला सोडवत होती.

हंटरने पाहिलं तर त्याला पाचवी तोफ हवेत उडताना दिसली. लाकडाच्या चिरफाळ्या सर्व दिशांना उडाल्या. एक धारदार तुकडा तोफेजवळ उभ्या असणाऱ्या माणसाच्या मानेत घुसला. गळा आवळत तो खाली कोसळला.

आणखी एक गोळा सरळ एका माणसाला लागला. त्या गोळ्यामुळे त्याच्या शरीराचे दोन तुकडेच झाले. पाय जागच्याजागी पडले आणि धडाचा भाग डेकवर घरंगळत गेला.

हंटरचं नुकसान मोठं होतं. सात जण खलास झाले होते आणि बारा जण जखमी. दोन तोफा निकामी झाल्या होत्या आणि पुढचं शीड साफ फाटलं होतं. पाण्याच्या पातळीच्या खाली दोन गोळे थेट आदळल्याने जहाजात पाणी शिरायला सुरुवात झाली होती. त्या क्षणी जहाजाची दुरुस्ती वगैरे करण्याचा विचारही तो करू शकत नव्हता. स्पॅनिश लढाऊ जहाज झपाट्याने एल त्रिनिदादच्या दिशेने येत होतं.

"सातशे यार्ड." लझ्झू ओरडली.

तोफांचा धडाका पुन्हा एकदा ऐकू आला. एल त्रिनिदाद जोरात हादरलं.

"सहाशे यार्ड!"

"माऱ्याची तयारी करा!" हंटर ओरडला. तो डॉन दिएगोने बनवलेल्या दोन्ही चौकटींमधून पाहत होता.

"पाचशे यार्ड!"

हंटर एक क्षणभर थांबला. मग म्हणाला, "एक!"

"दोन!"

"तीन!"

"बत्ती द्या!" हंटरने असा हुकूम देताच सगळ्या तोफा एकदमच धडाडल्याने एल त्रिनिदाद जोरदार हादरलं.

"मार बसलाय त्यांना!" लझ्झू ओरडली.

हंटरने बघितलं. खरोखरच त्याच्या तोफांनी शत्रूच्या जहाजाला मोठा दणका बसला होता. पण जहाजाचं नियंत्रण सुटण्याइतकं नुकसान झालेलं नव्हतं.

"पुन्हा बार भरा आणि उडवा!'' हंटरने हुकूम सोडला.

एक मिनिट गेलं. हंटरला तोफा भरल्या जात असल्याचे आवाज येत होते. आणि एक मिनिट उलटलं.

स्पॅनिश लढाऊ जहाज पूर्णपणाने संतुलित होतं. शिडांचा कोन बदलला आणि ते वळताना दिसलं. ते हंटरच्या जहाजाच्या कमकुवत बाजूवर मारा करण्याच्या तयारीने वळत होतं.

"डॅम!... तो हरामखोर चलाख आहे, याची मला कल्पना होतीच!'' एन्डर्स ओरडला.

"आपण आणखी मार सहन करू शकणार नाही,'' लझूने ओरडून सांगितलं.

"किती तोफा शिल्लक आहेत?'' हंटरने ओरडून विचारलं.

"सोळा,'' डॉन दिएगोने उत्तर दिलं.

"आपण सोळा तोफा उडवणार आहोत.'' हंटर म्हणाला. मग तो एन्डर्सकडे वळला, "मिस्टर एन्डर्स!'' वळण्याची तयारी करा!''

एन्डर्स अविश्वासाने हंटरकडे पाहत राहिला. जहाज वळत असताना तोफांचा मारा करण्याची कल्पना कोणी कधी ऐकलीही नव्हती.

"मिस्टर एन्डर्स!'' हंटरने गर्जना केली, "जहाज वळवा!''

"तीनशे पन्नास यार्ड!'' लझूने ओरडून सांगितलं.

"जहाज वळतंय!'' एन्डर्सने ओरडून हंटरला सूचना केली.

"माऱ्याची तयारी करा!'' हंटरने ओरडून डॉन दिएगोला इशारा केला. मग लगेचच ओरडला. "एक!''

हंटरला स्पॅनिश जहाजाकडे किंचित डगमगत जाणारं आपलं जहाज आणि स्पॅनिश जहाज यांच्यातलं अंतर कमी होत असल्याचं लक्षात आलं.

"दोन!''

"तीन!''

हंटर श्वास रोखून क्षणभर थांबला.

"बत्ती द्या!''

पुन्हा एकदा एल त्रिनिदाद तोफांच्या धडाक्याने हादरलं. ते एका बाजूला झुकलं आणि डेकवर धूर पसरला. हंटर हा धूर जाईपर्यंत थांबला. आता त्याचं जहाज पुन्हा पूर्ववत झालं होतं.

"मदर ऑफ गॉड!'' लझू ओरडली.

हंटरने स्पॅनिश जहाजाकडे पाहिलं. त्याच्यात काहीच फरक पडला नव्हता.

"प्रयत्न खरंच चांगला होता, खूपच चांगला...'' डॉन दिएगो म्हणाला.

लझूने निराशेने मान हलवली, "आता संतच आपलं रक्षण करतील...''

लझूच्या डोळ्यांमधून पाणी ओघळलं.

हंटर एकदम खचून गेला. आपण अखेरची संधी गमावली आहे, हे त्याच्या लक्षात आलं. आता काहीही करणं शक्य नव्हतं.

''मिस्टर्स एन्डर्स... पांढरं निशाण फडकावण्याची –''

हंटर एकदम जागीच खिळून पाहू लागला. एन्डर्स जोरजोराने मांड्यांवर थापा मारत हसत-नाचत होता. मग त्याला खालच्या डेकवरून आनंदाच्या आरोळ्या ऐकू आल्या.

यांना वेड तर लागलं नाही ना?

हंटरच्या बाजूला उभी असणारी लझू एकदम हर्षातिरेकाने किंचाळली. ती देखील एन्डर्ससारखीच जोरजोरात हसू लागली. हंटर विस्मयचकित होऊन वळला. त्याला स्पॅनिश जहाज दिसलं. ते एका बाजूला कलंडल्यामुळे त्याच्या पाण्याखालच्या भागात पडलेलं मोठं भगदाड दिसलं. ते चांगलं सात-आठ फूट रुंद होतं. पण हे दृश्य क्षणभरच दिसलं. स्पॅनिश लढाऊ जहाजाच्या पुढच्या केबिनपाशी धुराचा एक मोठा ढग तयार झाला आणि तो वर जाऊ लागला. यानंतर क्षणभरातच प्रचंड स्फोट झाला. स्फोट एवढा जबरदस्त होता की, त्यामुळे एल त्रिनिदाद हादरलं. मग दुसरा स्फोट झाला आणि पाठोपाठ तिसरा. हे सगळं एवढ्या वेगाने घडलं की, हंटरला काही कळतच नव्हतं. अचानक हंटरला डोलकाठी जवळून काहीतरी खाली पडताना दिसलं. हंटरला वाटलं की, एखादा पक्षी असावा. पण त्याने नीट निरखून पाहिलं तर त्याच्या पायापाशी मनगटापासून तुटलेला पंजा होता. त्याच्या एका बोटात अंगठी होती.

हंटरने पुन्हा समोर नजर टाकली तर स्पॅनिश लढाऊ जहाजाच्या जागी काहीही नव्हतं. ते अक्षरशः अदृश्य झालं होतं. त्याच्या भोवती सगळे जण आनंदाने नाचत हसत होते. पण हे फारवेळ टिकलं नाही. हंटरला एकदम सगळे गप्प झाल्याचं जाणवलं. त्याने आजूबाजूला नजर टाकली. त्याचवेळी त्याला गालावर पडलेल्या थेंबाची जाणीव झाली.

'पाऊस!'

३१

चक्रीवादळाने पूर्ण ताकदीनिशी तडाखा दिला. वारा चाळीस नॉट्सपेक्षा जास्त वेगाने रोरावत पावसाचा जोर वाढवत होता. तोंडावर पावसाचे थेंब लागत होते. समुद्र खवळला होता. जहाजाच्या दोन्ही बाजूंना पाण्याचे डोंगर वरखाली होत होते. एल त्रिनिदाद पंधरा फुटांपेक्षा जास्त उंचीच्या लाटेवर स्वार होत होतं. पुढच्याच क्षणी ते खोल पाण्याच्या दरीत जात होतं.

ही फक्त सुरुवात आहे, हे एल त्रिनिदादच्या खलाशांना ठाऊक होतं.

अतिशय थकवा वाटत असूनही सगळे जण कामाला लागले. त्यांनी डेकवर स्वच्छता केली आणि फाटलेलं शीड जमेल तेवढं गुंडाळण्याचा प्रयत्न केला. त्यांनी हातात जे काही मिळेल ते घेऊन जहाजाला पडलेली भोकं बुजवली. सगळे जण चिंब भिजवणाऱ्या पावसात आणि निसरड्या झालेल्या डेकवर काहीही न बोलता काम करत होते. पुढच्या क्षणी काय होईल हे त्यांना माहीत नव्हतं. कदाचित पुढच्या लाटेत आपण वाहून जाऊ, याची त्यांना कल्पना होती.

पण खलाशांना विचार करत बसायला वेळ नव्हता. सगळ्यात महत्त्वाचं आणि अतिशय अवघड काम म्हणजे तोफा परत दुसऱ्या बाजूला आणून तोल सांभाळण्याचा प्रयत्न करणं. समुद्र शांत असतानाही हे काम करणं सोपं नव्हतं, आणि त्या वेळी तर वादळात जहाज हेलपाटत असताना, निसरड्या झालेल्या डेकवरून तोफा हलवणं हे विलक्षण दिव्यच होतं. पण जगायचं असेल तर ते करण्यावाचून पर्यायच नव्हता.

हंटरने हे काम करण्याची जबाबदारी घेतली. त्याने एकावेळी एक तोफ हलवण्याचा हुकूम दिला. त्याचे लोक पाच हजार पौंड वजनाच्या तोफा हलवण्यासाठी

जीवाचं रान करत असताना तो पाहत होता. जहाज सतत वरखाली होत असल्याने आणि कुशीवर डगमगत असल्याने काम अतिशय कठीण झालं होतं.

पहिली तोफ त्यांनी हलवली खरी, पण ती त्यांच्या हातून निसटली. ती एखाद्या क्षेपणास्त्राप्रमाणे वेगाने घरंगळत एका बाजूला कठडा तोडून पाण्यात पडली. ह्यापासून धडा घेऊन त्यांनी दुसऱ्या तोफेभोवती दुहेरी दोर गुंडाळले. पण त्याचाही उपयोग झाला नाही. ही तोफही निसटली आणि वाटेत आलेल्या एका खलाशाला चिरडून टाकत पाण्यात पडली.

पुढचे काही तास सगळ्यांनी वारा, पाऊस आणि निसरड्या डेकवरच्या परिस्थितीशी झुंज देत अखेर तोफा जागच्या जागी व्यवस्थित ठेवल्या. हे काम संपलं तेव्हा एल त्रिनिदादवरचा प्रत्येक जण कल्पनेच्या पलीकडे थकला होता. ते जमेल तिथे दोऱ्यांना पकडून गलितगात्र अवस्थेत उभे होते. पाण्यात वाहून जाऊ नये म्हणून त्यांनी सगळी उरलीसुरली ताकद हातांमध्ये एकवटली होती.

अजून चक्रीवादळ भरात आलेलं नाही, याची हंटरला कल्पना होती.

युरोपियन लोक जेव्हा नव्या जगात आले तेव्हा त्यांनी तिथे प्रथमच निसर्गाच्या रौद्र रूपाचा हा विलक्षण प्रकार अनुभवला. या भागात होणाऱ्या चक्रीवादळांना स्थानिक अरावाक भाषेत 'हरिकेन' असं म्हणत असत. याला समानार्थी शब्द कोणत्याही युरोपियन भाषेत नाही. पण हंटरच्या लोकांना चक्रीवादळाच्या भीषण प्रतापाची चांगली कल्पना होती. त्यांनी जुन्या जाणत्या खलाशांमध्ये प्रचलित असलेल्या समजुतींनुसारच चक्रीवादळाकडे पाहिलं.

एल त्रिनिदाद चालवणारा एन्डर्स बाजूंना वर उसळणारं डोंगराएवढं पाणी बघत असताना लहानपणी शिकलेली प्रत्येक प्रार्थना आठवून-आठवून ती आळवत होता. त्याचबरोबर तो गळ्यात लटकणाऱ्या शार्कच्या दाताला सतत हात लावत होता. एल त्रिनिदाद त्या वेळी तीन शिडं फडकावून जात होतं आणि हा आकडा त्याला अशुभ वाटत होता.

खालच्या डेकवर असणाऱ्या मूरने कट्यार काढून बोट कापलं आणि त्या रक्तानं डेकवर एक त्रिकोण रेखाटला. त्याने एक पीस घेऊन ते त्रिकोणाच्या मध्यभागी धरलं आणि तो तोंडाने सतत काहीतरी मंत्र पुटपुटत बसून राहिला.

जहाजाच्या पुढच्या भागात असणाऱ्या लझूने डुकराच्या खारवलेल्या मांसाची एक बरणी पाण्यात फेकली. तिने तीन बोटं हवेत उंचावली. ही एक फार जुनी समजूत होती. असं केलं तर बुडणारं जहाज वाचतं, असं जुने जाणते खलाशी म्हणत असत. तीन बोटं ही नेपच्यूनच्या त्रिशूलाची खूण होती आणि तिने

सागरातल्या देवाला अन्न अर्पण केलं होतं.

या अशा अंधश्रद्धा बाळगू नयेत, असा उपदेश हंटर नेहमी इतरांना करत असे. पण त्या वेळी तो स्वत:च्या केबिनमध्ये गेला. दरवाजा बंद करून घेतला आणि गुडघ्यांवर टेकून प्रार्थना केली. केबिनमधलं सगळं फर्निचर जहाजाबरोबर इकडून तिकडं सैरावैरा हलत-आदळत होतं.

बाहेर वादळाचा राक्षसीपणा आणखी वाढला होता. कोणीतरी प्रचंड कण्हावं अशा प्रकारे जहाजाच्या फळ्या चिरकत होत्या. हंटरला हे आवाज ऐकू येत होते आणि मग अचानक कोणातरी स्त्रीचा किंचाळण्याचा आवाज ऐकू आला. जरा वेळाने पुन्हा ती स्त्री किंचाळली.

हंटर केबिनमधून बाहेर आला तर त्याला पाच जण लेडी साराला एका जिन्यावरून ओढत फरफटत आणताना दिसले. ती त्यांची पकड सोडवण्यासाठी धडपड करत किंचाळत होती.

"थांबा!" हंटर म्हणाला आणि त्यांच्याकडे गेला. लाटांचे फटकारे त्यांना जोराने लागत होते.

हंटरच्या माणसांनी त्याची नजर चुकवली.

"हा काय प्रकार आहे?"

कोणीही हंटरला उत्तर दिलं नाही.

"हे काय चाललंय?" हंटरने दरडावून विचारलं.

अखेर लेडी साराच किंचाळली, "ते मला समुद्रात फेकून देत आहेत!"

त्या पाच जणांचा नेता एडवर्ड्स नावाचा खलाशी होता. या आडदांड खलाशाने डझनावारी मोहिमांमध्ये भाग घेतला होता.

"ती चेटकीण आहे," एडवर्ड्स उर्मटपणाने हंटरच्या नजरेला नजर भिडवत म्हणाला, "हे असं आहे कॅप्टन, ती जर जहाजावर राहिली तर आपण या वादळातून वाचणार नाही."

"हा काय मूर्खपणा!"

"मी काय सांगतो ते ऐक. कॅप्टन, ती असेल तर आपण खलास होऊ. ती चेटकीण आहे."

"तू असं म्हणायचं कारण काय?"

"मी पहिल्यांदा पाहिलं तेव्हाच ते ओळखलं होतं."

"त्याचा पुरावा काय? कशावरून? काही पुरावा आहे का?"

"हा माणूस वेडा आहे, ठार वेडा!" सारा ओरडली.

"बोल, पुरावा काय आहे?" हंटरने जरबेने विचारलं.

एडवर्ड्स काही बोलला नाही. पण त्याने साराला सोडलं. मग तो जायला

वळला, ''तुझ्याशी बोलून काही उपयोग नाही. कॅप्टन, माझे शब्द लक्षात ठेव.''

एडवर्ड्स निघून गेला. त्याच्या पाठोपाठ उरलेले सगळे निघून गेले. आता डेकवर सारा आणि हंटर, दोघंच उरले.

''जा, केबिनमध्ये जा,'' हंटर म्हणाला, ''दार घट्ट लावून कडी लावायची आणि कोणत्याही परिस्थितीत दरवाजा उघडायचा नाही.''

साराचे डोळे भीतीने विस्फारले होते. तिने मान डोलावली आणि ती तिच्या केबिनकडे निघून गेली.

सारा गेल्यानंतर हंटर एन्डर्सजवळ आला. त्याने त्याला ओरडून विचारलं, ''परिस्थिती कशी काय आहे?''

''आहे तशीच, चांगली नाही आणि जास्त खराबही झालेली नाही.''

''आणखी किती तास तग धरता येईल?''

एन्डर्सने काय उत्तर दिलं ते कळलं नाही, कारण त्याचवेळी पाण्याचा एक मोठा लोंढा डेकवर जोरात आदळला होता. एन्डर्सचं उत्तर कळलं नाही तरी फारसा फरक पडत नाही, असं हंटरला वाटलं. एल त्रिनिदादसारखं एवढा मार खाल्लेलं जहाज त्या राक्षसी वादळात टिकणार नाही, हे त्याला कळत होतं.

केबिनमध्ये परत आल्यानंतर जहाज वेडंवाकडं हलत असूनही साराने मेणबत्त्या काढल्या आणि एकेक करून त्या पेटवून डेकवर लावल्या. तिने पाच मेणबत्त्या लावल्या होत्या.

साराला फार भीती वाटत होती. चौदाव्या लुईच्या दरबारी लोकांमध्ये सध्या पसरलेलं नवीन फॅड जेव्हा तिला 'मादाम द रोशाम्बू'ने सांगितलं होतं, तेव्हा तिला जराशी गंमत वाटली होती. तिने त्या प्रकाराची थोडी थट्टाही केली होती. फ्रान्समध्ये बायका काहीही करतात. आपलं तारुण्य दीर्घकाळ टिकून राहावं म्हणून फ्रेंच बायका नवजात बालकांना ठार मारतात, असं तिने ऐकलं होतं. पण त्या क्षणी आपण आपला जीव वाचवण्यासाठी मादाम रोशाम्बूने सांगितलेला उपाय करून पाहावा असं तिला वाटलं.

प्रयत्न करून पाहायला काय हरकत आहे, असं तिने स्वतःच्या मनाला बजावलं. मग तिने डोळे बंद करून घेतले. तिने डेकवर एक पंचकोन खरवडला होता. त्याच्याजवळ गुडघे टेकून बसत तिने दोन्ही हातांनी छातीवर फुली केली. ''ग्रिडीगुट... ग्रिडीगुट... ये... ये.''

वाऱ्याची एक जोरदार गर्जना तिला ऐकू आली. जहाज जोरात हल्ल्याने मेणबत्त्या सरकल्या. त्या जागीच ठेवण्यासाठी तिला कसरतच करावी लागली.

तिचं लक्ष विचलित झालं होतं. चेटकीण होणं ही काही सोपी गोष्ट नाही! सारा मनाशी म्हणाली की, कदाचित मादाम रोशाम्बूने सांगितलेल्या मंत्रांचा जहाजावर उपयोग होत नसावा किंवा हा सगळा फ्रेंच मूर्खपणाच असणार, असंही तिला वाटलं.

''ग्रिडीगुट... ग्रिडीगुट...'' सारा हे पुटपुटत असताना तिला वादळ कमी होत असल्याचं जाणवलं.

'की हा निव्वळ आपल्याला भास होतोय?'

''ग्रिडीगुट... ग्रिडीगुट... जवळ ये, मला जवळ घे....''

साराला वाटलं की, कोणीतरी आपल्या अंगावरच्या पोशाखाला नखांनी ओरबाडण्यासाठी पुढे येतंय. तिथे नक्की कोणीतरी आहे, असा तिला भास झाला.

पुढच्याच क्षणी वारा संपूर्णपणे बंद झाला.

भाग पाच

ड्रॅगनचं मुख

३२

हंटर जागा झाला. त्याला नीट झोप लागली नव्हती. जागा झाल्यावर काहीतरी चमत्कारिक घडतंय, याची त्याला जाणीव झाली. तो उठून बसला तेव्हा त्याच्या लक्षात आलं की, सर्व काही शांत झालं होतं. जहाज आता फार जोराने डगमगत नव्हतं आणि वारा अगदी मंद झाला होता.

हंटर घाईघाईने डेकवर आला. पाऊस अगदी हलका पडत होता आणि समुद्र शांत दिसत होता. आता बरंच काही लांबवरचं दृश्य नीट दिसू लागलं होतं. जहाज चालवणारा एन्डर्स अर्धमेला दिसत असला तरी तो हसत होता.

''आपण सुटलो कॅप्टन,'' हंटरला पाहून एन्डर्स म्हणाला, ''जहाजाची परिस्थिती फारशी चांगली नाही, पण आपण निभावून नेऊ शकलो.'' असं म्हणून एन्डर्सने क्षितिजाकडे बोट दाखवलं. दूरवर बेटाची काळीकरडी रेषा दिसत होती.

''कोणतं आहे?'' हंटर म्हणाला.

''मला माहीत नाही. पण आपण जेमतेम तिथे पोहोचू शकू.'' एन्डर्स म्हणाला.

चक्रीवादळामुळे एल त्रिनिदाद दोन दिवस भरकटलं होतं. त्यामुळे त्यांना आपण नेमके कुठे आहेत हे कळायला काहीच मार्ग नव्हता. ते आता समोर दिसणाऱ्या छोट्या बेटाच्या दिशेने जात होते. कमी उंचीच्या या बेटावर फक्त खुरटी झुडपं दिसत होती. एवढ्या लांब अंतरावरून त्यांना किनाऱ्याजवळ असणारे निवडुंगाचे दाट फड दिसले.

''मला वाटतं की, आपण लीवर्ड चेन या बेटांच्या साखळीच्या टोकापाशी कुठेतरी आहोत,'' एन्डर्स डोळे किंचित किलकिले करत समोर निरखून बघत म्हणाला, ''बहुधा आपण बोका डेल ड्रॅगनच्या जवळ आहोत. पण परिस्थिती

फारशी उत्साहवर्धक नाही. हा भागही म्हणावा तसा अनुकूल नाही. सूर्य वर आला तर निदान नीट दिसेल तरी.'' असं म्हणत एन्डर्सने उसासा टाकला.

लीवर्ड चेन या बेटांची साखळी आणि दक्षिण अमेरिकेचा किनारा यांच्या दरम्यान असणाऱ्या भागाला 'बोका डेल ड्रॅगन' म्हणत. त्याचा अर्थ ड्रॅगनचं मुख. हा भाग खलाशांना चांगला माहीत होता. एक भयंकर भाग म्हणून खलाशांमध्ये तो कुप्रसिद्ध होता. समुद्र इथे भयंकर असतो, असं म्हटलं जात असलं तरी निदान त्या वेळी तरी पाणी शांत भासत होतं.

समुद्र जरी शांत असला तरी एखाद्या दारुड्याप्रमाणे एल त्रिनिदाद झोकांड्या खात चाललं होतं. शिडांचं कॅनव्हास जवळजवळ चिंध्या झालेल्या अवस्थेत असूनही त्यांनी या बेटाच्या दक्षिण टोकाला वळसा घालण्यात यश मिळवलं. त्यांना एक छोटी पण सुरक्षित खाडी दिसली. तिथला तळ वाळूचा असल्याने दुरुस्तीसाठी थांबायला तो सोयीस्कर दिसत होता.

कॅसान्ड्रा किंवा सॅन्सन यांचं काय झालं, ते कळायला काहीच मार्ग नव्हता. ते जगले की वाचले, हे माहीत नव्हतं आणि वादळाशी झुंजल्याने थकलेल्या हंटरच्या माणसांना त्याची फिकीरही नव्हती. थकून-भागून ते सगळे जण डेकवर प्रेतांप्रमाणे अस्ताव्यस्त पडले होते. थोड्या वेळापुरता सूर्य ढगांमधून बाहेर आला. हंटरलाही थकवा जाणवत होता आणि सारखं झोपावं, असं वाटत होतं.

पुढचे तीन दिवस तसे ठीक गेले. हंटरच्या माणसांनी जबरदस्त काम करून एल त्रिनिदादची दुरुस्ती केली. त्यांनी जहाजावर सगळीकडे शोध घेतला, पण लाकडाचा राखीव साठा आढळला नाही. खरंतर या एवढ्या मोठ्या आकाराच्या जहाजावर वासे, फळ्या आणि ओंडके राखीव म्हणून असणं गरजेचं होतं, पण खजिना ठेवण्यासाठी स्पॅनिशांनी ते काढून टाकलं होतं. त्यामुळे हंटरच्या लोकांना जे आहे त्यात भागवून काम करणं भाग होतं. त्यांनी जमेल तशी जहाजाची डागडुजी केली.

सूर्यप्रकाश आल्यानंतर एन्डर्सने ते नेमके कुठे आहेत, हे नकाशे पाहून ठरवलं. ते कार्तागेना आणि मारीकाइबो या स्पॅनिश ठाण्यांपासून बऱ्याच अंतरावर खूपच दक्षिणेकडे होते. पण त्यांना त्या बेटाचं नाव मात्र ठाऊक नव्हतं. म्हणून त्यांनी त्या बेटाला 'अनामिक' असं म्हणायला सुरुवात केली.

हे अनामिक बेट अतिशय रुक्ष होतं. बऱ्याच भागात निवडुंगाचे दाट फड आडमाप वाढलेले दिसले. भडक रंगाचे अनेक पक्षी किलबिल करत उडताना दिसले. वाऱ्याचा जोर जरी कमी झाला असला तरी तो सतत हलका का होईना सुरू होता. का कोण जाणे, पण हंटरला शेकोट्यांभोवती पहारा ठेवावा, असं वाटलं. आपल्या माणसांना जरा शिस्त लावायला हवी म्हणून आपण असं करतोय, असं

हंटरने स्वत:ला बजावलं. पण तरीही मनोमन खरं कारण काहीतरी वेगळं आहे, हे मनाचा एक भाग बजावत होतंच.

चौथ्या रात्री जेवणानंतर हंटर पहाऱ्याच्या पाळ्या ठरवत होता. एन्डर्स सुरुवातीला पहारा देणार होता. हंटर स्वत: मध्यरात्री पहारा देणार होता. त्याच्या नंतर बेलोज नावाचा माणूस त्याची जागा घेणार होता. हंटरने एन्डर्स आणि बेलोजला तसं कळवण्यासाठी एका माणसाला पाठवलं. तो माणूस एक तासानं परत आला.

"कॅप्टन, माफ कर, बेलोज सापडत नाही.''

"सापडत नाही म्हणजे काय?''

"म्हणजे कॅप्टन, तो कुठेच नाही.''

हंटरने किनाऱ्यावर पसरलेल्या झुडपांकडे नजर फिरवली.

"तो इथेच कुठंतरी लोळत पडला असेल. त्याला शोधून माझ्यासमोर उभा कर. नाहीतर त्याच्या दृष्टीने ते चांगलं ठरणार नाही.''

"होय, कॅप्टन.''

हंटरच्या माणसांनी आजूबाजूला सगळीकडे शोध घेतला. पण बेलोज कुठेच सापडला नाही. अंधार वाढू लागल्यानंतर हंटरने बेलोजचा शोध थांबवला. मग त्याने सगळ्यांना शेकोटीभोवती एकत्र जमायला सांगितलं. त्याने सगळी माणसं मोजली. स्पॅनिश कैदी आणि लेडी सारासकट सगळे मिळून चौतीस जण होते. हंटरने सर्वांना शेकोटीच्या जास्तीतजास्त जवळ राहण्याची ताकीद दिली आणि बेलोजच्या ऐवजी दुसऱ्या एकाला पहारा करायला नेमलं.

दुसऱ्या दिवशी सकाळी हंटर काही माणसांना बरोबर घेऊन बेटावर कुठं लाकूड मिळतंय का, ते बघण्यासाठी गेला. पण त्या अनामिक बेटावर काहीही मिळालं नाही. मग हंटर दहा सशस्त्र लोकांना घेऊन जवळच्या बेटाकडे गेला. तिथे देखील लाकूड मिळेल, अशी सुतराम शक्यता त्याला दिसत नव्हती. पण तरीही शोध घेणं भाग होतं.

होडीमधून हंटर आणि त्याचे लोक बेटाच्या पूर्व बाजूकडच्या वाळूच्या किनाऱ्यावर उतरले. निवडुंगाच्या दाट फडांमधून वाट काढत ते थोड्या वेळाने बेटाच्या मधल्या उंचभागात आले. तिथवर जाताना त्यांना निवडुंगाच्या काट्यांनी जागोजागी ओरखडलं होतं आणि कपडेही फाटले होते. या उंच जागेवर गेल्यावर त्यांना दोन गोष्टी दिसल्या. त्यांना बेटांच्या या समूहामधलं दक्षिणेकडचं आणखी एक बेट दिसलं. तसंच त्यांना ते ज्या बेटावर उतरले होते तिथला पश्चिम किनारा दिसला. तिथे पाच-सहा ठिकाणांहून करड्या रंगाचा धूर हलकेच वर जाताना दिसला. याचा अर्थ त्या

बेटावर वस्ती होती.

आजूबाजूला नजर टाकत असताना हंटरची नजर पुन्हा जिथून धूर येत होता तिकडे गेली. पण आता धूर येणं बंद झालं होतं. त्याच वेळी त्यांना ढोल वाजत असल्याचा हलका पण स्पष्ट आवाज ऐकू आला.

''आपण आपल्या होडीकडे परतलेलं बरं,'' हंटर म्हणाला. मग सगळे जण पुन्हा निवडुंगामधून वाट काढत पूर्व किनाऱ्यावर त्यांच्या होडीपाशी आले. तिथे त्यांना वाळूत आणखी एक होडी येऊन गेल्याची गूढ खूण दिसली. याखेरीज त्यांना आणखीही काहीतरी दिसलं.

त्यांच्या होडीजवळ वाळूचा एक भाग सपाट केलेला दिसला. तिथे वर्तुळाकारात काही दगड मांडलेले होते. त्याच्या मध्यभागी हाताची पाच बोटं वर आलेली दिसली.

हंटरचा एक खलाशी पुढे झाला आणि त्याने एक बोट खेचलं, तर ते एकदम त्याच्या हातातच आलं. त्याने दचकून ते जागीच टाकलं आणि तो मागे सरकला, ''गॉड्स वुंडस!''

हंटरचं हृदय जोराने धडधडू लागलं. त्याने इतरांकडे पाहिलं. सगळे जण घाबरून मागे सरकले होते. हंटर पुढे झाला आणि त्याने एक बोट धरून खेचलं. ते निघून हातात आलं. मग सगळीच बोटं हातात आली. हंटरची माणसं त्याच्याकडे विलक्षण घाबरून बघत होती.

''ह्याचा अर्थ काय कॅप्टन?'' एका खलाशाने विचारलं.

हंटरला तरी त्याचा अर्थ कुठे ठाऊक होता. त्याने ती बोटं खिशात टाकली आणि म्हणाला, ''चला जहाजाकडे जाऊ या. मग बघू.''

संध्याकाळी शेकोटी पेटवून त्याच्याभोवती बसल्यानंतर हंटरने ती बोटं बाहेर काढली. सगळ्यांच्या मनात जे प्रश्न होते त्याची उत्तरं लझूपाशी होती.

''इथे नीट बघा.'' लझूने बोटं जिथून तोडली होती तिथला भाग दाखवला, ''हे कॅरिबी लोकांचं काम आहे. अगदी नक्की त्यांचंच.''

''कॅरिबी...'' हंटरनेही ते शब्द उच्चारून बघितले. त्याला आश्चर्य वाटलं होतं. पूर्वी कॅरिबियन बेटांवर मोठ्या प्रमाणात राहणाऱ्या कॅरिब इंडियन जमातीविषयी आता फक्त आख्यायिका उरल्या होत्या. अतिशय आक्रमक अशा या कॅरिब इंडियन लोकांचा पहिल्या शंभर वर्षांमध्येच स्पॅनिशांनी संपूर्ण निकाल लावला होता. याच नाही तर सगळ्याच इंडियन जमातींचा स्पॅनिश आक्रमकांनी समूळ नाश केला होता. अतिशय हलाखीत घाणेरडं जिणं जगणारे काही अरावाक इंडियन काही तुरळक

बेटांवर कधीतरी आढळत असत. पण या कॅरिब जमातीचा मात्र साफ निर्वंश झाला असल्याचं मानलं जात होतं.

‘‘तुला कसं काय माहिती?’’ हंटरने विचारलं.

‘‘बोटांचा तुकडा पडलेली जागा बघा. तो घाव कुठल्याही धातूच्या शस्त्राचा नाही. तो दगडी हत्याराचा आहे.’’

हंटरला ही नवीन माहिती कळायला अवघड जात होती.

‘‘ही त्या स्पॅनिशांचीच आपल्याला घाबरवण्यासाठी केलेली फसवी चाल असेल,’’ हंटर हे म्हणाला खरा. पण हे बोलत असतानाच आपला स्वत:चाच यावर विश्वास बसलेला नाही, हे त्याला जाणवलं.

‘‘कॅरिब लोक नरभक्षक आहेत.’’ लझ्झू तुटकपणे म्हणाली, ‘‘पण ते अशी बोटं मागे ठेवतात, इशारा म्हणून.’’

एन्डर्स तिथे आला.

‘‘माफ कर कॅप्टन, पण मिस अलमॉन्ट परत आलेली नाही.’’

‘‘काय?’’

‘‘ती परत आलेली नाही.’’

‘‘परत आली नाही? कुठून?’’

‘‘मी तिला बेटावर जायची परवानगी दिली होती,’’ एन्डर्स हताश स्वरात म्हणाला.

त्याने आता अंधारलेल्या निवडुंगांच्या फडांकडे बोट दाखवलं.

‘‘आपण शाकाहारी आहोत, असं ती म्हणाली. तिला काही फळं गोळा –’’

‘‘ती कधी गेलीय?’’

‘‘दुपारी, कॅप्टन.’’

‘‘आणि ती अजून परतली नाही?’’

‘‘होय... मी तिच्याबरोबर दोघा जणांना पाठवलं होतं. पण मला खरोखरच असं काही –’’

एन्डर्स मध्येच बोलायचा थांबला. त्यांना सगळ्यांना दूर अंतरावर वाजणाऱ्या ढोलाचा आवाज स्पष्ट ऐकू आला होता.

३३

तीन होड्या बेटाकडे निघाल्या होत्या. पहिल्या होडीत बसलेला हंटर किनारा जवळ येताना बघत होता. बेटावरून येणारा ढोलांचा आवाज आता मोठा झाला होता. अधूनमधून जाळाच्या प्रकाशाची एखादी तिरीपही चमकून जात होती.

हंटरच्या शेजारी बसलेली लझ्झू म्हणाली, "ते बायकांना खात नाहीत."

"तुझ्या दृष्टीने सुदैवच म्हणायचं."

"आणि लेडी साराच्या दृष्टीनेही." लझ्झू तोंडाने च्यॅक्ऽ च्यॅक्ऽ असा आवाज काढत म्हणाली, "मी असं ऐकलंय की, हे कॅरिब इंडियन स्पॅनिशांनाही खात नाहीत. कारण ते फार वातड असतात. डच माणसं गुबगुबीत असली तरी बेचव असतात. इंग्लिशांना कसलीच चव नसते. पण फ्रेंच मात्र चविष्ट असतात. हे खरंच आहे. होय की नाही?"

"मला काहीही करून तिला परत आणायलाच हवं." हंटर गंभीरपणाने म्हणाला, "मी गव्हर्नरला काय सांगू? आम्ही तिला वाचवलं खरं, पण नंतर रानटी लोकांनी तिला बार्बेक्यू करायला नेलं, असं मी कसं सांगणार?"

"तुला विनोदबुद्धीच नाही हंटर."

"निदान आता तरी नाही." हंटर म्हणाला.

त्याने मागोमाग येणाऱ्या दोन्ही होड्यांकडे नजर टाकली. त्याने एकूण सत्तावीस माणसं बरोबर घेतली होती. एन्डर्सला त्याने एल त्रिनिदादवरच ठेवलं होतं. तो जहाजाची दुरुस्ती करत राहणार होता. एन्डर्सला जहाजांच्या बाबतीत सगळं काही कळत होतं, हे खरं. पण त्याला एकट्यालाच दुरुस्ती करायला लावणं, हे अयोग्य आहे, हंटरला कळत होतं. पण त्याचा नाइलाज होता.

होडी खालच्या वाळूत रुतल्याचा आवाज आला. हंटरची माणसं गुडघ्याएवढ्या पाण्यात उतरू लागली. हंटरने त्यांना उतरू दिलं. पण डॉन दिएगोच्या बाबतीत मात्र काळजी घ्यायचा हुकूम दिला.

काही क्षणांनंतर डॉन दिएगो अगदी हळूहळू पावलं टाकत कोरड्या जमिनीवर उतरला. त्याने हातात खास वस्तू नीट धरली होती.

"ओले तर झाले नाहीत ना?" हंटरने विचारलं.

"नाही. मी काळजी घेतली आहे," डॉन दिएगो त्याचे अधू डोळे किंचित किलकिले करत म्हणाला, "मला नीट दिसत नाही."

"माझ्या मागोमाग ये." हंटर म्हणाला.

तो बेटाच्या आतल्या भागात जाऊ लागला. त्याच्या मागोमाग उरलेल्या दोन्ही होड्यांमधून उतरलेले त्याचे सशस्त्र लोक होते. सगळे हलक्या पावलांनी निवडुंगाच्या फडांमधून बेटाच्या आतल्या भागात जाऊ लागले.

कॅरिब इंडियनांची वस्ती हंटरला वाटलं होतं त्यापेक्षा मोठी होती. दहा-बारा मातीच्या झोपड्या गोलाकारात बांधलेल्या दिसत होत्या. त्यांची छपरं गवताने शाकारलेली होती. झोपड्यांच्या अर्धवर्तुळाच्या मध्यभागी शेकोट्या पेटवलेल्या दिसल्या. ढोलांच्या तालावर लाल रंगाने अंग रंगवलेले इंडियन नाचत होते. त्यांचा आरडाओरडाही सुरू होता. काही जणांनी अंगावर मगरींची कातडी पांघरली होती. काही जण मानवी कवट्या हवेत उंचावत नाचत होते. हे सगळे नग्न नर्तक काहीतरी एकसुरी गाणं म्हणत होते.

त्यांच्या नाचायच्या जागी मध्यभागी त्यांच्या आनंदाचं कारण होतं. तिथे हिरव्या फांद्यांवर हातपाय नसलेलं एक धड ठेवलेलं होतं. एका बाजूला बसून काही बायका त्या माणसाची आतडी साफ करत होत्या. हंटरला लेडी सारा कुठे दिसली नाही. पण मग मूरने बोटाने दाखवलं. ती एका बाजूला जमिनीवर पडली होती. तिची जरादेखील हालचाल होत नव्हती. ते पाहून ती मेली असावी, असं हंटरला वाटलं.

हंटरने त्याच्या माणसांकडे नजर टाकली. त्यांच्या चेहऱ्यांवर त्यांना बसलेला धक्का आणि आलेला संताप स्पष्ट दिसत होता. हंटरने अगदी हलक्या आवाजात लझूला कानात काहीतरी सांगितलं. मग तो, बस्सा आणि डॉन दिएगो वस्तीच्या कडेने रांगत पलीकडच्या बाजूला गेले.

हातात सुऱ्या धरून तिघं जण एका झोपडीत शिरले. आत कोणीच नव्हतं झोपडीत टांगलेल्या अनेक मानवी कवट्या वाऱ्यामुळे एकमेकांवर आदळून कट्ऽकट्ऽ असा आवाज येत होता.

"लवकर…" कवट्यांकडे दुर्लक्ष करत हंटर डॉन दिएगोला म्हणाला.

डॉन दिएगोने झोपडीच्या मध्यावर ग्रेनाडो ठेवला आणि वात पेटवली. तिघं जण लगेच घाईघाईने मागे आले. मग डॉन दिएगोने वस्तीच्या टोकापाशी दुसरा ग्रेनाडो ठेवला आणि त्याचीही वात पेटवली.

पहिल्या ग्रेनाडोचा दणका मोठा होता. झोपडीचे हजारो तुकडे झाले. अचानक झालेल्या या स्फोटामुळे धक्का बसलेल्या इंडियनांनी किंचाळ्या फोडल्या. त्याच क्षणी डॉन दिएगोने वात पेटवून ठेवलेला ग्रेनाडो त्या जाळांच्या दिशेने फेकला. अंगात धातूचे आणि काचेचे तुकडे घुसल्याने इंडियन लोकांनी कर्णकटू किंकाळ्या फोडल्या.

त्याच क्षणी हंटरच्या माणसांनी गोळीबाराला सुरुवात केली. हंटर आणि मूर पुढे सरकले आणि त्यांनी साराला उचलून वस्तीच्या बाहेर झुडुपांमध्ये आणलं. त्यानंतर हंटरने परतीचा प्रवास सुरू केला. याचं त्याने अगोदर नियोजन केलेलं नव्हतं. विलक्षण ताकदीच्या बस्साने साराला खांद्यावर उचलून घेतलं होतं. उचलताना सारा किंचित कण्हली.

''ती जिवंत आहे.'' हंटर म्हणाला.

सगळे जण घाईघाईने होड्यांपाशी आले आणि पहाट व्हायच्या आत आणखी काही न घडता सर्व जण जहाजावर परत आले.

एन्डर्सने थोडावेळ जहाज चालवण्याची जबाबदारी हंटरवर सोपवली.

मग तो साराची देखभाल करू लागला. सकाळी थोड्या उशीरा तो हंटरपाशी आला.

''ती जगेल,'' एन्डर्स म्हणाला, ''डोक्यावर जोराचा फटका बसलेला आहे. पण जखम फारशी गंभीर नाही... आपली परिस्थिती चांगली असती, तर फार बरं झालं असतं.'' एन्डर्सने जहाजावर सगळीकडे नजर फिरवली.

एन्डर्सचं म्हणणं खरंच होतं. जरी जहाज नीट करायचे प्रयत्न ते करत असले तरी अजून बरंच काम बाकी होतं. मुख्य डोलकाठी अजून अधूच होती. पुढची डोलकाठी तर जागेवरच नव्हती. पाण्याच्या पातळीच्या खाली एक मोठं भोक अजून तसंच होतं. दुरुस्त्या करण्यासाठी त्यांनी वरच्या डेकचा जवळजवळ सगळा भाग उचकटून टाकलाच होता. आता आणखी दुरुस्तीसाठी त्यांना तोफा ठेवलेल्या डेकचं लाकूड काढायची वेळ आली होती.

''आपण उद्या सकाळपर्यंत इथून निघू शकणार नाही,'' हंटर म्हणाला.

''मला रात्र इथं काढणं काही खरं वाटत नाही,'' एन्डर्स बेटाकडे नजर टाकत म्हणाला.

''मलाही वाटत नाही.''

विलक्षण थकलेले असूनही हंटरच्या सगळ्या माणसांनी सगळी रात्र दुरुस्ती

चालू ठेवली होती. पहाऱ्यासाठी हंटरने एकाला नेमलं होतं. हंटरला तसं करायची आवश्यकता वाटली होती.

मध्यरात्रीच्या सुमारास ढोलांचा आवाज पुन्हा येऊ लागला. चांगला तासभर ढोल वाजत होते. मग ते बंद पडले आणि मनात धडकी भरवणारी शांतता पसरली. हंटरचे लोक घाबरून गेले होते. त्यांना काम सुरू ठेवायचं नव्हतं. पण हंटरने सतत त्यांना काम करत राहायला प्रवृत्त केलं.

हंटर काम करणाऱ्यांच्या जवळ उभा राहून मदत करत होता. एक जण एक मोठी लाकडी फळी धरून उभा होता, मधेच त्याने मानेवर चापटी मारली, "हे डास –"

पण अचानक त्या माणसाचा चेहरा चमत्कारिक झाला. तो खोकत खाकरत कोलमडला आणि जागीच मरून पडला.

हंटरने वाकून पाहिलं. त्याने नीट पाहिलं तर त्याला त्या माणसाच्या मानेपाशी एक रक्ताचा अगदी लहानसा ठिपका दिसला. असं असूनही तो माणूस क्षणभरात खलास झाला होता.

हंटरला जहाजाच्या डोलकाठीजवळ कोणाच्यातरी किंचाळण्याचा आवाज ऐकू आला, तिथे दुरुस्तीचं काम करणारा एक जण कोलमडून पडला होता. हंटरच्या माणसांमध्ये एकदम गडबड गोंधळ उडाला. पहाऱ्यावर ठेवलेले लोक आणि काम करणारे सगळे जण जहाजाच्या खाली आडोशाला उभे राहिले. हंटरने पायाजवळ मरून पडलेल्या माणसाकडे पुन्हा नजर टाकली. त्याला त्याच्या हातातला मागे पीस लावलेला छोटा बाण दिसला. त्याचं टोक एखाद्या सुईसारखं अणकुचीदार होतं.

विष लावलेले बाण!

"ते येत आहेत," एक पहारेकरी धावत सांगत आला.

एन्डर्स हंटरजवळ आला, "काम पुन्हा सुरू ठेवायचं का?"

"आपण किती जण गमावले आहेत?"

"पीटर... आणि इथं मॅक्सवेल."

हंटरने नकारार्थी मान हलवली, "आणखी माणसं गमावणं परवडणार नाही. सकाळ होईपर्यंत थांबा."

सर्व जण सकाळ होईपर्यंत अस्वस्थपणे बसून राहिले. सकाळी बरेच तास झाल्यावर हंटरने सावधगिरीने काम पुन्हा सुरू करायला सांगितलं. तो स्वत: काही जणांना बरोबर घेऊन बेटाच्या आतल्या भागात माग काढायला गेला. पण रानटी लोकांचा कुठे पत्ताच नव्हता. मग तो जहाजावर परतला.

हंटरची सगळी माणसं प्रचंड थकल्याने कुस्करून टाकल्यासारखी झाली

होती. पण एन्डर्स मात्र आनंदी दिसत होता.

"आपण लवकरच निघू शकू" एन्डर्स हंटरला म्हणाला.

ठोकण्याचे आणि दुरुस्तीचे आवाज पुन्हा ऐकू यायला लागल्यानंतर हंटर लेडी साराला भेटायला गेला. हंटर केबिनमध्ये शिरत असताना ती पाहत होती.

"मादाम... आता कसं वाटतंय?"

साराचे डोळे उघडे होते. पण ती काहीच बोलली नाही.

"मादाम?"

साराने काहीच प्रतिसाद दिला नाही.

"मादाम?...."

हंटरने साराच्या उघड्या डोळ्यांसमोरून हात फिरवला. तिने पापणीही लवलवली नाही आणि तिने हंटरला ओळखल्याची काहीही खूण त्याला तिच्या डोळ्यांमध्ये दिसली नाही. मग डोकं हलवत हंटर तिथून निघाला.

संध्याकाळी भरती आल्यानंतर एल त्रिनिदाद तरंगू लागलं. पण तरीही त्यांनी निघण्यासाठी पहाटेपर्यंत थांबायचं ठरवलं. रात्री दूर अंतरावरून पुन्हा ढोल वाजू लागल्याचा आवाज आला. हंटर विलक्षण दमला होता. पण तरीही तो रात्रभर डेकवर येरझाऱ्या घालत राहिला.

पहाटे जरा दिसू लागल्यावर लगेच एल त्रिनिदादने नांगर उचलला आणि ते उघड्या समुद्राकडे निघाले. बघता-बघता अनामिक बेटाचा किनारा मागे पडत चालला होता. जरी हंटरला काळजी वाटत असली तरी इंडियनांनी हल्ला केला नाही.

खोल पाण्यात गेल्यानंतर हंटरने बऱ्याच जणांना विश्रांती घ्यायला पाठवून दिलं आणि तो स्वत: केबिनमध्ये जाऊन झोपला.

त्याची झोप अधूनमधून मोडत होती. आपल्या जहाजाला बोका डेल ड्रॅगनमध्ये भयंकर संकटाला तोंड द्यावं लागतंय, असं त्याला सतत वाटत होतं. आपलं जहाज बुडतंय आणि आपण निळ्याशार पाण्यात खोल खोल जातोय, असं स्वप्नं त्याला पडत होतं.

तो एकदम कोणातरी बाईच्या किंचाळण्याने दचकून जागा झाला. तो लगेच डेकवर धावला. एल त्रिनिदादची शिडं फडफडत होती. अस्ताला जाणाऱ्या सूर्याच्या प्रकाशात शिडं लाल रंगाने झगझगत होती. हंटरला लझ्रू दिसली. त्याला डेकवर आलेला पाहून तिने पाण्याकडे बोट दाखवलं, "तिथं पाहा."

हंटरने पाण्याकडे पाहिलं. एक हिरव्या-निळ्या रंगाचा झगमग करणारा आकार त्यांच्या दिशेने येत होता.

"ड्रॅगन!... ड्रॅगन गेला तासभर आपला पाठलाग करतोय."

तो प्रचंड आकार आता एल त्रिनिदादच्या बाजूला आला होता. त्याच्या राक्षसी नांग्या दूरवर वळवळत गेलेल्या दिसल्या.

"नाही!" लझ्झू किंचाळली.

एका मोठ्या हादऱ्याने तिच्या हातातलं सुकाणू निसटलं.

"तो हल्ला करतोय –"

हंटरने पुढे होऊन सुकाणू धरण्याचा प्रयत्न केला. पण एल त्रिनिदादला एवढे जबरदस्त हादरे बसत होते की, त्याला स्वत:चाच तोल नीट सांभाळता येईना.

लझ्झूच्या किंचाळण्यामुळे खलाशी डेकवर जमा झाले होते. आता सगळीकडे एकदम 'क्राकेन! क्राकेन!' असा गलका सुरू झाला.

हंटर उठून उभा राहत असतानाच एक प्रचंड आकाराची नांगी वळवळत आली आणि तिने त्याच्या कंबरेला विळखा घातला. त्या नांगीवर असणारे धारदार कडा असलेले चूषक त्याच्या कपड्यांमधून आत शिरले आणि छातीवर त्यांनी ओरबाडलं. हंटरला त्या नांगीचा थंडपणा जाणवत होता. हंटरने कट्यार उपसली आणि नांगी त्याला उचलून घेत असताना त्याने कट्यारीने जोराचे वार केले. हिरव्या रंगाचं रक्त त्याच्या पायांवर धबाधबा पडू लागलं.

अचानक त्या नांगीने त्याच्यावरची पकड सोडली. हंटर एकदम खाली कोसळला. त्याने सगळीकडे पाहिलं. आता डेकवर सगळीकडेच जाडजूड नांग्या वळवळत दिसेल त्या वस्तूला विळखा घालत होत्या.

हंटरला दिसलं की, एका नांगीने एका खलाशाला उचलून हवेत वर नेलं आणि मग पुढच्याचक्षणी तो माणूस पाण्यात दिसेनासा झाला.

"खाली चला! खाली चला!" एन्डर्स ओरडून सांगू लागला. जहाजाच्या मधल्या भागात असणाऱ्या काही जणांनी बंदुकीच्या फैरी झाडायला सुरुवात केली होती.

हंटरला एकदम साराची आठवण झाली. तो तिला बघायला निघाला. अचानक हंटर हवेत उंच फेकल्यासारखा झाला. एका अजस्त्र नांगीने त्याला जहाजाच्या डोलकाठीच्याही वर उचललं होतं. नांगीत अडकलेला हंटर काही क्षण एखाद्या बाहुलीसारखा हवेत झुलत होता. हवेत उचलला जात असताना हंटरच्या हातात एक कुऱ्हाड आली होती. हंटर तिचे घाव नांगीवर घालू लागला. तो आता थेट त्या प्राण्याच्या वर होता. एकदोन क्षणानंतर त्या नांगीची पकड ढिली पडली. हंटरने एका हाताने जहाजाचा कठडा धरून ठेवला होता. म्हणून तो काही वेळ पाण्यात न पडता लटकत राहिला. पण आणखी एक नांगी वळवळत आली आणि त्या तडाख्याने हंटर सरळ त्या प्राण्याच्या अंगावर पडला.

काही वेळ हंटर पाण्यात घुसळला जात होता. पण आता तो त्या प्राण्याच्या

बुळबुळीत शरीरावर उभा होता. मग त्याचा तोल गेला आणि तो हातापायांवर बसला. प्राण्याची निसरडी त्वचा अत्यंत थंडगार वाटत होती. हंटरला त्या प्राण्याचा डोळा दिसला. एखाद्या टेबलापेक्षाही मोठ्या आकाराच्या डोळ्यात काहीही भाव दिसत नव्हते. फक्त काळ्या रंगाचं बुबुळ बाजूच्या हिरव्या रंगाच्या मांसात झगमगत होतं. हंटर त्या डोळ्याजवळ आला आणि त्याने कुऱ्हाडीचा घाव त्या डोळ्यावर घातला. पण कुऱ्हाड आपटून परत आली. हंटरने कुऱ्हाड चांगली वर उचलली आणि पुन्हा जोराचा घाव घातला. या खेपेस कुऱ्हाडीने डोळा फुटला होता. डोळ्यामधल्या स्वच्छ द्रवाचा एक मोठा फवाराच हवेत उडाला.

अचानक हंटरला आपण पाण्यात निराधार तरंगतोय, हे जाणवलं. तो प्राणी खाली निघून गेला होता.

जहाजावरून दोर सोडले गेले आणि हंटरला वर ओढून घेण्यात आलं.

हंटर वर आल्यानंतर एन्डर्स म्हणाला, ''एक सांगू – आपण पोर्ट रॉयलला परत गेलो की, कोणीही यावर जरादेखील विश्वास ठेवणार नाही.''

भाग सहा

पोर्ट रॉयल

३४

१७ ऑक्टोबर १९६५ रोजी दुपारी स्पॅनिश जहाज – एल त्रिनिदाद, पोर्ट रॉयलच्या पूर्व किनाऱ्यावर पोहोचलं. हंटरने जवळ आल्यानंतर नांगर टाकायचा हुकूम दिला.

एल त्रिनिदाद पोर्ट रॉयलपासून दोन मैल अंतरावर उभं होतं. हंटर आणि त्याची माणसं कठड्यापाशी उभी राहून दूरवर दिसणाऱ्या गावाकडे बघत होती. बंदरात काहीही हालचाल दिसत नव्हती. बहुधा जहाजाचं आगमन झाल्याचं कोणाच्याही लक्षात आलेलं नव्हतं. पण लवकरच बंदुकांच्या फैरी झाडल्या जातील आणि शत्रूकडून घबाड आणलं म्हणून स्वागताची तयारी सुरू होईल, याची सर्वांना कल्पना होती. ही नेहमीचीच प्रथा होती.

पण जहाजाने नांगर टाकून काही तास उलटले तरी स्वागताची धामधूम दिसेना. उलट गाव जास्तच शांत वाटू लागलं.

एन्डर्सच्या कपाळावर काळजीने आठ्या पडल्या.

''डॉनने हल्ला तर केला नाही ना?''

''अशक्य.'' हंटर नकारार्थी मान हलवत म्हणाला.

ते बरोबरच होतं. कारण पोर्ट रॉयल ही नव्या जगामधली सर्वांत भक्कम वसाहत होती. स्पॅनिशांनी एकवेळ सेंट कीट्सवर हल्ला केला तर ते समजण्यासारखं होतं. पण पोर्ट रॉयलवर हल्ला? छे! ते अशक्यच होतं.

''पण काहीतरी चुकतंय, हे नक्की.'' एन्डर्स म्हणाला.

''काय ते लवकरच कळेल.'' हंटर हे म्हणत असतानाच त्यांना फोर्ट चार्ल्सजवळून एक होडी निघालेली दिसली. जरा वेळाने ती होडी एल त्रिनिदादजवळ

आली आणि जहाजाला बांधण्यात आली. राजाच्या सैन्यातला कॅप्टन इमर्सन जहाजावर आला. हंटर या तरुण धडाडीच्या अधिकाऱ्याला ओळखत होता.

इमर्सनच्या चेहऱ्यावर ताण दिसत होता. गरज नसतानाही त्याने जास्त मोठ्या आवाजात विचारलं, "या जहाजाचा अधिकृत घोषित कॅप्टन कोण आहे?"

"मी," हंटर हसत म्हणाला, "पीटर, कसा आहेस?"

इमर्सन ताठरपणाने उभा होता. त्याने अजिबात ओळख दाखवली नाही, "कृपया ओळख पटवा."

"पीटर... तू मला चांगला ओळखतोस. असं असताना या विचारण्याचा अर्थ –"

"ओळख पटवायची किंवा शिक्षेला सामोरं जायचं –"

"हा काय खेळ चाललाय?"

इमर्सन एकदम ताठ उभा राहिला, "तू मॅसॅच्युसेट्स बे कॉलनीमधला नागरिक आणि आता हिज मॅजेस्टीच्या जमैका वसाहतीचा रहिवासी असणारा चार्ल्स हंटर आहेस का?"

"होय." हंटर म्हणाला.

संध्याकाळचा थंड वारा असूनही इमर्सन घामानं डबडबून गेल्याचं त्याला दिसलं.

"आता कृपा करून जहाजाची ओळख पटव."

"हे स्पॅनिश जहाज एल त्रिनिदाद या नावाने ओळखलं जातं."

"स्पॅनिश जहाज?"

हंटरचा आता संयम सुटत चालला होता.

"होय. ते तुझ्या नाकाइतकं स्वच्छ दिसतंय."

"तसं असेल तर चार्ल्स हंटर मला माझं कर्तव्य करणं भाग आहे. मी तुला लुटारूपणाच्या आरोपाखाली अटक करतो –"

"लुटारू?"

" – आणि त्याचप्रमाणे तुझ्या सगळ्या माणसांनाही अटक करतो आहे. आता तू कृपा करून माझ्याबरोबर होडीत बसावंस."

हंटरला धक्का बसला होता.

"अटक! कोणाच्या हुकुमावरून?"

"जमैकाचे प्रभारी गव्हर्नर मिस्टर रॉबर्ट हॅकलेट यांच्या हुकुमावरून."

"पण सर जेम्स –"

"आपण हे बोलत असताना कदाचित सर जेम्स मरण पावत आहेत. आता माझ्याबरोबर चल."

जणू कसल्यातरी गुंगीत असावा त्याप्रमाणे सुन्न झालेला हंटर होडीत बसला. होडी वल्हवत जाऊ लागली. हंटरने मागे वळून आपल्या जहाजाकडे नजर टाकली. आपल्याप्रमाणेच आपली सगळी माणसं सुन्न झाली असणार, असं त्याला खात्रीने वाटलं.

हंटर इमर्सनकडे वळला.

"हे सगळं चाललंय तरी काय?"

इमर्सन आता जरासा सैलावला होता. त्याचं कारण म्हणजे तो आता त्याच्या होडीत होता आणि भोवती सैनिक होते.

"बरेच बदल झाले आहेत," इमर्सन सांगू लागला, "साधारण पंधरा दिवसांपूर्वी सर जेम्स आजारी पडले. त्यांना तापामुळे –"

"कसला ताप?"

"मला जेवढं माहीत आहे तेवढं मी सांगतोय," इमर्सन म्हणाला, "ताप आल्यामुळे सर जेम्स अंथरुणाला खिळून आहेत. त्यांच्या अनुपस्थितीत मिस्टर हॅकलेटनी वसाहतीचा कारभार पाहायला सुरुवात केली असून कमांडर स्कॉट मदत करतो आहे."

"होय का?" हंटरला आपण फार हळू प्रतिसाद देतोय, हे जाणवत होतं. त्याला बसलेला धक्का अजून कमी झाला नव्हता. गेले सहा आठवडे एवढी साहसं केल्यानंतर एक सामान्य लुटारू म्हणून आपल्याला फासावर लटकावं लागणार ही कल्पना त्याला अजून खरी वाटत नव्हती.

"होय." इमर्सन म्हणाला, "मिस्टर हॅकलेट गावाच्या बाबतीत फारच कडक वागत आहेत. बरेच जण तुरुंगात डांबले आहेत आणि अनेकांना फाशी देण्यात आली आहे. मागच्या आठवड्यात पीट्सला फासावर लटकवलं."

"पीट्स!"

"होय. आणि कालच मोर्लेला फाशी झाली. आणि तुझ्या अटकेसाठी कायमस्वरूपी हुकूम देण्यात आला आहे."

हंटरच्या मनात एकाचवेळी हजारो प्रश्नांची आणि उत्तरांची गर्दी उसळली. पण तो काही बोलला नाही. इमर्सन हा एक अधिकारी होता इतकंच.

तो कमांडर स्कॉटचा हुकूम पाळत होता. त्याला त्याचं काम करणं भाग होतं.

"मला कुठल्या तुरुंगात पाठवायचं आहे?"

"मार्शलसी."

हंटर हसू लागला, "मार्शलसी!" मी तिथल्या प्रमुखाला ओळखतो."

"नाही. तिथे आता नवीन माणूस आहे. हॅकलेटचा माणूस."

"अस्सं."

हंटर नंतर आणखी काही बोलला नाही. तो फक्त वल्ह्यांचे फटकार ऐकत फोर्ट चार्ल्स जवळ येताना पाहत बसला.

फोर्ट चार्ल्समध्ये शिरल्यानंतर तिथल्या सैनिकांची तयारी आणि त्यांचा चटपटीतपणा पाहून तो चकित झाला. पूर्वी इथे डझनावारी पहारेकरी मद्यधुंद अवस्थेत इथे तिथे कसेही उभे राहून घाणेरडी गाणी गाताना दिसत. पण त्या दिवशी मात्र सगळे व्यवस्थित गणवेश घालून नीट उभे राहिलेले दिसत होते.

हंटरला बंदोबस्तात लाईम स्ट्रीटवरून गावात नेण्यात आलं. हा रस्ता अनपेक्षितपणे एकदम शांत होता. मग हंटरला यॉर्क स्ट्रीटवरून उत्तर भागाकडे नेलं. जाताना त्याला दिसलेल्या सगळ्या खानावळींमध्ये अंधार होता. खरंतर नेहमी त्यांच्यात भरपूर प्रकाश असायचा. गावामधली ही शांतता आणि सुनसान रस्ते ही बाब आश्चर्यकारक होती.

पुरुषांसाठीचा मुख्य तुरुंग असलेल्या मार्शलसी तुरुंगाची दगडी इमारत यॉर्क स्ट्रीटच्या टोकापाशी होती. दोन मजल्यांवर एकूण पन्नास कोठड्या होत्या. आतमध्ये शिरताच मलमूत्राचा घाणेरडा दर्प भपकन नाकात शिरत असे. जमिनीला असलेल्या बिळांमधून उंदीर आरामात इकडेतिकडे पळताना दिसत. हंटरला आत नेऊन एका कोठडीत बंद करत असताना इतर कोठड्यांमधले कैदी हंटरकडे रित्या नजरेने बघत होते.

हंटरने कोठडीत नजर फिरवली. आत पलंग वगैरे काहीही नव्हतं. फक्त जमिनीवर गवत टाकलेलं दिसत होतं. कोपऱ्यात उंचावर गज लावलेली एकच खिडकी होती. त्या खिडकीमधून हंटरला हलणारे ढग दिसले.

कोठडीचं दार बंद झाल्यानंतर हंटरने इमर्सनला विचारलं, ''माझ्यावर खटला कधी होईल?''

''उद्या,'' असं म्हणून इमर्सन निघून गेला.

हंटरवरचा खटला १८ ऑक्टोबर १९६५ रोजी झाला. त्या दिवशी शनिवार होता. सर्वसाधारणपणे न्यायालयाचं कामकाज शनिवारी चालत नसे. पण त्या दिवशी शनिवार असूनही हंटरवरचा खटला चालला. हंटरला एकट्यालाच आत नेलं, तेव्हा भूकंपाने नुकसान झालेल्या न्यायालयाच्या त्या इमारतीत फारसं कोणी नव्हतं. उच्च अधिकार असणाऱ्या लवादाचे सात सदस्य एका लाकडी टेबलापाशी बसले होते. जमैका वसाहतीचं गव्हर्नरपद हंगामी स्वरूपात सांभाळणारा मिस्टर रॉबर्ट हॅकलेट या लवादाच्या अध्यक्षपदी होता.

हंटरवरचे आरोप त्याला वाचून दाखवले जाताना त्याला टेबलासमोर उभं

केलं होतं.

"उजवा हात वर कर."

हंटरने उजवा हात उंच धरला.

"चार्ल्स हंटर, तू आणि तुझ्या सहवासात असणाऱ्या सर्वांवर, आपल्या सर्वांचे अधिपती असणारे सार्वभौम राजे चार्ल्स यांच्या अधिकारात याप्रमाणे आरोप ठेवण्यात येत आहेत."

काही क्षण शांतता पसरली. हंटरने सर्वांच्या चेहऱ्यांकडे नजर फिरवली. हॅकलेट हंटरकडे जळजळीत डोळ्यांनी बघत होता. त्याच्या चेहऱ्यावर कुत्सित हास्याची छटा होती. ॲडमिरल्टीचा जज्ज लेविशॅम अस्वस्थपणाने बघत होता. कमांडर स्कॉट सोन्याच्या कोरणीने दात कोरत बसला होता. फॉस्टर आणि पुअरमन नावाचे दोन व्यापारी त्याची नजर चुकवून दुसरीकडे पाहत होते. सशस्त्र दलामधला अधिकारी लेफ्टनंट डॉडसन त्याच्या गणवेशावर हात फिरवताना दिसला. तसंच जेम्स फिप्स हा व्यापारी जहाजाचा कॅप्टनही तिथे होता. हंटर या सगळ्यांनाच ओळखत होता. सगळेच अतिशय अस्वस्थ आहेत, हे त्याला जाणवलं.

"तुझ्या देशातल्या कायदेकानूंना धाब्यावर बसवून तुझ्या राजाचा मित्र असणाऱ्या स्पेनच्या अतिशय धार्मिक प्रवृत्तीच्या ख्रिश्चन राजाच्या म्हणजे हिज मॅजेस्टी फिलिप यांच्या प्रजाजनांना त्रास देण्यासाठी तू कपटीपणाने लोकांना जमा केलंस. मनात अतिशय दुष्ट इच्छा बाळगून तू लेरेस बेटावरच्या स्पॅनिश वसाहतीत शिरलास. तिथे असणाऱ्या जहाजांचा विध्वंस करून तू तिथे जाळपोळ केलीस आणि लुटालूट केलीस."

"त्याचप्रमाणे लेरेस बेटाच्या दक्षिण दिशेला असणाऱ्या सामुद्रधुनीत असणाऱ्या स्पॅनिश जहाजावर बेकायदेशीर कब्जा करणं, ते बुडवणं आणि जहाजावरच्या लोकांच्या हानीस जबाबदार असणं हे आरोप तुझ्यावर ठेवण्यात येत आहेत."

"अखेरीस तुला हे सांगण्यात येतंय की, हे सगळं करताना तू आणि तुझ्याबरोबरच्या दुष्ट सहकाऱ्यांनी स्पॅनिश जहाजं, वसाहती आणि तिथल्या प्रजाजनांवर हल्ले करून स्पॅनिश नागरिकांचे खून पाडले आहेत. चार्ल्स हंटर, तुला हे आरोप मान्य आहेत का?"

"निर्दोष –" हंटर काही क्षणांनंतर म्हणाला.

हंटरच्या दृष्टीने हा खटला अगोदरच विडंबनासारखाच झाला होता. पार्लमेंटच्या १६१२ मधल्या कायद्यात असं स्पष्ट म्हटलं होतं की, खटल्याची सुनावणी करणाऱ्यांचा त्या खटल्याशी प्रत्यक्ष अथवा अप्रत्यक्ष असा कसलाही संबंध असता कामा नये आणि इथे तर लवादाच्या सर्वच सदस्यांना हंटरवरच्या खटल्यात जप्त केल्या जाणाऱ्या जहाजामुळे आणि त्याच्यावर असणाऱ्या खजिन्यामुळे आर्थिक

फायदा होणार होता.

हंटरवर जे आरोपपत्र होतं त्यामधले तपशील पाहून त्याला आश्चर्य वाटलं होतं. मातानकेरॉसवरच्या मोहिमेत नेमकं काय झालं, ते फक्त तो स्वत: आणि त्याच्या माणसांनाच माहीत होतं. असं असूनही त्याने स्पॅनिश लढाऊ जहाजाशी यशस्वी मुकाबला कसा केला, याची खडान्‌खडा माहिती आरोपपत्रात होती, न्यायालयाला ही माहिती कशी काय मिळाली? याचा अर्थ आदल्या रात्री छळ झाल्याने त्याच्या एखाद्या माणसाने तोंड उघडलं असावं, हे हंटरच्या लक्षात आलं.

हंटरने आपण निर्दोष असल्याचं सांगितल्यावर न्यायालयाने काहीही प्रतिक्रिया दिली नाही. हॅकलेट खुर्चीत किंचित पुढे झुकला. "मिस्टर हंटर, तुला इथल्या समाजात मान दिला जातो, याची या लवादाला जाणीव आहे. आम्हाला हा खटला शोभेचा व्हावा, असं वाटत नाही. कारण त्यामधून न्यायाची बूज राखली जाणार नाही. तू आता तुझ्या बचावासाठी काही सांगू इच्छितोस का?"

हे ऐकून हंटर चकित झाला. हॅकलेट न्यायाची सामान्य पद्धत बाजूला ठेवून नियमांचा भंग करत होता. हे करण्यात त्याचा काहीतरी स्वार्थ असणार, हे उघड होतं. तरीही ही संधी दवडून चालणार नव्हतं.

"या योग्य संधी देणाऱ्या न्यायालयातल्या सामान्य व्यक्तींची तशी इच्छा असेल तर मी तसं करायला तयार आहे."

लवादाच्या सदस्यांनी विचार करून हळूहळू माना डोलावल्या. हंटरने बोलायला सुरुवात करण्यापूर्वी सगळ्यांकडे सावकाश पाहिलं. "हिज मॅजेस्टी किंग चार्ल्स आणि स्पॅनिश दरबारादरम्यान अलीकडेच जो करार झाला त्याची माहिती माझ्यापेक्षा, सभ्य गृहस्थ हो, आपल्याला नक्कीच जास्त असणार. कोणतीही चिथावणी नसताना मी आपल्या या दोन देशांमधला करार मोडणं शक्यच नाही. चिथावणी दिली गेली होती आणि ती देखील भरपूर. माझ्या नौकेवर, कॅसान्ड्रावर स्पॅनिश नौदलातल्या एका युद्ध नौकेने हल्ला चढवला आणि काहीही कारण नसताना आमच्या सर्वांना पकडलं. त्या लढाऊ जहाजाच्या कझाला नामक कॅप्टनने माझ्या दोन माणसांना ठार केलं. याच कझालाने एका इंग्लिश व्यापारी जहाजावर हल्ला केला. त्यावर काय माल होता ते मला माहीत नाही, पण त्यावर या वसाहतीचे गव्हर्नर सर अलमॉन्ट यांची पुतणी लेडी सारा अलमॉन्ट होती."

"या स्पॅनिश कझालाने, या फिलिप राजाच्या अधिकाऱ्याने, एन्ट्रेपिड नावाच्या इंग्लिश व्यापारी जहाजाला बुडवलं. त्याने अतिशय क्रूरपणे या जहाजावरच्या सर्वांना ठार मारलं. त्याने ठार केलेल्या लोकांमध्ये कॅप्टन वॉर्नर याचा समावेश होता. कॅप्टन वॉर्नर हिज मॅजेस्टी राजेसाहेब यांच्या मर्जीतला असल्याने राजेसाहेबांना फार शोक होईल, हे नक्की."

हंटर बोलायचा थांबला. त्याला दिसलं की, ही माहिती लवादाला नवीन होती आणि ते नक्कीच त्यामुळे खूश झाले नव्हते. राजा चार्ल्स हा मित्रांच्या बाबतीत फार जागरूक होता. आपल्या मित्राचा जीव जाणं हे सोडाच, पण त्याला आपल्या मित्रपरिवारातल्या कोणाचा साधा अपमान झालेलाही सहन होत नसे.

''या इतक्या चिथावणींमुळे आम्ही मातानकेरॉसच्या स्पॅनिश किल्ल्यावर हल्ला केला. आम्ही लेडी सारा अलमॉन्ट यांची सुखरूप सुटका केली आणि जाताजाता आमचं नुकसान भरून निघेल इतपत लूट केली. भर समुद्रात त्यांनी जी घृणास्पद कृत्यं केली होती, त्यांचा आम्ही बदला घेतला इतकंच. मी जे काही केलं त्याचं स्वरूप हे असं आहे.''

हंटर बोलायचा थांबला. त्याने सगळ्या सभासदांकडे नजर टाकली. त्यांना खरं काय ते कळलं आहे, असं त्यांच्या चेहऱ्यांकडे पाहून वाटत होतं.

''मी जे काही सांगितलं ते खरं असल्याची ग्वाही माझ्या जहाजावरचा प्रत्येक माणूस आणि लेडी सारा अलमॉन्ट स्वत: देऊ शकतील. माझ्यावर जे काही आरोप करण्यात आले आहेत त्यात जरादेखील तथ्य नाही. मी चिथावणीखेरीज काही केलं असतं तर तो लुटारूपणा ठरला असता. पण इथे तर फार प्रचंड चिथावणी देणारी कृत्यं त्यांनी केली होती.''

हंटरचं बोलून झालं होतं. त्याने पुन्हा एकदा लवादाच्या सदस्यांकडे पाहिलं. पण आता त्यांचे चेहरे निर्विकार दिसत होते. ते पाहून तो मनोमन हादरून गेला.

हॅकलेट टेबलाजवळ पुढे झुकत म्हणाला, ''मिस्टर चार्ल्स हंटर, तुला तुझ्यावर ठेवण्यात आलेल्या आरोपांबद्दल आणखी काही सांगायचं आहे का?''

''आणखी काही नाही. मला जे सांगायचं होतं ते सगळं सांगून झालं आहे.''

''भाषण तर चांगलं झालं असं म्हणायला हरकत नाही,'' हॅकलेट म्हणाला, ''अर्थात तुझ्या भाषणात सत्याचा भाग किती आहे, हा वेगळा विषय आहे. आता आम्हाला त्याचा विचार करावा लागणार आहे. बरं, आता या न्यायालयाला तू हे सांग की मुळात तुझी नौका तू कोणत्या कारणासाठी हाकारली होतीस?''

''लॉगवूड तोडण्यासाठी.''

''तुझ्याजवळ सहीशिक्क्याची कागदपत्रं होती?''

''होय. स्वत: सर जेम्स अलमॉन्टनी मला ती दिली होती.''

''आणि ही कागदपत्रं आता कुठं आहेत?''

''ती कॅसान्ड्राबरोबर गेली. पण स्वत: सर अलमॉन्ट आपण ती दिल्याचं सांगतील, याची मला खात्री आहे.''

''सर जेम्स आत्ता अतिशय गंभीर आजारी असल्याने ते या न्यायालयासमोर असणाऱ्या कोणत्याही प्रश्नाचा उलगडा करण्यासाठी काहीही सांगण्याच्या स्थितीत

नाहीत. पण हरकत नाही. कागदपत्रं तुझ्याजवळ होती या तुझ्या बोलण्यावर आम्ही विश्वास ठेवतो.''

हंटरने किंचित मान हलवली.

''बरं, तुला स्पॅनिश लढाऊ जहाजानं कोणत्या भागात पकडलं?''

या प्रश्नामधली मेख हंटरच्या लक्षात आली. पण आपण यावर जरादेखील गप्प राहिलो तर त्याचा विपरीत परिणाम आपल्या विश्वासार्हतेवर होईल, हे त्याच्या ध्यानात आलं. त्याने जवळजवळ सत्य सांगायचं, असं ठरवलं.

''प्युएर्तो रिकोपाशी, उत्तरेला.''

''प्युएर्तो रिकोच्या उत्तरेला?'' हॅकलेटने चकित झाल्याचं भासवत विचारलं, ''त्या भागात लॉगवूड मिळतं का?''

''नाही. पण दोन दिवस चाललेल्या मोठ्या वादळामुळे आमचा मार्ग भरकटला होता.''

''ते बरोबरच आहे म्हणा. कारण प्युएर्तो रिको जमैकाच्या उत्तर-पूर्व दिशेला आहे, आणि लॉगवूड मिळणारा भाग तर पश्चिम-दक्षिण दिशेला आहे.''

''वादळाला मी कसा काय जबाबदार धरला जाऊ शकतो?''

''हे वादळ कधी झालं होतं?''

''बारा आणि तेरा सप्टेंबरला.''

''हे विचित्रच आहे.'' हॅकलेट म्हणाला, ''या दोन्ही दिवशी इथे जमैकात हवा अगदी व्यवस्थित होती.''

''समुद्र आणि जमिनीवरची हवा नेहमीच सारखी नसते आणि ही गोष्ट सर्वांना माहीत आहे.''

''दर्यावर्दीपणाच्या ज्ञानाबद्दल हे न्यायालय तुझे आभार मानत आहे हंटर, पण इथे बसलेल्या या सभ्य गृहस्थांनी तुझ्याकडून धडे घ्यावेत, अशी परिस्थिती नाही. होय ना? ...बरं, मिस्टर हंटर... मी तुला कॅप्टन हंटर म्हणत नाही म्हणून माफ कर, पण मला सांग... तू सफरीवर निघालास तेव्हा तू स्पॅनिश वसाहतीवर हल्ला करण्याच्या उद्देशानेच निघाला होतास हे तू नाकारतोस का?''

''होय. मी तसं नाकारतो.''

''असा बेकायदेशीर हल्ला आपण करणार आहोत, असं तू तुझ्याबरोबर असणाऱ्या माणसांना कधीच सांगितलं नाहीस?''

''नाही.'' हंटर जमेल तेवढं ठासून म्हणाला. पण आपल्या एखाद्या माणसाने नेमकं उलट सांगू नये म्हणजे झालं, असं तो मनाशी म्हणाला. अर्थात प्रश्नाचं उत्तर होकारार्थी देणं याचा अर्थ बुल बेमध्ये असतानाच आपल्या मनात लुटारूपणाचा उद्देश होता, हे कबूल केल्यासारखं होतं.

"तू तुझ्या नश्वर आत्म्याची शपथ घेऊन सांगतोस की, असं काही तू कधीच कोणाजवळ बोलला नव्हतास?"

"होय."

हॅकलेट जरा थांबला. मग पुढे बोलू लागला, "मला तू जे काही केलंस ते आता समजावून घेऊ देत. तू साध्या उद्देशाने म्हणजे लॉगवूड आणण्यासाठी निघाला होतास. पण ज्या वादळाने इथल्या किनाऱ्याला स्पर्श केला नाही अशा वादळामुळे तू उत्तरेकडे भरकटत गेलास. मग काहीही कारण नसताना तुला आणि तुझ्या माणसांना स्पॅनिश लढाऊ जहाजाने पकडलं. हे बरोबर आहे ना?"

"आहे."

"शिवाय तुला असंही समजलं की, याच लढाऊ जहाजाने एका इंग्लिश व्यापारी जहाजावर हल्ला करून लेडी सारा अलमॉन्ट यांना ओलीस म्हणून नेलं?"

"आम्हाला जेव्हा पकडून जहाजावर नेलं तेव्हा लेडी अलमॉन्ट तिथंच होत्या. हे मला एका स्पॅनिश सैनिकाकडून बोलता-बोलता समजलं."

"हे फारच सोयीस्कर आहे."

"पण तरीही ते खरंच आहे," हंटर म्हणाला, "आम्ही तिथून निसटलो, आणि मला वाटतं की, या न्यायालयासमोर तो गुन्हा ठरणार नाही. सुटल्यानंतर आम्ही लढाऊ जहाजाचा पाठलाग करत मातानकेरॉसपाशी गेलो तेव्हा आम्हाला दिसलं की, लेडी साराला किल्ल्यात ओढून नेलं जात होतं."

"याचा अर्थ एका इंग्लिश स्त्रीची अब्रू वाचवण्यासाठी, म्हणजे या एकमेव उद्देशाने तू मातानकेरॉसवर हल्ला चढवलास?" हॅकलेट अतिशय कुत्सित स्वरात म्हणाला.

हंटरने लवादाच्या सर्व सदस्यांकडे आळीपाळीने पाहिलं, "हे पाहा सभ्य गृहस्थ हो... मला वाटतं की, मी संत प्रवृत्तीचा आहे की नाही हे ठरवणं, यासाठी हे न्यायालय नाही."

न्यायालयात खसखस पिकली.

"तर या न्यायालयाचं काम मी लुटारू आहे की नाही, याचा निर्णय करायचा असं आहे. हं, आता मला मातानकेरॉस बंदरात जहाज उभं आहे याची माहिती होती, हे खरंच आहे. अर्थात ते घबाड मिळवता येईल, ही सगळ्यांनाच माहीत असणारी गोष्ट होती. मुख्य प्रश्न असा आहे की, कायदेशीर चौकटीचा विचार करता मी कोणत्याही चिथावणीशिवाय मातानकेरॉसवर हल्ला केला की नाही, हे ठरवणं."

हंटरने न्यायालयात बसलेल्या कारकुनाकडे नजर टाकली. सगळ्या गोष्टींची नोंद ठेवायचं काम त्याचं होतं. पण तो नुसता बसून राहिलेला पाहून हंटरला धक्का बसला.

"बरं... स्पॅनिश लढाऊ जहाजावरून तुम्ही लोक कसे सुटलात ते आता सांग."

"याचं कारण सॅन्सन. या फ्रेंच माणसाने शौर्याची विलक्षण कमाल केली म्हणून आम्ही सुटलो."

"या सॅन्सनबद्दल तुझ्या मनात आदर आहे का?"

"आहेच. त्यानेच माझा प्राण वाचवला आहे."

"ठीक तर मग..." हॅकलेट वळला, "पहिल्या साक्षीदाराला बोलवा. आन्द्रे सॅन्सन!"

हंटरने दरवाज्याकडे पाहिलं आणि तो चकित झाला. सॅन्सन आत येताना त्याला दिसला. सॅन्सन घाईघाईने पण सफाईदार पावलं टाकत आत आला आणि साक्षीदाराच्या जागी गेला. त्याने त्याचा उजवा हात उंच धरला, "आन्द्रे सॅन्सन, समोरचा कैदी आणि राजा यांच्यादरम्यान पवित्र इव्हांजेलिस्टना स्मरून तू सत्य बोलायची शपथ घेतोस का?"

"होय."

सॅन्सनने त्याचा हात खाली घेतला आणि हंटरकडे पाहिलं. पण त्याची नजर निर्विकार आणि काहीशी करुण होती. तो काही क्षण हंटरकडे पाहत राहिला. हॅकलेट बोलू लागला, "मिस्टर सॅन्सन...."

"सर –"

"मिस्टर हंटरने त्याच्या सफरीचा त्याच्या बाजूने वृत्तांत सांगितला आहे, आता आम्हाला या सफरीबद्दल तुझ्या शब्दांमध्ये खरं काय ते जाणून घ्यायचं आहे. विशेषत: आरोपीने ज्याच्या शौर्याची तारीफ केली आहे, अशा साक्षीदाराकडून आम्हाला सफरीचा वृत्तांत ऐकायचा आहे, कॅसान्ड्रा ही नौका सफरीवर निघाली तेव्हा त्या सफरीचा मूळ उद्देश काय होता?"

"लॉगवूड कापणी."

"पण नंतर कधी वेगळं काही आढळलं का?"

"होय."

"कृपया न्यायालयाला ते स्पष्ट सांगा."

"आम्ही बारा सप्टेंबरला निघाल्यानंतर हंटर मंकी बेच्या दिशेने निघाला. तिथे गेल्यानंतर त्याने माझ्यासह अनेकांना सांगितलं की, त्याचा उद्देश मातानकेरॉसवरचा खजिना हस्तगत करायचा आहे."

"त्यावर तुझी प्रतिक्रिया काय होती?"

"मला धक्काच बसला," सॅन्सन म्हणाला, "मी हंटरला सांगितलं की, असं करणं लुटारूपणाचं ठरेल आणि त्याला फाशीची शिक्षा आहे."

"त्यावर हंटर काय म्हणाला?"

"त्याने मला शिवीगाळ केली. मी जर या कामात मनापासून भाग घेतला नाही तो मला कुत्र्यासारखा ठार मारून माझे तुकडे शार्क माशांना खायला घालेल, अशी धमकी त्याने मला दिली."

"याचा अर्थ तू या कामात बळजबरीमुळे सामील झालास, स्वत:हून नव्हे?"

हंटर सॅन्सनकडे चकित होऊन पाहू लागला. तो अतिशय शांतपणाने जरादेखील न बिचकता बोलत असल्याने तो खरंच सांगतोय असं कोणालाही वाटलं असतं. सॅन्सन अधूनमधून मुद्दाम हंटरकडे पाहून त्याला जणू हे खोटं आहे असं म्हणून तर बघ, अशा अर्थाने आव्हान देत होता.

"हे कधी घडलं?"

"आम्ही मातानकेरॉसकडे जात असताना. आम्ही तिथे अचानक धाड घालणार होतो."

"अचानक म्हणजे? कसलीही चिथावणी नसताना हल्ला करणार होतात, असं म्हणायचं आहे का?"

"होय."

"बरं, पुढे."

"आम्ही मातानकेरॉसकडे जात असताना आम्हाला स्पॅनिश लढाऊ जहाज दिसलं. आमची संख्या कमी होत होती त्यामुळे स्पॅनिशांनी आम्हाला पकडलं."

"मग तू काय केलंस?"

"माझी हवानामध्ये लुटारू म्हणून मरायची तयारी नव्हती. विशेषत: मला हंटरने जबरदस्तीने नेलं असल्याने मला लुटारू म्हणून मरायचं नव्हतं. मग मी प्रयत्न करून माझ्या सगळ्या सहकाऱ्यांना सोडवलं. आता तरी त्यांनी पोर्ट रॉयलला परतावं, अशी माझी कल्पना होती."

"पण ते परतले नाहीत?"

"होय. ते परतले नाहीत. सुटका झाल्यानंतर हंटर पुन्हा नेतृत्व करू लागला. त्याने आम्हाला त्याचा मूळ हेतू पुरा करण्यासाठी मातानकेरॉसकडे जायला भाग पाडलं."

हंटरला आता गप्प बसवेना.

"मी भाग पाडलं? मी साठ जणांवर जबरदस्ती कशी काय करू शकतो?"

"गप्प राहा!" हॅकलेटने गर्जना केली. "कैद्याने गप्प बसायला हवं, नाहीतर त्याला इथून बाहेर काढण्यात येईल." मग हॅकलेट सॅन्सनकडे वळला, "बरं, त्या वेळी तुमच्या दोघांमधले संबंध कसे होते?"

"वाईट."

"त्याने तुला कसं वागवलं?"

"त्याने मला सफरीदरम्यान साखळीने बांधून ठेवलं होतं."

"पुढे मातानकेरॉस आणि खजिन्याचं जहाज त्याने जिंकलं?"

"होय, सभ्य गृहस्थहो आणि नंतर मला त्याने कॅसान्ड्रावर ठेवलं. मातानकेरॉसवरच्या हल्ल्यानंतर ही नौका आता निरुपयोगी आहे, असं त्याने ठरवलं. त्याने मग खजिना आणि इतर सर्व मौल्यवान गोष्टी त्याच्या जहाजावर हलवल्या. कारण कॅसान्ड्रा भर समुद्रात टिकाव धरणार नाही, असं त्याला वाटत होतं. त्याने माझ्याबरोबर अगदी थोड्या जणांना ठेवलं. त्याने माझ्याप्रमाणेच त्यांच्यावर जबरदस्ती केली होती. आम्ही पोर्ट रॉयलकडे येत असताना आम्हाला चक्रीवादळाने गाठलं आणि त्या वादळात नौकेचे तुकडे तुकडे झाले. मी एकटा वाचलो आणि कसाबसा होडीमधून टॉर्ट्युगाला पोहोचलो. मग तिथून इथे आलो."

"लेडी सारा अलमॉन्टबद्दल तुला काय माहिती आहे?"

"काहीही नाही."

"अजिबात नाही?"

"अगदी आत्ता या क्षणापर्यंत नाही," सॅन्सन म्हणाला, "अशी कोणी व्यक्ती खरोखरच आहे का?"

"होय." हॅकलेटने हंटरकडे रोखून पाहिलं. "मिस्टर हंटरच्या मते त्याने तिला मातानकेरॉसवरून सोडवलं आणि सुखरूप इथे आणलं."

"आम्ही मातानकेरॉसहून निघालो तेव्हा ती त्याच्याबरोबर नव्हती. पण मी अंदाज बांधू शकतो. त्याने इंग्लिश व्यापारी जहाजावर हल्ला केला असणार. आपण केलेल्या दुष्कृत्यांवर पांघरूण घालण्यासाठी त्याने असं केलं असावं."

"हे फारच सोयीस्कर ठरणार आहे," हॅकलेट म्हणाला, "पण या इंग्लिश व्यापारी जहाजाबद्दल कोणीच काही ऐकलं नाही. हे कसं काय?"

"कदाचित पोर्ट रॉयलकडे येताना हंटरने ते जहाज बुडवून टाकलं असणार आणि सर्वांना अगोदरच ठार मारलं असणार."

"आता अखेरचा प्रश्न मिस्टर सॅन्सन. बारा आणि तेरा सप्टेंबरला वादळ झाल्याचं आठवतंय का?"

"वादळ? नाही... असं काही झालं नव्हतं."

"धन्यवाद, मिस्टर सॅन्सन." हॅकलेटने मान डोलावली, "आता खाली उतरायला हरकत नाही."

"न्यायालयाची परवानगी असेल तर." असं म्हणून सॅन्सन बाहेर निघून गेला.

दरवाजा बंद झाल्यानंतर काही क्षण तिथे शांतता पसरली. हंटर थरथरत होता आणि त्याचा चेहरा रागाने धुमसत होता. तो त्यातल्यात्यात स्वत:ला काबूत

ठेवायचा प्रयत्न करत होता.

"मिस्टर हंटर... तू सांगितलेल्या आणि मिस्टर सॅन्सनने सांगितलेल्या वृत्तांतात जी तफावत आहे त्याबद्दल तुला काय म्हणायचं आहे?"

"तो खोटारडा आहे! तद्दन खोटारडा!"

"पण तू स्वत:च त्याच्याबद्दल आदर असल्याचं सांगितलं होतंस," हॅकलेट म्हणाला, "न्यायालय तुझ्या या आरोपाबद्दल विचार करायला तयार आहे, पण तसा पुरावा तू सादर केलास तरच."

"मी फक्त माझं म्हणणं मांडू शकतो. आणखी पुरावा मी काय देणार? पण तुम्ही लेडी साराला विचारलंत तर सॅन्सनचं प्रत्येक वाक्य ती खोडू काढू शकेल."

"आम्ही तिला साक्षीसाठी बोलावणार आहोतच." हॅकलेट म्हणाला, "पण अजून एका गोष्टीचा उलगडा होत नाही. मातानकेरॉसवरचा हल्ला, जो योग्य की अयोग्य हे बाजूला ठेवू जरा वेळ, पण हा हल्ला अठरा सप्टेंबरला झाला आणि तू पोर्ट रॉयलला सतरा ऑक्टोबर रोजी आलास. मिळवलेलं घबाड कुठल्यातरी आडवळणाच्या बेटावर लपवून ठेवायचं, ही पद्धत लुटारूंची असतेच. तुझं म्हणणं काय आहे?"

"आम्ही अगोदर चकमकीत गुंतलो होतो. मग तीन दिवस आम्हाला चक्रीवादळाशी झुंजावं लागलं. आम्ही मग बोका डेल ड्रॅगनपाशी एका बेटावर थांबून जहाजाची डागडुजी केली. यात चार दिवस गेले. तिथून आम्ही निघालो खरे, पण आमच्यावर एका क्राकेनने –"

"काय? तुला खोल पाण्यातला राक्षस असं म्हणायचं आहे का?"

"होय."

"हे किती रंजक आहे!" हॅकलेट मोठ्या आवाजात हसला. लवादाचे इतर सदस्यही त्याच्याबरोबर हसू लागले.

"एक महिन्याचा कालावधी कसा गेला हे स्पष्ट करण्यासाठी तू रचलेली ही कहाणी खरी मानणं कठीण असलं तरी तुझा प्रयत्न मात्र वाखाणण्याजोगा आहे." हॅकलेट वळला आणि म्हणाला, "लेडी सारा अलमॉन्टला साक्षीसाठी बोलवा."

"लेडी सारा अलमॉन्ट!"

काही क्षणांनंतर सारा दरवाजा उघडून आत आली. तिचा चेहरा पांढराफटक पडलेला दिसला. शपथ घेऊन ती प्रश्न विचारण्याची वाट पाहत थांबली.

हॅकलेट साराकडे फार आस्थेने पाहिल्याचं भासवत होता. "लेडी सारा, मी सर्वप्रथम जमैका वसाहतीत तुमचं स्वागत करतो आणि या नवीन जगातल्या समाजात तुम्हाला प्रथम हा असा अनुभव यावा, याबद्दल खेद व्यक्त करतो."

"धन्यवाद, मिस्टर हॅकलेट," सारा किंचितशी वाकत म्हणाली. तिने आत

आल्यापासून एकदाही हंटरकडे पाहिलं नव्हतं. हंटर त्यामुळे काळजीत पडला होता.

"लेडी सारा... या न्यायालयासमोर असा प्रश्न उपस्थित झाला आहे की, तुम्हाला अगोदर स्पॅनिशांनी पकडलं आणि मग हंटरने तुमची सुटका केली हे खरं आहे का? की मुळात हंटरनेच तुम्हाला पकडलं होतं? तुम्ही काही सांगू शकता का?"

"होय."

"मग तसं मोकळेपणाने सांगा."

"मी एन्ट्रेपिड नावाच्या जहाजावर होते. हे व्यापारी जहाज ब्रिस्टलहून पोर्ट रॉयलकडे येत असताना —"

सारा मधेच बोलायची थांबली. तिने हंटरकडे पाहिलं. हंटरची आणि तिची नजरानजर झाली तेव्हा तिच्या डोळ्यांमध्ये त्याला प्रचंड भीती दिसली.

"हं... पुढं बोला...."

"...आम्हाला क्षितिजावर एक स्पॅनिश जहाज दिसलं. त्याने आमच्यावर तोफा डागल्या आणि मग आम्हाला पकडलं. पण या स्पॅनिश जहाजाचा कॅप्टन एक इंग्लिश माणूस आहे, हे पाहून मला धक्का बसला."

"कॅप्टन चार्ल्स हंटर होता असं तुम्हाला म्हणायचं आहे का? आत्ता समोर उभा आहे तो कैदी?"

"होय."

"ठीक आहे. पुढं बोला."

सारा नंतर सांगत होती. पण त्यातलं फारसं काही हंटरच्या मनापर्यंत पोहोचलंच नाही. हंटरने आपल्याला पकडून नेलं आणि एन्ट्रेपिडवरच्या इंग्लिश खलाशांना ठार करून त्याने जहाजाला आग लावली, असं तिनं सांगितलं. मातानकेरॉसवरच्या धाडीचं समर्थन करण्यासाठी आपण लेडी साराला वाचवण्याचं नाटक करणार असल्याचं हंटरने अगोदरच आपल्याला सांगितल्याची माहिती तिने दिली. साराने भराभरा हे सगळं सांगितलं. तिला जणू लवकरात लवकर हे संपवायचं असावं. तिच्या आवाजातला ताण स्पष्ट जाणवत होता.

"धन्यवाद, लेडी सारा."

सारा तिथून निघून गेली.

हंटरने लवादाच्या सदस्यांकडे पाहिलं. सगळे जण हंटरकडे चमत्कारिक नजरांनी बघत होते. जणू आपण एखाद्या मेलेल्या प्राण्याकडे बघतोय असा त्यांचा आविर्भाव होता.

"आम्ही तुझ्या बोका डेल ड्रॅगनमधल्या रंगीत कहाणीबद्दल किंवा समुद्रातल्या

राक्षसाबद्दल काहीही साक्षीदारांच्या तोंडून ऐकलं नाही. तुझ्याजवळ काही पुरावा आहे का?''

''फक्त हा एवढाच.'' असं म्हणत हंटरने पटकन शर्ट काढून टाकला. त्याच्या छातीवरचे बशांच्या आकाराच्या जखमांचे व्रण फारच भयंकर दिसत होते. लवादाचे सदस्य अवाक् होऊन पाहत राहिले. त्यांच्यात जराशी कुजबूज झाली.

हॅकलेटने शांतता प्रस्थापित करण्यासाठी हातोडा आपटला. ''हा प्रकार चांगलाच मनोरंजन करणारा असला तरी इथे बसलेले सभ्य गृहस्थ त्याच्यामुळे फसणार नाहीत,'' हॅकलेट म्हणाला, ''त्या राक्षसाने हे केलं असं भासवण्यासाठी तू काय क्लृप्त्या केल्या असशील, याची कल्पना हे सगळे जण सहज करू शकतात. न्यायालयाला हे पटलेलं नाही.''

हंटरने सर्वांवर नजर फिरवली. सगळ्यांना हंटरचं म्हणणं पटलं होतं, हे त्याला त्यांच्याकडे पाहून कळत होतं. पण हॅकलेटने हातोडा पुन्हा जोराने आपटला.

''चार्ल्स हंटर, तू भर समुद्रात चाचेगिरी केली आहेस आणि तुझ्यावर या न्यायालयात लुटारू असल्याचा आरोप शाबित झाला आहे. तुला शिक्षा का देऊ नये, याबद्दल तुला काही सांगायचं आहे का?''

हंटर क्षणभर काहीच बोलला नाही. त्या क्षणभरात त्याच्या मनात हजारो विचार आले. पण काहीही स्पष्टीकरण दिलं तरी त्याचा काही फायदा नाही, हे त्याला जाणवलं होतं.

''नाही.''

''मला तुझं उत्तर ऐकू आलं नाही, मिस्टर हंटर.''

''मी नाही, असं म्हणालो.''

''तर मग चार्ल्स हंटर, तू जिथे होतास तिथेच तुला आणि तुझ्या माणसांना नेण्याचा हुकूम देण्यात येत आहे. मग शुक्रवारी तुम्हा सगळ्यांना पोर्ट रॉयलमधल्या हाय स्ट्रीटवरच्या चौकात नेण्यात येईल आणि तिथे मरेपर्यंत फासावर लटकवलं जाईल. मरेपर्यंत फाशी. त्यानंतर तुमच्या सगळ्यांचे मृतदेह तुमच्याच जहाजावर लटकावून ठेवण्यात येतील. देव तुमच्या आत्म्यांवर दया करो!... याला घेऊन जा.''

३५

हंटरला मार्शलसी तुरुंगात परत नेण्यात आलं. या खेपेस त्याला दुसऱ्या कोठडीत ठेवलं होतं. हंटर गवतावर बसून आपलं पुढं काय होणार याचा विचार करू लागला. जे काही घडलं त्यावर त्याचा अजूनही विश्वास बसत नव्हता. त्याच्या मनाच्या क्षुब्धपणाला सीमाच उरली नव्हती.

रात्र झाली. तुरुंगात शांतता पसरली. फक्त कैद्यांच्या घोरण्याचे आणि सुस्कारे टाकण्याचे आवाज तेवढे ऐकू येत होते. हंटरलाही झोप आली. तो नुकताच झोपू लागलेला असतानाच त्याला हिस्स्ऽहिस्स्ऽ असा आवाज आला.

''हंटर!''

हंटर उठून बसला.

''हंटर!''

हंटरला आता आवाजाची ओळख पटली. ''व्हिस्पर... तूच आहे का?''

''होय. तुझ्या शेजारच्याच कोठडीत आहे.''

कोठड्यांची दारं समोरच उघडत होती. त्यामुळे त्याला बाजूची कोठडी दिसत नव्हती. पण दगडी भिंतीला गाल टेकवल्यावर ऐकू मात्र नीट येत होतं.

''व्हिस्पर, तू इथे केव्हापासून आहेस?''

''एक आठवडा झाला. हंटर, तुझ्यावर खटला झाला का?''

''होय.''

''आणि दोषी ठरवलं?''

''होय.''

''माझंही तसंच आहे. मला चोरीच्या खोट्या आरोपात अडकवलं आहे.''

चोरी हा देखील लुटारूपणा इतकाच गंभीर गुन्हा मानला जाई.

"व्हिस्पर, सर जेम्सचं काय झालं?''

"तो आजारी आहे, असं सांगितलं जातंय. पण तसा तो आजारी नाही. तो उत्तम आहे, पण कैदेत. त्याला गव्हर्नरच्या प्रासादातच कैदेत ठेवलंय. हॅकलेट आणि स्कॉटने सगळं ताब्यात घेतलं आहे. तो मरणपंथाला लागला आहे, असं त्यांनी सगळ्या गावात पसरवलं आहे.''

"गावात असं बोललं जातंय की, एमिली हॅकलेट गर्भारपणामुळे जडावली आहे.''

"मग?''

"मी असं ऐकलंय की, तिच्या नवऱ्याने कधीच नवऱ्याचं कर्तव्य पार पाडलेलं नाही. त्याच्यात तशी क्षमताच नाही म्हणे. म्हणून मिस्टर हॅकलेटची परिस्थिती विचित्र झाली आहे.''

"अस्सं!''

"आणि तू त्याला डिवचलं होतंस. तेव्हा तुझ्या दृष्टीने आणखीच वाईट ठरणार.''

"बरं, सॅन्सनचं काय?''

"तो एकटाच होडीमधून आला. बरोबरचे सगळे चक्रीवादळात खलास झाले, असं त्याने सांगितलं.''

"बरं... आज कोणता दिवस आहे?''

"बुधवार.''

याचा अर्थ फाशीची अंमलबजावणी व्हायला दोन दिवस बाकी होते. त्याने एक उसासा टाकला आणि तो खिडकीमधून दिसणाऱ्या ढगांच्या पुंजक्यांकडे आणि चंद्रकोरीकडे पाहत बसला.

गव्हर्नरच्या प्रासादाची इमारत विटांची होती. ती एखाद्या छोट्या किल्ल्याप्रमाणे मजबूत होती. इमारतीच्या तळघरात कडक पहाऱ्यात सर जेम्स अलमॉन्ट पलंगावर तापाने फणफणत पडला होता. लेडी सारा अलमॉन्टने त्याच्या कपाळावर थंडपाण्याने भिजवलेला टॉवेल लावला होता. हळूहळू श्वास घ्यावा असं ती सुचवत होती.

मिस्टर हॅकलेट ताडताड पावलं टाकत तिथे आला. बरोबर त्याची बायको होती.

सर जेम्सने तापामुळे लालभडक झालेल्या डोळ्यांनी हॅकलेटकडे रोखून पाहिलं. "आता आणखी काय आहे?''

"आम्ही कॅप्टन हंटरवर खटला चालवला. त्याला एखाद्या सामान्य लुटारूप्रमाणे शुक्रवारी फासावर लटकवण्यात येईल.''

हॅकलेटचं हे बोलणं ऐकल्यावर साराने मान फिरवली. तिचे डोळे डबडबले होते.

"सर जेम्स... तुमची संमती आहे ना?"

"काय असेल ते... तुला जे योग्य वाटेल ते..." सर जेम्सला बोलताना त्रास होत होता.

त्याचं बोलणं पुरं व्हायच्या आतच हॅकलेट म्हणाला, "धन्यवाद, सर जेम्स." मग तो वळला आणि लगेच तिथून निघून गेला.

हॅकलेटची पाठ वळताच सर जेम्स एकदम सावध झाला. तो साराला म्हणाला, "हा टॉवेल बाजूला कर. बरंच काम करायचं आहे."

"पण अंकल...."

"डॅम इट!... तुला काही कळणार नाही. मी या घाणेरड्या वसाहतीत इतकी वर्षं प्रायव्हटीर्सना मोहिमा काढायला प्रोत्साहन देत आलो. आता माझ्या प्रयत्नांना यश आलं नि माझा एक चेला खजिन्याने ठसाठस भरलेलं स्पॅनिश जहाज घेऊन आला देखील. तुझ्या लक्षात येतंय का?"

"नाही अंकल."

"दहावा हिस्सा फक्त राजा चार्ल्सकडे जाईल आणि उरलेला नव्वद टक्के भाग हा हॅकलेट आणि स्कॉट हडप करतील."

"पण त्यांनी मला ताकीद दिली आहे की –"

"त्यांनी दिलेली ताकीद गेली खड्ड्यात! मला खरं काय ते माहीत आहे. मी खजिना मिळण्याच्या दिवसाची इतके वर्षं वाट पाहत होतो. मी आता फसणार नाही. हा नैतिकतेचा आव आणणारा एखाद्या फोडासारखा दिसणारा हॅकलेट आणि तो भिकार लष्करी अधिकारी स्कॉट हे मला चकवू शकणार नाहीत. हंटरची सुटका व्हायला हवी."

"पण कशी?" सारा म्हणाली, "त्याला तर दोन दिवसांत फासावर लटकवणार आहेत."

"हंटर... तो फासावर लटकणार होय? शक्यच नाही. मी तुला सांगतो, ते शक्य नाही. सगळं गाव त्याच्या बाजूने आहे."

"कसं काय?"

"तो परत आला की, तो आपलं कर्ज परत करणार, अशी अनेकांची अपेक्षा आहे. ही परतफेड साधी नाही तर सव्याज असणार. तो माझं आणि इतरांचं देणं लागतो... फक्त तो सुटला पाहिजे...."

"पण कसा सुटणार?"

"ते रिचर्डस्‌ला विचार."

अचानक अंधाऱ्या कोपऱ्यामधून आवाज आला, "रिचर्डसला मी विचारते."

साराने चमकून कोपऱ्यात पाहिलं. तिथे एमिली हॅकलेट उभी होती.

"मला एक हिशेब चुकता करायचा आहे." असं म्हणून एमिली हॅकलेट तिथून निघून गेली.

"मी मदत करायला तत्पर आहे, माय लेडी." रिचर्डस म्हणाला, सर जेम्सचा हा एकनिष्ठ नोकर कित्येक आठवडे गव्हर्नरवर होणाऱ्या अन्यायामुळे मनोमन चडफडत होता. सर जेम्सला कैदेत टाकलेलं त्याला सहन होत नव्हतं.

"मार्शलसी तुरुंगात कोण जाऊ शकेल?" एमिलीने विचारलं. तिने हा तुरुंग बाहेरून फक्त बघितला होता. ती तिथे जाणं शक्यच नव्हतं. "तू जाऊ शकशील का?"

"नाही, मादाम." रिचर्डस म्हणाला. "तुमच्या नवऱ्याने तिथे कडक पहारा ठेवलेला आहे. मला बघताच ते मला आत शिरू देणार नाहीत."

"मग कोण जाऊ शकेल?"

"एखादी बाई." रिचर्डस म्हणाला. तुरुंगात कैद्यांना लागणाऱ्या वस्तू आणि अन्नपाणी पुरवायला त्यांच्या नातेवाइकांना किंवा मित्रांना मुभा होती. तशी पद्धतच होती.

"बाई! पण कोण? जी कोणी बाई असेल ती चलाख असायला हवी. तिची झडती घेतली जाणार नाही, अशी हवी."

"माझ्या डोळ्यांसमोर अशी एकच व्यक्ती आहे."

"कोण?"

"ॲनी शार्प."

मिसेस हॅकलेटने मान डोलावली. तिला ॲनी आठवली. गॉडस्पीड या जहाजावरून ज्या मदतनीस गुन्हेगार स्त्रिया जमैकात आल्या होत्या. त्यामधली ॲनी शार्प पोर्ट रॉयलमध्ये अतिशय लोकप्रिय झालेली होती.

"हे काम ताबडतोब व्हायला हवं."

"पण मी तिला काय आश्वासन देऊ?"

"तिला सांग की, तिच्या मदतीची परतफेड कॅप्टन हंटर अतिशय सढळ हाताने करेल."

रिचर्डसने मान डोलावली, पण तो किंचित थबकला. मग म्हणाला, "मादाम, कॅप्टन हंटरला सोडवण्याचे परिणाम काय होतील, याची तुम्हाला कल्पना असावी, असं मी मानतो."

"मला नुसती कल्पना आहे असं नाही तर मी त्याची आतुरतेने वाट पाहते आहे."

तिच्या स्वरामधला थंडपणा पाहून रिचर्डस चकित झाला.

"ठीक आहे मादाम, उत्तम." असं म्हणून रिचर्डस बाहेरच्या अंधारात हलकेच मिसळून गेला.

चोकोलाटा होल या भागापाशी अंधार होता. कासवं बाहेर पडून त्यांच्या चोचींचे आवाज करत होती. ॲनी शार्प अंग घुसळत आणि खिदळत वळली. एक पहारेकरी तिच्या छातीशी चाळा करत होता. तिने दूर होत त्याला एक उडतं चुंबन दिलं. मग ती मार्शलसी तुरुंगाच्या उंच भिंतीपाशी पोहोचली. तिच्या हातात स्ट्यूने भरलेलं एक भांडं होतं.

आणखी एका पहारेकऱ्याने तिला हंटरच्या कोठडीजवळ नेलं. हा पहारेकरी अर्धवट नशेत होता. त्याने कुलुपात किल्ली घातली पण तो थबकला.

"का थांबलास?"

"किल्ली नीट फिरल्याखेरीज कोणतंही कुलुप कधीतरी उघडलंय का?" तो लंपटपणाने म्हणाला.

"कुलुपाला व्यवस्थित तेलपाणी केलं असेल तर –" ॲनीदेखील कामुकपणाने म्हणाली.

"होय... आणि किल्लीही योग्य असावी लागते."

"मला वाटतं किल्ली तुझ्याकडे आहे. आता कुलुपाचं म्हणशील तर थोडं थांबायला हवं. मी या उपाशी कुत्र्याला जरा खायला घालते. मग तुला कधी आयुष्यभर विसरता येणार नाही, अशी किल्ली फिरवता येईल."

पहारेकऱ्याने गालातल्या गालात हसत दरवाजा उघडला. ॲनी कोठडीत शिरली.

"मला काही मिनिटं या माणसाबरोबर एकट्याने बोलायचं आहे."

"तशी परवानगी देता येत नाही."

"इथे त्याची पर्वा कशाला करायची?" ॲनीने असं म्हणत पहारेकऱ्याकडे भुकेल्या नजरेने पाहत ओठांवर जीभ फिरवली.

पहारेकऱ्याने हसून तिला प्रतिसाद दिला आणि तो निघून गेला. पहारेकरी जाताच ॲनीने स्ट्यूचं भांडं हंटरच्या समोर ठेवलं. त्याने तिला ओळखलं नाही. स्ट्यूचा वास त्याला उपाशीपोटी फार छान वाटत होता.

"तुझी फार कृपा झाली." हंटर म्हणाला.

"अजून तर तू काहीच पाहिलेलं नाहीस." असं म्हणत ॲनीने एकदम स्कर्ट कंबरेपर्यंत उचलला. तिची ही कृती फारच अश्लील होती खरी, पण हंटरने जे

पाहिलं त्यामुळे तो स्तिमित झाला.

ॲनीने तिच्या दोन्ही मांड्यांना मिळून दोन पिस्तुलं आणि दोन सुरे बांधले होते.

"माझे झाकलेले भाग फार धोकादायक आहेत, असं लोक बोलतात आणि आता तुला ते कळलेलंच आहे."

हंटरने पटकन शस्त्रं काढून कंबरेच्या पट्ट्यात लटकवली.

"वेळेच्याआधी रिकामं होऊ नकोस."

"माझ्या टिकाव धरण्याच्या क्षमतेवर तू भरवसा ठेवू शकतेस."

"कितपत टिकाव धरण्याच्या?"

"शंभर मोजेपर्यंत," हंटर म्हणाला, "हे माझं वचन समज."

ॲनीने पहारेकऱ्याकडे नजर टाकली.

"मी परत कधीतरी या वचनाची प्रचिती घेईन. दरम्यान आता माझ्यावर बलात्कार झाला तर कसं होईल?"

"उत्तमच होईल." असं म्हणून हंटरने तिला जमिनीवर पाडलं.

ॲनी जोरजोरात किंचाळू लागली. ते ऐकून पहारेकरी धावत आत शिरला. "तू... तू... डॅम बदमाश!" तो असं म्हणतो न् म्हणतो तोच हंटरचा सुरा त्याच्या मानेत शिरला. त्याने ते पातं गच्च धरलं आणि लगेच उपसून काढलं. त्याबरोबर रक्ताचं कारंजं उसळलं आणि तो खाली कोलमडून पडला.

"लवकर..." असं म्हणत हंटरने तिला उठायला मदत केली. मार्शलसी तुरुंगातल्या इतर कैद्यांनी हे सगळं ऐकलं होतं, पण ते अगदी गप्प होते.

हंटरने दोन-चार कोठड्या उघडल्या आणि त्या माणसांना बाहेर काढलं. मग त्यांच्या हातात किल्ल्या ठेवल्या आणि उरलेलं काम त्यांच्यावर सोपवलं.

"दरवाज्यावर किती पहारेकरी आहेत?" हंटरने ॲनीला विचारलं.

"मला चार दिसले. पण तटबंदीजवळ डझनभर आहेत."

हंटरच्या मनाची चलबिचल झाली. पहारेकरी इंग्लिश होते आणि विनाकारण त्यांना ठार करायची त्याची इच्छा नव्हती.

"आपण काहीतरी युक्ती करायला हवी," हंटर ॲनीला म्हणाला, "तू जाऊन पहारेकऱ्यांच्या कॅप्टनला बोलाव."

ॲनीने मान डोलावली आणि ती पुढे झाली. हंटर भिंतीजवळच्या सावलीतच थांबला. हंटरला ॲनीच्या धैर्याचं फारसं कौतुक वाटलं नाही. इंग्लिश बायका मुळातच कणखर असतात आणि काहीवेळा पुरुषांपेक्षाही मजबूत असतात, हे त्याला माहीत होतं. उलट स्पॅनिश आणि फ्रेंच दरबारात वावरणाऱ्या बायका कशानेही भोवळ येऊन पडण्याइतक्या नाजूक असतात.

मार्शलसी तुरुंगाच्या पहारेकऱ्यांचा कॅप्टन ॲनीला पाहून तिच्याकडे आला.

अखेरच्या क्षणी त्याला हंटरच्या पिस्तुलाची नळी सावलीतून बाहेर डोकावताना दिसली. पण आता उशीर झाला होता.

"मी काय सांगतो ते नीट ऐक. तू तुझ्या माणसांना खाली बोलाव आणि बंदुका फेकायला सांग. तसं केलंस तर कोणाचाही जीव जाणार नाही. उलट तू लढायचा विचार केलास तर खात्रीने मरशील."

पहारेकऱ्यांचा कॅप्टन म्हणाला, "सर, मी तुमची सुटका व्हायचीच वाट पाहत होतो. पुढच्या काळात तुम्ही माझी आठवण ठेवाल, अशी आशा आहे."

"पाहू." हंटरने निश्चित असं आश्वासन दिलं नाही.

आता कॅप्टन अधिकाऱ्याच्या भाषेत कडक शब्दांत म्हणाला, "कमांडर स्कॉट उद्या योग्य ती कारवाई करेल."

"कमांडर स्कॉट उद्याचा दिवस उजाडलेला पाहायला जगणारच नाही. हं, आता मी सांगितलं ते कर."

"तुम्ही माझी आठवण ठेवावी, अशी अपेक्षा –"

"कदाचित मी आठवण ठेवीन, तुझा गळा चिरायचा नाही, हे मी नक्की लक्षात ठेवीन."

पहारेकऱ्यांच्या कॅप्टनने त्याच्या माणसांना खाली बोलावलं आणि मग हंटरने सगळ्यांना काळजीपूर्वक कोठड्यांमध्ये बंद करून टाकलं.

रिचर्डसला सूचना दिल्यानंतर मिसेस हॅकलेट तिच्या नवऱ्याकडे गेली. तो जेवणानंतर लायब्ररीत दारू पित बसला होता. त्याच्याबरोबर कमांडर स्कॉट होता. अलीकडच्या काळात गव्हर्नरच्या वाईन सेलवर त्यांची हावरी नजर पडली होती आणि दोघं मिळून वाईन फस्त करण्याच्या उद्योगात होते.

मिसेस हॅकलेट लायब्ररीत शिरली तेव्हा दोघं जण मनमुरादपणे वाईनचा आस्वाद घेण्यात मग्न होते.

"माय डिअर... तू अगदी योग्य वेळेस आलीस." रॉबर्ट हॅकलेट म्हणाला.

"ते कसं काय?"

"होय. कारण मी आत्ताच कमांडर स्कॉटला तू त्या लुटारू हंटरपासून मूल कसं मिळवलंस, याची कहाणी सांगत होतो. तुला अर्थातच त्या हंटरचं काय होणार आहे, ते माहीतच आहे. शरीर कुजेपर्यंत तो वाऱ्यावर लटकत राहणार आहे. इथल्या वातावरणात शरीर लवकर कुजतं, असं मी ऐकलंय... कमांडर स्कॉटला तू त्याला कसं भुलवलंस, हे माहीत नव्हतं. मी त्याला तेच सांगत होतो."

मिसेस हॅकलेटचा चेहरा लालभडक झाला.

"किती शालीनपणा हा!" हॅकलेट म्हणाला, "तिच्याकडे पाहून ती एखाद्या सामान्य चवचाल बाईसारखी असेल, असं कोणालातरी वाटेल का? पण ती तशीच आहे. बरं, तिच्यात आकर्षण वाटावं असं काही आहे का? तिच्यामुळे काही फायदा मिळवता येईल का? तुला काय वाटतं?"

कमांडर स्कॉटने सुगंधी हातरुमालाने नाक पुसलं.

"मी स्पष्ट बोलू का?"

"जरूर... जरूर स्पष्ट बोल."

"ती फार लुकडी आहे."

"पण हिज मॅजेस्टी चार्ल्सला ती आवडत होती –"

"असेलही. पण ही सामान्य अभिरुची नाही. होय ना? खरंतर आपल्या राजाला रक्त उकळवणाऱ्या परदेशी बायका आवडतात –"

"ते राहू दे," हॅकलेट किंचित त्रासून म्हणाला, "तिची किंमत काय येईल ते सांग."

"मला जरा विचार करू दे. तिला किती बरं किंमत... हं, तिने राजाच्या भाल्याची चव चाखली आहे याचा विचार केला तर जास्त येईल. पण कोणत्याही परिस्थितीत शंभर रिआलपेक्षा जास्त नाही."

मिसेस हॅकलेट जायला निघाली, "मी आता आणखी सहन करू शकत नाही."

"उलट आहे," हॅकलेट खुर्चीतून उडी टाकून उतरत म्हणाला, "तू बरंच काही करू शकतेस." मिसेस हॅकलेटला अडवल्यानंतर तो कमांडर स्कॉटकडे वळला, "कमांडर स्कॉट, तू एक सभ्य गृहस्थ आहेस. तू शंभर रिआल देतोस का?"

स्कॉटने एकदम घुटका गिळला, "मी... मी, नाही...."

हॅकलेटने आपल्या बायकोचा हात गच्च धरला.

"बरं... तू काय देतोस ते बोल."

"पन्नास रिआल."

"ठरलं!"

"गुड गॉड!... रॉबर्ट... रॉबर्ट...."

हॅकलेटने तिच्या तोंडावर एवढ्या जोरात तडाखा मारला की, ती खुर्चीत कोलमडून पडली.

"आता कमांडर स्कॉट... तू वचनाला जागणारा आहेस, असं मी मानतो. मी तुला उधारी ठेवायला परवानगी देतो."

स्कॉटने हॅकलेटकडे पाहिलं, "अं?"

"मी म्हणालो की, मी उधारी ठेवायला तयार आहे. हं, आता तू तुझ्या रकमेचा

योग्य मोबदला घ्यावास.''

"ऑ?... म्हणजे तुला असं म्हणायचं आहे –''

"होय.''

मिसेस हॅकलेटचे डोळे भीतीने विस्फारले होते.

"म्हणजे मी –''

"होय. आणि लवकर....''

"इथे? आत्ता?''

"अगदी बरोबर,'' हॅकलेट अडखळत कमांडर स्कॉटजवळ गेला. त्याने त्याच्या खांद्यावर हात टाकला, "आणि मी हे पाहण्याची मजा लुटणार आहे.''

"नाही!'' हॅकलेट किंचाळली. पण दोघांचंही तिच्याकडे लक्ष नव्हतं. दारूने धुंद झालेल्या नजरेने दोघं एकमेकांकडे बघत होते.

"पण... हे योग्य आहे असं मला –''

"हा काय मूर्खपणा!'' हॅकलेट म्हणाला, "तू एक सभ्य गृहस्थ आहेस, आणि तू दिलेला शब्द पाळायलाच हवा. अखेर ही राजाला आवडणारी – म्हणजे कधीकाळी प्रिय असणारी दासी होतीच. तेव्हा तू –''

"डॅम!'' कमांडर स्कॉट थरथरत्या पायांवर कसाबसा उभा राहिला. "डॅम!... राजाला जे प्रिय ते मलाही प्रिय.'' असं म्हणत तो कंबरेचा पट्टा सोडू लागला.

कमांडर स्कॉट एवढा प्यायला होता की, त्याला पॅन्ट सोडणं अवघड जात होतं. मिसेस हॅकलेट जोरजोराने किंचाळत होती. हॅकलेट तिच्याकडे गेला आणि त्याने तिच्या गालावर जोरात थप्पड मारली, "तू... तू... राजाची रखेल आणि एका लुटारूबरोबर झोपणारी वेश्या! तू... कमांडर स्कॉट, पुढे हो आणि मजा मार.''

कमांडर स्कॉट एमिली हॅकलेटकडे जाऊ लागला.

"मला बाहेर काढ.'' सर जेम्स अलमॉन्ट हलक्या आवाजात साराला म्हणाला.

"पण अंकल, कसं?''

"पहारेकऱ्याला ठार कर.'' असं म्हणून सर जेम्सने तिच्या हातात पिस्तूल ठेवलं.

लेडी साराने पिस्तूल हातात घेतलं. पण त्याचा आकार तिला सर्वस्वी अपरिचित होता.

"हे असं तयारीत ठेवायचं.'' सर जेम्सने तिला घोडा कसा दाबतात, ते

सांगितलं. मग म्हणाला, ''काळजी घे आणि सरळ दाराबाहेर पड. बाहेर पडताच हे झाड.''

''कसं झाडू?''

''थेट त्याच्या तोंडावर. या वेळेस जराही चूक करू नकोस पोरी.''

''पण अंकल –''

सर जेम्सने तिच्याकडे धारदार नजरेने पाहिलं, ''मी आजारी आहे... तू हे करायलाच हवंस.''

सारा दरवाज्यापाशी गेली.

''सरळ गळ्यावर नेम धरायचा. लक्षात ठेव.''

साराने दरवाजापाशी जाऊन टकटक केली.

''काय आहे?'' पहारेकऱ्याने विचारलं.

''दार उघड. मला बाहेर जायचं आहे.''

दरवाजा उघडल्याचा आवाज आला. साराने पहारेकऱ्याकडे पाहिलं. तिला त्या क्षणार्धात साधारण एकोणीस-वीस वर्षं वयाच्या तरुणाचा चेहरा दिसला. त्याच्या चेहऱ्यावर आश्चर्याचा भाव होता. साराने पिस्तूल थेट त्याच्या ओठांच्या दिशेने झाडलं. तो त्या दणक्याने मागे कोसळला.

''मला उभं राहायला मदत कर.'' सर अलमॉन्ट घोगऱ्या आवाजात ओरडला.

हंटरने त्याच्या माणसांना पोर्ट रॉयलच्या एका टोकाला जमा केलं होतं. त्या वेळी त्याच्यासमोर महत्त्वाचा प्रश्न होता तो त्यांच्यासंदर्भात दिलेला निकाल कसा फिरवता येईल, याचा. आपण सुटलो की, सगळं गाव आपल्याभोवती गोळा व्हायला वेळ लागणार नाही, याची त्याला कल्पना होती. पण त्यापेक्षाही महत्त्वाची गोष्ट म्हणजे त्याच्यावर झालेल्या अन्यायाचा बदला घेणं, ही होती. हंटरने मनोमन आठ नावांची उजळणी केली.

रॉबर्ट हॅकलेट.

कमांडर स्कॉट.

ॲडमिरल्टीचा जज्ज लेविशॅम.

व्यापारी पुअरमन आणि फॉस्टर.

लेफ्टनंट डॉडसन

जेम्स फिप्स आणि शेवटचा पण सर्वांत महत्त्वाचा माणूस, सॅन्सन.

हंटरवर अन्याय होतो आहे, हे चांगलं माहीत असतानाही ते सगळे जण त्यांच्या मतलबासाठी त्याच्याशी वाईट वागले होते. त्या सगळ्यांना ठार करायलाच हवं, असा विचार त्याने केला.

पहाट व्हायच्या थोडं आधी हंटरने आपल्या माणसांना जमैका बेटावर उत्तर दिशेला असणाऱ्या ब्ल्यू हिल्स या डोंगराळ भागात जाऊन दोन दिवस लपून राहायला सांगितलं. आणि मग तो एकटाच गावात परत आला.

३६

बंदराजवळच्या पेमब्रूक स्ट्रीट या रस्त्यावर रेशमाचा व्यापार करणाऱ्या श्रीमंत फॉस्टरचं घर होतं. हंटर मागच्या बाजूने त्याच्या घरात शिरला आणि दुसऱ्या मजल्यावरच्या मुख्य बेडरूमकडे गेला. त्याला फॉस्टर त्याच्या बायकोबरोबर झोपलेला आढळला.

हंटरने त्याच्या नाकाला पिस्तुलाची नळी लावून त्याला जागं केलं. पन्नाशीचा लठ्ठ फॉस्टर कुशीवर वळला. हंटरने पिस्तुलाची नळी त्याच्या एका नाकपुडीत खुपसली. फॉस्टर उठून बसला पण काहीही बोलला नाही.

"जरा एका जागी नीट झोप की," फॉस्टरची बायको पुटपुटली. तिला अजूनही चाहूल लागली नव्हती, "तू फार वळवळ करतोस."

फॉस्टरने एकदा हंटरकडे आणि मग पिस्तुलाच्या नळीकडे नजर टाकली. मग जरावेळाने फॉस्टरने एक बोट उंच केलं आणि हळूच पलंगावरून उतरला. त्याच्या बायकोला अजूनही जाग आली नव्हती.

फॉस्टर हलक्या पावलांनी चालत हंटरला कपाटापाशी घेऊन गेला. त्याने कपाट उघडलं, मग तो हलक्या आवाजात म्हणाला, "मी तुला भरपूर द्रव्य देईन. हे बघ."

फॉस्टरने कपाटातला चोरकप्पा उघडला आणि सोन्याने जड झालेली एक थैली बाहेर काढली.

"हंटर, अजून भरपूर आहे. तू मागशील ते मी तुला देईन."

हंटर काहीच बोलला नाही. अंगावर झोपायचे कपडे घातलेल्या फॉस्टरने ती थैली हंटरच्या पुढे धरली, "प्लीज... प्लीज..." असं म्हणत फॉस्टर गुडघ्यावर

बसला, “प्लीज....”

हंटरने पिस्तूल झाडलं. त्या दणक्याने फॉस्टर मागे पडला. त्याचे पाय हवेत उंचावले. फॉस्टरच्या बायकोला मात्र जाग आली नाही.

हंटरने थैली उचलली आणि तो तिथून बाहेर पडला.

नाव जरी पुअरमन असलं तरी पुअरमन हा एक श्रीमंत व्यापारी होता. तो चांदीचा व्यापार करत असे. हंटरला तो टेबलापाशीच झोपलेला आढळला. त्याच्यासमोर अर्धी संपलेली वाईनची बाटली होती.

हंटरने टेबलावर पडलेली सुरी उचलली आणि पुअरमनची दोन्ही मनगटं कापली. पुअरमन जागा झाला. त्याने तारवटलेल्या डोळ्यांनी वर पाहिलं, त्याला हंटर आणि मनगटांमधून वाहणारं रक्त दिसलं. त्याने हात उचलण्याचा प्रयत्न केला खरा. पण त्याला ते जरादेखील उचलता आले नाहीत. त्याने साचणाऱ्या रक्ताच्या थारोळ्याकडे एकवार बघितलं आणि मग हंटरकडे पाहिलं. त्याच्या चेहऱ्यावर गोंधळाचे भाव होते.

“मी... मी तुला पैसा दिला असता...,” पुअरमन घोगऱ्या आवाजात म्हणाला, “तू माझ्या जागी... माझ्या जागी....”

पुअरमन आता खुर्चीमधून उठून उभा राहिला.

“मी तुला...” असं तो म्हणत असतानाच उताणा कोलमडून पडला. त्याच्या तोंडातून न कळणारे शब्द बाहेर पडत असतानाच तो मरतोय की नाही, हे न बघताच हंटर तिथून बाहेर पडला.

हंटर आणि लेफ्टनंट डॉडसनची गाठ योगायोगानेच पडली. तो मद्यधुंद अवस्थेत रस्त्यामधून लडखडत चालला होता. त्याच्याबरोबर दोन वेश्या होत्या. हंटरला तो हाय स्ट्रीटला दिसल्यावर हंटर पटकन क्वीन स्ट्रीटवरून पुढे गेला आणि डॉडसनला कोपऱ्यावर गाठलं.

“कोण आहे रे तिथे?” हंटरला पाहून डॉडसन मोठ्या आवाजात ओरडला. “संचारबंदी आहे हे तुला माहीत नाही का? चल, निघून जा. नाहीतर तुला मार्शलसीमध्ये नेऊन डांबून टाकीन.”

हंटर सावलीतच उभा राहून म्हणाला, “मी तिथूनच तर येतोय.”

“अँ?” डॉडसन म्हणाला.

त्याने आवाजाच्या दिशेने मान तिरपी केली, “या बडबडीचा अर्थ काय? तुला

मी कोण आहे ते –''

"हंटर!" एक वेश्या किंचाळली आणि दोघी तिथून पळाल्या. त्यांचा आधार निघून गेल्याने डॉडसन खाली पडला.

"डॅम!..." डॉडसन उठून उभा राहण्याचा प्रयत्न करू लागला, "माझे कपडे डॅम!"

डॉडसन गुडघ्यांवर बसत असताना अचानक त्याला ती वेश्या काय म्हणाली होती त्या शब्दांचा अर्थ कळला.

"हंटर?... म्हणजे तू हंटर आहेस?"

हंटरने मान डोलावली.

"तसं असेल तर बदमाशा मी तुला अटक करतोय." डॉडसन हे म्हणाला खरा, पण मग लगेच उताणा पडला. कारण हंटरने त्याच्या पोटावर एक सणसणीत लाथ मारली होती.

"ऑ!... डॅम!" डॉडसन म्हणाला. त्याने उच्चारलेले हे अखेरचेच शब्द ठरले. हंटरने त्याचं डोकं रस्त्यावरच्या चिखलात आणि शेणात जोराने दाबून धरलं. डॉडसनने सुटायची धडपड केली. पण हंटरच्या जोरापुढे त्याचं काहीही चाललं नाही. अखेर डॉडसनची हालचाल बंद झाली.

त्या दोन्ही वेश्या पुन्हा धावत तिथे आल्या. त्यामधल्या एकीने न घाबरता विचारलं, "तू हंटर आहेस?"

हंटरने मान डोलावली.

"तुझं भलं होवो!... मला भेटायला ये. काहीही खर्च न करता तुला मजा करता येईल."

मग दोघी जणी खिदळत अंधारात निघून गेल्या.

हंटर ब्लॅक बोअर खानावळीत उभा होता. तिथे किमान पन्नास जण होते. देखणा जेम्स फिप्स काही व्यापाऱ्यांबरोबर दारू पित बसलेला दिसला. हंटरला बघताच फिप्सचे सोबती घाबरून पसार झाले. पण पहिला धक्का ओसरल्यानंतर फिप्सने आनंदी सूर लावला.

"हंटर!" फिप्स दात काढून हसत म्हणाला, "आम्हाला सगळ्यांना वाटत होतं तसंच तू केलंस. चल सगळ्यांसाठी आणखी एक फेरी होऊ देत. तुझं स्वातंत्र्य साजरं करण्यासाठी."

कोणीही काही बोललं नाही की जागचं हललं नाही. ब्लॅक बोअर खानावळीत एकदम सन्नाटा पसरला.

"चल... मी आणखी एक फेरी होऊ द्या असं म्हणालो," फिप्स मोठ्याने म्हणाला, "हंटरच्या सन्मानार्थ! आणखी एक फेरी होऊ द्या!"

हंटर फिप्स बसला होता त्या टेबलापाशी आला.

"चार्ल्स... चार्ल्स..." फिप्स अस्वस्थपणाने म्हणाला, "चार्ल्स... तुला असं ताठर वागणं शोभत नाही. ही वेळ आनंद साजरा करायची आहे."

"होय का?"

"चार्ल्स माझ्या मित्रा... माझ्या मनात तुझ्याबद्दल काहीही वाईटपणा नाही हे तुला नक्कीच समजत असेल. मला लवादात भाग घ्यायला सक्ती करण्यात आली होती. हे सगळं काम हॅकलेट आणि स्कॉटचं आहे. मला काही पर्यायच नव्हता. मी एका आठवड्यात जहाज हाकारणार आहे. मी तयार झालो नसतो तर चार्ल्स, त्यांनी मला कागदपत्रं दिली नसती. त्यांनी मला तसं बजावलं होतं. तू सुटका करून घेणार याची मला खात्री होती. मी आत्ता अवघ्या एका तासापूर्वी टिमथी फ्लिंटला हेच सांगत होतो. टिमथी... मी तुला असं सांगत होतो की नाही?"

हंटरने पिस्तूल बाहेर काढलं.

"चार्ल्स... चार्ल्स. तू नीट विचार कर अशी मी विनंती करतो. माणसाने व्यवहारी असावं. तुझ्या शिक्षेची खरोखरच अंमलबजावणी होईल असं वाटलं असतं तर मी शिक्षा देण्यात सहभागी झालो तरी असतो का? का तुला असं वाटत नाही?"

हंटर काहीच बोलला नाही. फक्त पिस्तुलाचा क्लिक्ऽ असा आवाज घुमला.

"चार्ल्स, तुला बघून मला खरोखरच आनंद झाला आहे. तेव्हा इथे ये. बस आपण दोन घोट घेत सगळं विसरून –"

हंटरने सरळ फिप्सच्या छातीवर गोळी चालवली. त्याच्या छातीमधून रक्ताचं कारंजं उसळलं. त्याच्या हातातला ग्लास खाली पडला आणि फिप्स टेबलावर कोसळला.

हंटर पुन्हा रस्त्यावर आला तेव्हा त्याला सेंट ॲन चर्चमधल्या घंटा वाजत असल्याचा आवाज आला. पोर्ट रॉयलवर हल्ला झाला किंवा तशीच काही आणीबाणीची परिस्थिती उद्भवली तर वाजवल्या जाणाऱ्या या घंटांचा अर्थ एकच होता. हंटर मार्शलसी तुरुंगातून पळाला आहे, हे सगळ्यांना कळलं होतं.

पण हंटरला त्याची जरादेखील पर्वा नव्हती.

लेविशॅमचं घर न्यायालयाच्या मागच्या बाजूला होतं. चर्चमध्ये वाजणाऱ्या घंटांमुळे त्याला जाग आली. काय प्रकार आहे ते पाहण्यासाठी त्याने एका नोकराला

पाठवलं. काही मिनिटांनंतर तो माणूस परत आला.

"काय झालं?"

तो माणूस काहीच बोलला नाही.

"बोल की! काय झालंय?"

त्या माणसाने आता वर पाहिलं. तो हंटर होता.

"हे कसं शक्य आहे?"

हंटरने त्याच्यावर पिस्तूल रोखलं, "अगदी सोपं आहे."

"तुला काय हवंय ते सांग."

"सांगतो." असं म्हणून हंटर बोलू लागला.

दारू पिऊन बेहोश झालेला कमांडर स्कॉट गव्हर्नर मॅन्शनच्या लायब्ररीत एका कोचावर अस्ताव्यस्त पसरला होता. घंटानादामुळे त्याला जाग आली. ताबडतोब त्याला त्याचा अर्थ कळला. भीतीमुळे त्याचा थरकाप उडाला. लगेचच एक पहारेकरी धावत आत शिरला. त्याने हंटर आणि सगळे लुटारू निसटल्याची, आणि पुअरमन, फॉस्टर, डॉडसन आणि फिप्स ठार झाल्याची बातमी त्याच्या कानावर घातली.

"माझा घोडा आण." स्कॉटने हुकूम सोडला आणि तो घाईघाईने कपडे सारखे करू लागला. जरा वेळाने तो मॅन्शनच्या मुख्य दरवाजामधून सावधपणे इकडेतिकडे बघत बाहेर आला आणि त्याने घोड्यावर मांड टाकली.

पण पुढच्याच क्षणी तो घोड्यावरून खाली कोसळला होता. कोणीतरी त्याला खाली खेचलं होतं. तो खालच्या फरसबंदी केलेल्या रस्त्यावर पडताच रिचर्डस आणि त्याच्या बरोबरच्या धटिंगणांनी स्कॉटला जेरबंद केलं. हंटर त्यांना मार्गदर्शन करत होता. ते सगळे जण त्याला मार्शलसी तुरुंगाकडे घेऊन गेले.

तिथे तो खटला सुरू होईपर्यंत कैदेत राहणार होता.

हॅकलेटलाही चर्चमधल्या घंटानादाने जाग आली. त्या घंटानादाचा अर्थ त्याच्यादेखील ताबडतोब लक्षात आला. बायकोकडे दुर्लक्ष करत तो पलंगावरून उडी मारून खाली उतरला. विलक्षण मानहानी झालेली एमिली हॅकलेट सगळी रात्र आढ्याकडे पाहत जागी होती.

हॅकलेट दारापाशी गेला. त्याने रिचर्डसला हाक मारली.

"काय झालंय?"

“हंटर निसटला,” रिचर्डसने निर्विकारपणाने सांगितलं, “डॉडसन, फिप्स, आणि पुअरमन ठार झाले आहेत. कदाचित आणखीही काही जण असतील.”

“आणि तो अजून मोकाट फिरतोय?”

“मला माहीत नाही.” रिचर्डस म्हणाला. त्याने जाणीवपूर्वक युवर एक्सलन्सी असं म्हणायचं टाळलं होतं.

“डिअर गॉड!” हॅकलेट म्हणाला, “दारं नीट बंद करून घे. पहारेकऱ्यांना सावध कर आणि कमांडर स्कॉटला मी बोलावलंय म्हणून सांग.”

“कमांडर स्कॉट काही मिनिटांपूर्वीच निघून गेले.”

“निघून गेला? डिअर गॉड!” हॅकलेट म्हणाला आणि त्याने दरवाजा घट्ट लावून घेतला. मग तो पलंगापाशी आला, “डिअर गॉड!... तो लुटारू आता सगळ्यांचा खून पाडणार, असं दिसतंय.”

“सगळ्यांचा नाही.” एमिली हॅकलेट म्हणाली.

हॅकलेटने तिच्याकडे पाहिलं. तिच्या हातात भरलेलं पिस्तुलं होतं.

“एमिली!... हा काय मूर्खपणा?”

“जवळ येऊ नको.”

“तू गंमत करते आहेस ना?”

“नाही.”

“एमिली... तू तद्दन मूर्ख आहेस –”

“जागेवरून हलू नकोस.”

“एमिली –”

“तू कुत्री आणि बाजारबसवी आहेस, पण तू खुनी नाहीस –”

एमिलीने एक पिस्तूल झाडलं. हॅकलेट जोरात ओरडला. सगळी खोली धुराने भरून गेली. पण मग नवरा-बायको दोघांच्याही लक्षात आलं की, गोळी हॅकलेटला लागली नव्हती.

हॅकलेट हसू लागला, “बघ... ते तुला वाटतं तितकं सोपं नाही. हं... आता ते पिस्तूल मला दे.”

हॅकलेट पुढे येऊ लागताच एमिलीने पुन्हा गोळी झाडली. ती त्याच्या जांघेपाशी लागली. पण दणका तेवढा मोठा नसल्याने हॅकलेट तसाच उभा राहिला. मग त्याने एक पाऊल पुढे टाकलं.

“मला नेहमीच तुझा तिरस्कार वाटत आला आहे,” हॅकलेट अडखळत म्हणाला, “अगदी पहिल्या दिवसापासून. मी तुला पहिल्यांदा पाहिलं त्या क्षणापासून. तुला आठवतं का? मी तुला म्हणालो – गुड डे मादाम! आणि तू त्यावर –”

हॅकलेट आता खोकत खाली पडला. त्याच्या कंबरेपासून आता रक्त झिरपू

लागलं होतं.

"तू म्हणालीस... तू म्हणालीस की... ओह डॅम!... मला ते शब्द घायाळ करतात – तू म्हणाली होतीस..." हॅकलेट कंबरेपाशी हात धरून मागेपुढे झुलत वेदनांनी कण्हत होता.

एमिली पलंगावर बसली. तिने पिस्तूल खाली टाकलं. त्याची नळी एवढी गरम होती की, पलंगपोसावर नळीची जळती खूण उमटली. एमिलीने पुन्हा ते उचलून जमिनीवर फेकलं. मग तिने पुन्हा नवऱ्याकडे नजर टाकली.

"मला संपवून टाक." हॅकलेट वेदनांनी तळमळत म्हणाला.

तिने नकारार्थी मान हलवली. पिस्तूल रिकामं होतं. तिथे जास्तीच्या गोळ्या असत्या तरी त्या कशा भरायच्या, हे तिला माहीत नव्हतं.

"संपव... संपव..." हॅकलेट पुन्हा म्हणाला.

एमिलीच्या मनात अनेक उलटसुलट्या विचारांची गर्दी झाली. तो लवकर मरणार नाही, हे लक्षात आल्यानंतर ती कपाटापाशी गेली आणि तिने क्लॅरेटचा एक ग्लास भरून आणला. तिने त्याला प्यायला मदत केली. त्याने एक-दोन घोट घेतले. पण मग त्याच्या रागाचा पुन्हा भडका उडाला. रक्ताने माखलेल्या हाताने त्याने तिला जोरात ढकललं.

"राजाची कुत्री... डॅम!"

आता अतिशय वेदनांमुळे बहुधा त्याला इतर कशाचंही भान उरलेलं नव्हतं. एमिली उठून उभी राहिली. तिने स्वत:साठी वाईनचा एक ग्लास भरून घेतला आणि ती घुटके घेत त्याच्याकडे बघत उभी राहिली.

अर्धा तास तसाच गेला. हंटर तिथे आला तेव्हा एमिली अजून तशीच उभी होती. हॅकलेट जिवंत होता. पण एवढा मलूल झाला होता की, फक्त अधूनमधून त्याचं शरीर थरथरत होतं. रक्ताच्या प्रचंड थारोळ्यात तो पडला होता.

हंटरने पिस्तूल बाहेर काढलं आणि तो हॅकलेटकडे गेला.

"नको!" ती म्हणाली.

हंटरने थबकून तिच्याकडे पाहिलं आणि तो मागे सरकला.

"या दयाळूपणाबद्दल आभार." मिसेस हॅकलेट म्हणाली.

३७

२१ ऑक्टोबर १६६५ रोजी हंटर आणि त्याच्या साथीदारांवर ठेवलेले सर्व आरोप संपूर्णपणे मागे घेण्यात आले. जमैका वसाहतीच्या गव्हर्नर पदाचा कार्यभार पुन्हा हाती घेतलेल्या सर जेम्स अलमॉन्ट आणि लेविशॅम यांच्या न्यायालयाने बंद दाराआड सुनावणी केली.

याच सुनावणीदरम्यान फोर्ट चार्ल्स इथला मुख्य अधिकारी असणाऱ्या कमांडर स्कॉटवर राजद्रोहाचा आणि बंडाचा गुन्हा शाबीत झाला. त्याला फाशीची शिक्षा सुनावण्यात आली. या शिक्षेची अंमलबजावणी दुसऱ्या दिवशी सकाळी होणार होती. शिक्षा कमी करण्याच्या अटीवर त्याच्याकडून त्याच्या हस्ताक्षरात कबुलीजबाब मिळवण्यात आला. पण त्याच रात्री फोर्ट चार्ल्समधल्या त्याच्या कोठडीतच कोणातरी अज्ञात सैन्याधिकाऱ्याने त्याला गोळी घातली. या अधिकाऱ्याचा कधीच शोध लागला नाही.

हंटर आता पोर्ट रॉयलमध्ये सगळ्यांचा लाडका झाला होता. पण अजून एक मोठा अडथळा शिल्लक होता. आन्द्रे सॅन्सन. हा फ्रेंच माणूस कुठं आहे, ते कोणालाच ठाऊक नव्हतं. तो आतल्या भागात असणाऱ्या टेकड्यांमध्ये दडून बसला आहे, असं कानावर येत होतं. सॅन्सनबद्दल माहिती देणाऱ्याला आपण भरपूर बक्षीस देऊ, असं हंटरने सांगून ठेवलं होतं. त्याचा फायदा दुपारी उशिरा दिसून आला.

हंटर ब्लॅक बोअर खानावळीत राहत होता आणि ही गोष्ट सर्वांना कळेल अशी व्यवस्था त्याने केली होती. दुपारी एक म्हातारी बाई त्याच्याकडे आली. हंटर तिला ओळखत होता. ही बाई एक कुंटणखाना चालवत असे. तिचं नाव सिमन्स असं होतं. ती काहीशी बिचकत हंटरकडे आली.

"बोल," हंटर म्हणाला. तिची भीती कमी व्हावी म्हणून त्याने किल-डेव्हिलचा एक ग्लास मागवला.

"हं, तर सर..." ती सांगू लागली, "एका आठवड्यापूर्वी कार्टर नावाचा एक जण अतिशय आजारी अवस्थेत पोर्ट रॉयलला आला."

"हा जॉन कार्टर तर नाही ना?"

"तोच तो."

"पुढे बोल."

"त्याने सांगितलं की, सेंट कीट्सकडून येणाऱ्या एका नौकेने त्याला वाचवलं. त्यांना एका निर्जन बेटावर खाडीत धूर दिसला. या आगीचं कारण शोधण्यासाठी ते आले तेव्हा त्यांना तिथे अडकून पडलेला कार्टर आढळला. त्यांनी त्याला मग तिथून परत आणलं."

"तो आता कुठे आहे?"

"तो पळाला. त्याला पळून जाणं भागच होतं. त्याला त्या फ्रेंच बदमाशाची, सॅन्सनची दहशत बसली होती. कार्टर आता टेकड्यांमध्ये लपला आहे. पण त्याने जाण्याअगोदर मला सगळं सांगितलं."

"काय सांगितलं?"

मग त्या बाईने तिला कार्टरने जे काही सांगितलं होतं, ते हंटरच्या कानावर घातलं. कार्टर कॅसान्ड्रावर होता. कॅसान्ड्रावर खजिन्याचा अर्धा भाग ठेवलेला होता. कॅसान्ड्राचा कॅप्टन सॅन्सन होता. मग भयंकर चक्रीवादळ झालं आणि एका बेटाच्या रीफच्या आतल्या भागात असताना कॅसान्ड्राचे तुकडे झाले. बहुतेक जण यात मरण पावले होते. पण उरलेल्या माणसांना एकत्र करून सॅन्सनने खजिना वाचवण्यात यश मिळवलं आणि तो बेटावर नेऊन पुरून टाकला. त्यांनी मग कॅसान्ड्राच्या मोडक्यातोडक्या भागांपासून एक कामचलाऊ होडी बनवली. पण त्यानंतर सॅन्सनने सगळ्या जणांना म्हणजे बारा जणांना खलास केलं आणि एकटाच होडीमधून निघून गेला. कार्टर गंभीर जखमी झाला असला तरी वाचला. तिथून तो कसाबसा पोर्ट रॉयलला परतला. कार्टरने सांगितलं की, त्याला त्या बेटाचं नाव किंवा त्याचा ठावठिकाणा सांगता येणार नाही. पण सॅन्सनने नकाशा एका नाण्यावर कोरला असून ते नाणं त्याने गळ्यात लटकावलं आहे, असं कार्टरने सांगितलं.

हंटरने ही सगळी कहाणी ऐकून घेतली. मग तिचे आभार मानून तिने घेतलेल्या तसदीबद्दल तिला एक नाणं दिलं.

ब्लॅक बोअर खानावळीत बसून हंटर विचार करू लागला. त्याला आता सॅन्सनला गाठायचंच होतं. त्याच्याकडे अनेक जण निरनिराळ्या बातम्या घेऊन येत होते. हंटर सगळ्या गावगप्पा शांतपणाने ऐकत होता. सॅन्सनबद्दल सतत कोणी

ना कोणी काहीतरी सांगत येत होतं. त्याने किमान दहा-बारा तरी वेगवेगळ्या कथा ऐकल्या. सॅन्सन पोर्ट मोरान्टला गेला, सॅन्सन इनाग्वा बेटाकडे पळाला. सॅन्सन डोंगराळ भागात आहे. एक ना दोन. पण हंटर फक्त हे सगळं ऐकून घेत होता.

पण अखेर खरं काय ते कळलं. एन्डर्स घाईघाईने खानावळीत आला.

''कॅप्टन, तो स्पॅनिश जहाजावर आहे.''

''काय?''

''होय, कॅप्टन. आपल्यामधले सहा-जण जहाजावर पहाऱ्यासाठी राहिले होते. त्याने दोघांना ठार केलं आणि उरलेल्यांना तुला निरोप देण्यासाठी होडीतून रवाना केलं.''

''कसला निरोप?''

''तू त्याच्यासाठी माफीची व्यवस्था करायची आणि त्याच्या बरोबरचं शत्रुत्व जाहीरपणे संपवायचं. नाहीतर कॅप्टन, तो जहाज आहे त्याच जागी बुडवणार आहे. आज संध्याकाळी रात्र पडायच्या आत त्याला तुझं उत्तर हवंय.''

हंटरने एक शिवी हासडली. तो खानावळीच्या खिडकीत गेला. तिथून त्याला बंदराचं दृश्य दिसत होतं. नांगर टाकून उभं असणारं एल त्रिनिदाद हलकेच लाटांवर डोलत होतं. जहाज बंदरापासून बरंच आत खोल पाण्यात उभं होतं. इथं जर जहाज बुडालं तर खजिना मिळवता येणार नाही, एवढं तिथलं पाणी खोल होतं.

''तो फारच धूर्त आहे.''

''नक्कीच.''

''तू उत्तर कधी देणार आहेस?''

''आत्ता नाही,'' हंटर खिडकीजवळून दूर होत म्हणाला, ''तो जहाजावर एकटाच आहे का?''

''होय, पण त्याने काही फरक पडत नाही.''

एन्डर्सच्या म्हणण्यात तथ्य होतं. सॅन्सन हातघाईच्या लढाईत बारा जणांना पुरून उरला असता.

हंटर विचारात पडला. सॅन्सनने जागा अगदी योग्य निवडली होती. जवळपास पाव मैलाच्या परिसरात एकही जहाज किंवा नाव उभी नव्हती. ''मला विचार करायला हवा,'' असं म्हणून हंटर पुन्हा जागेवर येऊन बसला.

खोल पाण्यात इतरांपासून दूर उभं असणारं जहाज हा अभेद्य किल्लाच होता. त्यातच सॅन्सनने आणखी एक युक्ती केली होती. त्याने जहाजावरचा कचरा पाण्यात टाकून दिला होता. त्यामुळे शार्क गोळा झाले होते. अर्थातच कोणी एल त्रिनिदादजवळ पोहून येण्याचा विचार करणं म्हणजे आत्महत्याच ठरली असती. तिथे जायचं म्हणजे उघड्यावरच जाणं भाग होतं. पण कसं? हंटर डोकं खाजवत विचारात

गढून गेला आणि येरझाऱ्या घालू लागला.

हंटरने एन्डर्सला गाठलं.

''मार्शलसी तुरुंगातून आपली सुटका व्हायला मदत करणारी बाई कोण आहे, ते तुला माहीत आहे का?''

''होय. तिचं नाव ॲनी शार्प.''

''तिला शोधून काढ.'' हंटर म्हणाला, ''आणि होडीमधून जाण्यासाठी सहा सर्वांत चांगली माणसं निवड.''

''कशासाठी कॅप्टन?''

''आपण सॅन्सनला भेटायला जाणार आहोत.''

३८

अफाट ताकद असलेल्या आन्द्रे सॅन्सनला भीती ठाऊकच नव्हती. त्या वेळीही त्याने एक होडी फोर्ट चार्ल्सपाशी निघताना पाहिली. पण त्याला जराही चिंता वाटली नाही. त्याने होडीकडे निरखून पाहिलं. त्याला होडी वल्हवणारे सहा जण आणि बसलेले दोन जण दिसले. पण ते कोण आहेत ते त्याला एवढ्या अंतरावरून कळलं नाही.

सॅन्सनला हंटर धूर्त आणि कावेबाज आहे, याची कल्पना होती. तो आपल्यापेक्षा हुशार आहे, हे देखील त्याला माहीत होतं. त्याची सगळी भिस्त त्याच्या अंगातल्या जबरदस्त ताकदीवर होती. हंटर जरी कावेबाज असला तरी आज तो आपल्याला फसवू शकणार नाही, असं त्याला वाटत होतं. तो त्या जहाजावर एकटा होता आणि एकटाच राहणार होता. रात्र पडल्यानंतर हंटर आला नाही तर तो ते जहाज बुडवून टाकणार होता. पण तसं होणार नाही. हंटर जहाज बुडू देणार नाही, अशी त्याला खात्री वाटत होती. हा खजिना वाचवण्यासाठी हंटर काहीही करायला, अगदी आपल्याला सोडून द्यायलाही तयार होईल, असं त्याला खात्रीने वाटत होतं.

होडी आणखी जवळ आल्यावर सॅन्सनला दिसलं की, हंटर स्वत:च होडीत उभा आहे. बरोबर कोणी एक बाईदेखील दिसत होती. याचा अर्थ काय? तो विचारात पडला. विचारांमुळे त्याचं डोकं ठणकू लागलं.

होडी आता आणखी पुढे आली. हंटरने आनंदानं हात हलवला, "ए... सॅन्सन! फ्रेंच डुकरा!"

सॅन्सननेही हात हलवून प्रतिसाद दिला, "हंटर! इंग्लिश मेंढीचं बांडगुळ!"

सॅन्सनने वरकरणी आनंदाचा आव आणला असला तरी आतून तो चांगलाच अस्वस्थ होता. हंटर इतक्या बिनधास्तपणे वागतोय, हे पाहून त्याला आणखीनच काळजी वाटू लागली.

होडी एल त्रिनिदादच्या जवळ उभी राहिली. सॅन्सन वाकून पाहू लागला. पण तो फार पुढे झुकला मात्र नाही.

"तू कशासाठी आला आहेस हंटर?"

"मी तुझ्यासाठी भेट आणलीय. वर येऊ का?"

"पण फक्त तुम्ही दोघं जणच." सॅन्सन असं म्हणत मागे सरकला आणि धावत डेकच्या पलीकडच्या कठड्यापाशी गेला. दुसऱ्या बाजूनं आणखी एखादी होडी येत नाही ना, हे तो बघत होता. त्याला फक्त शार्क आणि हलक्या लाटा एवढंच दिसलं.

तो मागे वळून पाहू लागला. त्याला एक बाई येताना दिसली. त्याने धनुष्यबाण तिच्या दिशेने रोखला. ती तरुण बाई नक्कीच देखणी होती. तिने सॅन्सनकडे पाहून लाजत स्मितहास्य केलं आणि तिने बाजूला होऊन हंटरला डेकवर यायला जागा करून दिली. हंटर डेकवर आला. त्याला साधारण वीस पावलांवर उभा असणारा सॅन्सन दिसला. त्याने बाण त्यांच्यावरच रोखलेला होता.

"हे काही चांगलं स्वागत झालं नाही."

"मला त्याबद्दल माफ कर," हंटरबरोबरच्या तरुणीकडे एक नजर टाकत सॅन्सन म्हणाला, "तू माझ्या मागण्या पुऱ्या करण्याची व्यवस्था केलीस का?"

"आपण हे बोलत असतानाच तिकडे ते काम चालू आहे. सर जेम्स दस्तावेज तयार करतोय. काही तासांमध्येच ते हातात पडतील."

"या भेटीचा अर्थ काय?"

हंटर हसला आणि लगेच बोलू लागला, "सॅन्सन, तू मला ओळखतोस. मी एक व्यवहारी माणूस आहे, हे तुला माहीत आहे. आत्ता सगळे पत्ते तुझ्या हातात आहेत. तू म्हणशील ते मला मान्य करायलाच हवं. सॅन्सन, या खेपेस तू फार हुशारीने वागलास. अगदी माझ्यापेक्षाही जास्त."

"अं... होय."

"कधीतरी मी तुला धुंडाळून काढीन आणि ठार करीन. पण ते कधीतरी. आता मात्र तू जिंकलेला आहेस."

"यात तुझा काहीतरी कावा आहे वाटतं?" सॅन्सनला एकदम काहीतरी गडबड असल्याची जाणीव झाली.

"काहीही कावा नाही."

"नाही?"

"होय. पण गोष्टी जशा असतात तशा त्या दिसतातच असं नाही. पण मी ठरवलं की, तू आत्ता ही संध्याकाळ मौजमजा करण्यात घालवावीस. त्यासाठीच तर मी हिला बरोबर आणलंय. एखाद्या इंग्लिश स्त्रीच्या मानाने विचार करता ही बाई मनमोहक आहे हे तू देखील नक्कीच मान्य करशील. मी तिला इथे सोडून जातो." हंटर जोराने हसला, "म्हणजे तुझ्यात तेवढं धाडस असेल तरच."

सॅन्सन जोराने हसला. "हंटर, तू तर सैतानाचा खास चाकर दिसतोस! मी या बाईबरोबर राहू शकत नाही. तसं केलं तर मला पहारा देता येणार नाही हे मला कळत नाही की काय?"

"हिच्या इंग्लिश सौंदर्याने तू घायाळ होशील, अशी आशा करतो."

असं म्हणून हंटर डेकवरून खाली होडीत उतरला. तो होडीत उतरला हे थड्ऽ अशा आवाजावरून सॅन्सनच्या लक्षात आलं. मग हंटरने होडी सोडायचा हुकूम दिला आणि लगेच वल्ही मारल्याचा आवाज ऐकू येऊ लागला.

हंटरने काहीतरी डाव टाकला आहे, हे नक्की. पण काय ते सॅन्सनला कळेना. त्याने हंटरने आणलेल्या बाईकडे पाहिलं. तिने बरोबर काहीतरी शस्त्र आणलं असणार, अशी शंका त्याला आली.

"खाली पड." सॅन्सन कर्कश आवाजात गुरकावला.

तिच्या चेहऱ्यावर गोंधळल्याचे भाव दिसले.

"खाली पड!" सॅन्सन डेकवर जोराने पाय आपटत ओरडला.

ती डेकवर झोपली. सॅन्सन सावधपणे तिच्याजवळ गेला आणि त्याने तिची झडती घेतली. तिच्याजवळ काहीही शस्त्रं नव्हती. तरीदेखील काहीतरी चुकतंय, असं सॅन्सनला सतत वाटत होतं.

सॅन्सन कठड्यापाशी गेला. होडी आता वेगाने किनाऱ्याकडे जात होती. हंटर किनाऱ्याकडे तोंड करून बसला होता आणि सहा जण होडी वल्हवताना दिसले. याचा अर्थ सगळ्यांचा हिशेब लागत होता.

"मी आता उठू का?" ती तरुणी खिदळत म्हणाली.

सॅन्सन मागे वळला, "हं... ठीक आहे, उठ."

"मी तुला खूश करू का?" ती कपडे सावरत उभी राहिली.

"इंग्लिश डुकरीण!" सॅन्सन कर्कशपणाने म्हणाला.

यावर काहीही न बोलता तिने कपडे काढायला सुरुवात केली.

"हे... हे तू काय करते आहेस?"

"कॅप्टन हंटर म्हणाला की, मी कपडे काढायचे आहेत."

"अॅ... मी सांगतो ना राहू देत... आता मी म्हणेन तसंच तू करायचं आहे." सॅन्सन सगळीकडे भराभर नजर फिरवत म्हणाला.

दूरवर जाणाऱ्या होडीखेरीज जवळपास आणखी काही दिसत नव्हतं.

सॅन्सनने वळून त्या तरुणीकडे नजर टाकली. ती आता ओठांवर जीभ फिरवत होती. सॅन्सन विचार करू लागला. हिला आता कुठं न्यावं म्हणजे एकीकडे नजर ठेवत तिचा उपभोग घेता येईल. या इंग्लिश रांडेला पुढच्या केबिनमध्ये न्यावं, असं सॅन्सन मनाशी म्हणाला.

मग त्याने तिला पुढच्या भागातल्या केबिनमध्ये नेलं. जरा वेळानं ती किंचाळत नखं रुतवत त्याला आनंद देऊ लागली.

"तू केवढा धिप्पाड आहेस!" ती धापा टाकत श्वास घ्यायचा प्रयत्न करत म्हणाली, "फ्रेंच माणसं एवढी मोठी असतात, हे मला माहीत नव्हतं!"

तिची नखं त्याच्या पाठीत रुतत होती आणि त्यामुळे सॅन्सनला मजा येत होती. पण त्याला हे माहीत नव्हतं की, कामक्रिडेमधलं तिचं किंचाळणं हा हंटरसाठी इशारा होता.

होडी निघून गेल्यापासून हंटर दोराच्या शिडीवर पाण्याच्या पातळीच्या थोडा वर उंचावर लटकत होता. होडीत त्यांनी ताडपत्रीच्या खाली लपवून आणलेलं हंटरच्या आकाराचं बुजगावणं होतं.

सगळं काही हंटरने ठरवल्याप्रमाणे व्यवस्थित पार पडलं होतं. त्याला आता पुढच्या केबिनमधून तिचे कामक्रिडेचे आवाज ऐकू येत होते. ते आवाज ऐकू येताच हंटर तोफेसाठी ठेवलेल्या जागेमधून आत शिरला आणि एल त्रिनिदादच्या खालच्या डेकमध्ये घुसला.

हंटरजवळ काहीही शस्त्र नव्हतं. त्यामुळे त्याला सगळ्यात अगोदर एखादं शस्त्र मिळवण्याची गरज होती. हंटर अगोदर शस्त्रसाठा होता तिथे गेला. त्याने तिथे मिळालेली पिस्तुलं उचलली आणि ती भरून घेतली. मग त्याने एक धनुष्यबाण उचलला. मग तो पॅसेजमधून मुख्य डेककडे आला. पण डेकवर येताच तो जागीच थबकला.

त्या पोरीबरोबर काही मिनिटं मजा मारून झाल्यावर सॅन्सन लगेच डेकवर आला होता आणि काहीतरी बघत होता.

सॅन्सनने डेकवर वाकून काहीतरी बघितलं आणि मग तो दुसऱ्या बाजूला जाऊन पाहू लागला.

सॅन्सन एकदम एका जागी थांबला. तो काय पाहतोय, हे हंटरच्या लगेचच लक्षात आलं. हंटरच्या हालचालींमुळे डेकवर ओले पट्टे उठले होते.

सॅन्सन एकदम वळला आणि ओरडला, "कुत्रे!" असं ओरडत त्याने बाण तिच्या दिशेने सोडला. पण बाण घाईने सोडल्याने त्याचा नेम चुकला. ती खालच्या डेककडे पळाली. सॅन्सन तिच्या मागोमाग धावला खरा, पण लगेच त्याच्या मनात

वेगळा विचार येऊन तो थबकला. त्याने पुन्हा धनुष्यावर बाण लावला आणि तो वाट पाहू लागला.

काही क्षणांनंतर सॅन्सन डेकच्या मध्यावर गेला आणि मुख्य डोलकाठीपाशी उभा राहून त्याने हाक मारली.

"हंटर... हंटर... तू इथं आहेस, हे मला माहीत आहे." मग तो खदाखदा हसू लागला. आपण कोणत्याही पिस्तुलाच्या टप्प्यात येणार नाही, अशा जागी उभे आहोत आणि त्यामुळे आपली बाजू वरचढ आहे, हे त्याला कळत होतं.

हंटरने त्या वेळी केलेली हालचाल सर्वस्वी मूर्खपणाची होती. त्याने दोन्ही पिस्तुलं एकाचवेळी झाडली. पण जरी एक गोळी डोलकाठीवर आदळली असली तरी दुसरी सॅन्सनच्या खांद्याला लागली. सॅन्सन जरासा विव्हळला. पण त्याला फारशी इजा झाली नव्हती. त्याने वळून बाण सोडला. तो बाण हंटरच्या अगदी जवळून जात बाजूच्या लाकडात जाऊन रुतला.

हंटर खाली धावला आणि एका शिडीच्या मागे लपला. त्याला हातात पिस्तूल घेऊन धावत येणारा सॅन्सन दिसला. तो त्याच्या अगदी डोक्यावर वरच्या बाजूला आला होता. त्याची पाठ हंटरकडे होती.

"जागीच उभा राहा." हंटर थंड आवाजात म्हणाला.

पण सॅन्सन जागीच गर्रकन वळला आणि दोन्ही हातातली पिस्तुलं हंटरच्या दिशेने झाडली. हंटर खाली वाकल्यामुळे छर्रे त्याच्या डोक्यावरून गेले. आता हंटर हातात धनुष्यबाण घेऊन तयारीत उभा होता.

"नेहमी दिसतं तसंच असतं, असं नाही."

सॅन्सन हात उंचावत हसला,

"हंटर... मित्रा, मी शस्त्रहीन आहे."

"वर जा."

सॅन्सन पायऱ्यांवरून वर जाऊ लागला. हंटरला सॅन्सनच्या कंबरेला लटकणारी कट्यार दिसली. त्याचा डावा हात तिकडे सरकतोय हे त्याच्या लक्षात आलं.

"थांब!"

सॅन्सनच्या डाव्या हाताची हालचाल थांबली.

"वर जा!"

सॅन्सन वर जाऊ लागला. हंटर त्याच्या पाठोपाठ होता.

"मी अजूनही तुला पाहून घेऊ शकतो," सॅन्सन म्हणाला.

"मी तुझ्या xxxx" हंटरने शिवी हासडली.

सॅन्सन मुख्य डोलकाठीकडे परत जात होता.

तो म्हणाला, "आपण चर्चा करायला हवी. आपण वाजवी तेच बोलायला हवं."

"कशासाठी?"

"कारण अर्धा खजिना मी लपवलेला आहे," सॅन्सनने गळ्यात लटकणाऱ्या सोन्याच्या नाण्याशी चाळा केला, "हे बघ."

"काय आहे ते?"

"कॅसान्ड्रावरचा खजिना मी कुठं लपवून ठेवलाय त्याची माहिती यावर आहे. तुला यात रस वाटत नाही का?"

"वाटतो तर."

"ठीक तर मग. आपण वाटाघाटी करू शकतो."

"तू मला ठार मारायचा प्रयत्न केलास." हंटर धनुष्य स्थिर धरत म्हणाला.

"तू माझ्या जागी असतास तर असंच केलं नसतंस?"

"नाही."

"शक्यच नाही. तू तसंच केलं असतंस. फक्त आता बेशरमपणाने नाही म्हणतो आहेस इतकंच."

"कदाचित मी तसं केलं असतं."

"आपले संबंध चांगले नव्हते."

"पण मी तुझ्या वाईटासाठी काही केलं नाही."

"जमलं असतं तर तू नक्कीच तसं केलं असतंस."

"नाही," हंटर म्हणाला, "माझ्याजवळ माझ्या स्वत:ची अशी एक आत्मसन्मानाची गोष्ट –"

अचानक पाठीमागून आवाज आला.

"ओह चार्ल्स! तू त्याला पकडलंस तर –"

ॲनीचं हे बोलणं ऐकून हंटर वळला. त्या क्षणाचा फायदा घेऊन सॅन्सनने हंटरकडे झेप घेतली. त्याच क्षणी हंटरच्या धनुष्यातून बाण सुटला होता. त्या बाणाने सॅन्सनच्या छातीचा वेध घेतला होता. सॅन्सन एकदम हवेत उचलला गेला आणि त्याच्या पाठीमागून बाहेर पडलेला बाण डोलकाठीच्या लाकडात घुसला.

सॅन्सन त्या बाणाला लटकून हातपाय झाडू लागला. रक्त त्याच्या पायापाशी जमा होऊ लागलं.

"तू माझ्याशी योग्य वागला नाहीस."

"मी योग्य तसाच वागलो." हंटर म्हणाला.

त्याचं बोलणं पुरं होतं न् होतं तोच सॅन्सन मेला. त्याची मान एका बाजूला कलंडली.

हंटर पुढे झाला. त्याने बाण उपसून काढताच सॅन्सन खाली पडला. हंटरने त्याच्या गळ्यातलं नाणं ओढून काढलं आणि मग तोंडावर हात ठेवून ॲनी बघत असताना त्याने सॅन्सनचा मृतदेह ओढत एका बाजूला नेला आणि कठड्यावरून पाण्यात लोटून दिला.

क्षणभर सॅन्सनचं शरीर पाण्यावर तरंगलं. हंटरला शार्क अर्धवर्तुळाकारात जमा झालेले दिसले. एका शार्कने लचका तोडताच पाणी लालीलाल झालं.

हंटरने मान फिरवली.

उपसंहार

चार्ल्स हंटरने 'लाईफ अमंग प्रायव्हटीर्स ऑफ द कॅरिबियन सी' या नावाच्या पुस्तकात त्याच्या आठवणी लिहिल्या आहेत. त्यानुसार असं दिसतं की, हंटरने १६६६ या वर्षात सॅन्सनने लपवलेला खजिना शोधायचा आटोकाट प्रयत्न केला. पण त्याला त्यात यश आलं नाही. सॅन्सनच्या गळ्यामधल्या सोन्याच्या नाण्यावर असणाऱ्या खुणा म्हणजे नकाशा नसून काही त्रिकोण आणि आकडे होते. पण हंटरला त्यांचा अर्थ कधीच कळू शकला नाही.

सर जेम्स अलमॉन्ट लेडी सारासह इंग्लंडला परत गेला. १६६६ मधल्या लंडन शहरातल्या भीषण आगीत दोघांचा मृत्यू झाला.

मिसेस एमिली हॅकलेट पोर्ट रॉयलमध्येच राहिली. ती १६८६ मध्ये गुप्तरोगाने मरण पावली. तिचा मुलगा एडगर व्यापारी झाला. त्याने कॅरोलिना वसाहतीत नाव कमावलं. त्याचा मुलगा पुढे १७७७ मध्ये वसाहतीचा गव्हर्नर झाला. त्याचं नाव जेम्स चार्ल्स हॅकलेट हंटर असं होतं. अमेरिकन स्वातंत्र्ययुद्धाच्या वेळी इंग्लिश सैन्याच्या विरोधात वसाहतीने उभं राहावं, असा त्याचा आग्रह होता.

ॲनी शार्प इंग्लंडला १६७१ मध्ये परतली. तिने नाटकांमध्ये काम करायला सुरुवात केली. पूर्वी जरी बायकांची कामं पोरं करत असली तरी आता मात्र बायकांच्या भूमिका बायकाच करू लागल्या होत्या. ॲनी शार्प इंडिजमधून परतलेल्या बायकांमध्ये कमालीची लोकप्रिय झाली. अख्ख्या युरोपात लोकप्रियतेच्या बाबतीत तिचं स्थान चौदाव्या लुईची रखेली असलेल्या मादाम द मेन्तेनो हिच्या खालोखाल होतं. ॲनीच्याच शब्दात सांगायचं तर ती 'चविष्ट आणि चुरचुरीत जीवन जगली.' १७०४ मध्ये तिचा मृत्यू झाला.

एन्डर्स या सागरावर कलाकाराप्रमाणे वावरणाऱ्या सर्जन-न्हाव्याने मांदेव्हिलेच्या काम्पेचेवरच्या १६८८ च्या मोहिमेत भाग घेतला आणि एका वादळात तो बेपत्ता झाला.

हेन्री मॉर्गनने *१६६९ मध्ये पनामावर घातलेल्या धाडीच्या दरम्यान बस्सा मरण पावला. स्पॅनिश लोकांनी शहराचं रक्षण करण्यासाठी सोडलेल्या अनेक बैलांपैकी एकाने त्याला तुडवलं होतं.

डॉन दिएगो – द ज्यू, १६९२ पर्यंत पोर्ट रॉयलमध्येच होता. त्याचं वय बरंच

झालं होतं. पोर्ट रॉयल हे गाव पूर्णपणे नष्ट करणाऱ्या महाभयंकर भूकंपात त्याचा मृत्यू झाला. या भूकंपामुळे पोर्ट रॉयलची नावनिशाणीही उरली नाही.

साऊथ कॅरोलिना वसाहतीत लझूला पकडण्यात आलं. तिला लुटारू असल्याच्या आरोपाखाली १७०४ मध्ये फासावर लटकवण्यात आलं. अमेरिकेच्या इतिहासात गाजलेल्या ब्लॅकबिअर्ड *नावाच्या कुप्रसिद्ध लुटारूची ती प्रेमिका होती, असं बोललं जात होतं.

सॅन्सनचा खजिना शोधताना हंटरला मलेरियाने अगदी दुबळं करून टाकलं होतं. अतिशय क्षीण झालेला हंटर १६६९ मध्ये इंग्लंडला गेला. पण दरम्यानच्या काळात मातानकेरॉसवरची धाड ही इंग्लिश दरबाराच्या दृष्टीने फार अवघड राजकीय बाब ठरली होती. त्यामुळे दुसऱ्या चार्ल्स राजाने त्याला कधीच भेटीसाठी बोलावलं नाही किंवा त्याचा सन्मान केला नाही.

१६७० मध्ये हंटरचं टनब्रिज वेल्स या ठिकाणी न्युमोनियामुळे निधन झालं. त्या वेळी त्याने पाठीमागे थोडीफार मालमत्ता ठेवली होती, तसंच त्याने एक नोंदवहीही मागे ठेवली होती. ही नोंदवही केंब्रिजच्या ट्रिनिटी कॉलेजमध्ये जतन करून ठेवलेली आहे. त्याच्या नोंदवहीप्रमाणे हंटरचं थडगं आपण पाहू शकतो.

टनब्रिज वेल्समध्ये सेंट अॅन्टनीच्या चर्चच्या आवारातल्या दफनभूमीत त्याचं थडगं आहे. त्याच्या थडग्यावर लावलेला दगड गुळगुळीत झालेला असला तरी त्याच्यावरची अक्षरं अजूनही वाचता येतात.

चार्ल्स हंटर, कॅप्टन.
१६२७-१६७०.
प्रामाणिक आणि धाडसी दर्यावर्दी;
नव्या जगातल्या नागरिकांमध्ये लोकप्रिय असणारा... विनसिट.

---

*हेन्री मॉर्गन (Henry Morgan) : हेन्री मॉर्गन (१६३५-१६८८) हा जन्माने वेल्श असलेला दर्यावर्दी एक गाजलेला प्रायव्हटीर म्हणजेच धाडसी व्यापारी होता. पनामावर हल्ला करून स्पेन व इंग्लंड यांच्यामधल्या शांतता कराराचा भंग केल्याबद्दल त्याच्यावर दरबाराची काही काळ गैरमर्जी होती. पण प्रत्यक्षात त्याच्यावर खटला भरण्याऐवजी १६७४ मध्ये त्याला 'सर' ह्या किताबाने गौरवण्यात आलं. १६७५ ते १६८१ दरम्यान तो जमैकाचा लेफ्टनंट गव्हर्नर म्हणून काम पाहत होता.

*ब्लॅकबिअर्ड (Blackbeard) : सतराव्या शतकातला एडवर्ड थॅच (१६८०-१७१८) हा इंग्लिश लुटारू 'ब्लॅकबिअर्ड' या नावाने प्रसिद्ध होता. कॅरिबियन बेटे आणि अमेरिकेच्या दक्षिण भागातील वसाहतींमधल्या लुटालुटीच्या कृत्यांसाठी तो कुप्रसिद्ध होता आणि त्याची फार मोठी दहशत त्या भागात होती.

www.ingramcontent.com/pod-product-compliance
Lightning Source LLC
Chambersburg PA
CBHW020228140725
29530CB00010B/89
* 9 7 8 8 1 8 4 9 8 5 0 9 2 *